व्हॉट हॅपन्स इन इंग्लंड..स्टेझ इन इंग्लंड..?

मैत्री.प्रेम.मिस्ट्री

निशा अडगोकर रसे

Made with ❤ on the Notion Press Platform
www.notionpress.com

"कृष्णा"

तुझ्याचमुळे..

आणि

फक्त तुझ्याचसाठी..

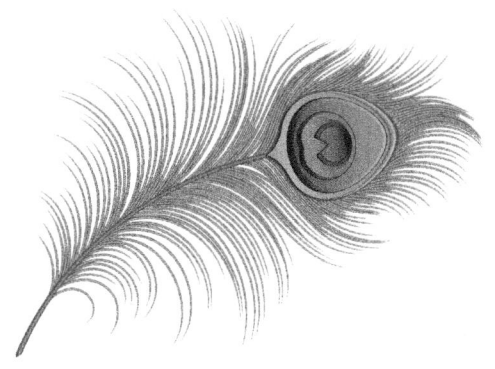

अनुक्रमणिका

ऋणनिर्देश, पावती

सर्वात आधी भगवान श्रीकृष्णास नमन. देवाने हे जीवन दिले, ही लिखाणाची कला दिली, कल्पनाशक्ती दिली ज्यामुळे आज ह्या आयुष्याला अर्थ मिळाला आहे. त्यासोबतच आयुष्यात अश्या लोकांची साथ दिली की त्यामुळे हे आणखी एक दुसरं स्वप्न म्हणजेच दुसरं पुस्तक मी लिहू शकले. ह्या आधी माझा "दुनिया प्रेमाची" हा कथासंग्रह प्रकाशित झालेला आहे.

पुस्तक वाचण्याची खूप आवड आहे, त्यातूनच लिहिण्याची आवड निर्माण झाली. सुरुवातीला कवितेतून व्यक्त होण्यास सुरुवात केली पण ते फेसबुक पुरतेच मर्यादित होते. नंतर ब्लॉग लिहिण्यास सुरुवात केली. बऱ्याचश्या कथांना पुरस्कारही मिळाले. आई झाल्यावर जाणवले की, एक आई म्हणून आपल्या किती अपेक्षा असतात ना आपल्या मुलांकडून! त्यांनी हे करावं, ते करावं, आयुष्यात खूप यशस्वी व्हावं पण ह्या अपेक्षांचे ओझे आपण त्यांच्यावर टाकत असताना आपणही त्यांना काहीतरी बनून दाखवावं, हे मला जास्त गरजेचं वाटतं. म्हणूनच माझ्या मुलीसमोर एक आदर्श निर्माण करावा हे मला प्रकर्षाने जाणवायला लागलं. म्हणूनच हा लिखाणाचा छंद फक्त छंद म्हणून जपायचा नाही तर ह्यातून काहीतरी मोठं करण्याचं ठरवलं आहे.

आईमुळे पुस्तकं वाचण्याची आवड लागली. आम्ही सोबत खूप सिनेमे बघायचो आणि आताही बघतो. लहानपणी सिनेमातले हिरो हिरोईन थोडे जरी जवळ आले तरीही ती लगेच डोळे बंद करायला लावायची. मागच्या "दुनिया प्रेमाची" ह्या पुस्तकात जे रोमँटिक प्रसंग लिहिले होते, ते मार्करने खोडून मी तिला तिची स्पेशल सेंसर्ड आवृत्ती तिला दिली होती, ह्यावेळी तर हे पुस्तकंच तिने वाचू नये, असं मला वाटतं. सॉरी मम्मी, पण लेखिका असल्यामुळे सगळेच प्रसंग रंगवावे लागतात.

आम्हा नाईंटीज किड्सची दुविधा आहे ही, की आम्ही आमच्या आईवडिलांच्या भीतीमुळे रोमँटिक सीन्स बघू शकलो नाही आणि आता आमच्या मुलांच्या भीतीमुळे आम्ही नेटफ्लिक्स बंद करतो, कारण कधी काय दाखवतील ह्याचा नेम नसतो.

माझ्या मुलीला, राईला माझ्या पुस्तकांबद्दल खूप कुतूहल असतं. ती 'काय लिहिलं आहेस?' हे विचारत पण हे पुस्तक छोट्या मुलांसाठी नाही. म्हणून माझं पुढचं पुस्तक मी असं लिहिणार आहे की जे सगळ्याच वयोगटातल्या मुलं मुलींना,

वाचता येईल. पक्का प्रॉमिस राई.

पुन्हा एकदा ह्या पुस्तकाचं श्रेय मी शिरीष देशपांडे ह्यांनाच देते. त्यांनी ह्या वेळीही एक गुरु, एका प्रामाणिक समीक्षकाप्रमाणे माझ्या ह्या कादंबरीसाठी मला मार्गदर्शन केले. शिरीष कधीच उगाच हवेत चढवून तारीफ करत नाहीत, जे वाचून वाटलं ते प्रामाणिकपणे सांगतात. इट्स रिअली डिफिकल्ट टु इंप्रेस हिम. त्यामुळे मला पुन्हा पुन्हा बदल करावे लागतात, पुन्हा विचार करावा लागतो, पण त्यातून शेवटी जे हाती लागतं, ते बघून त्या मेहनतीचं सार्थक झाल्यासारखं वाटतं.

नमिता पोफळी, ह्या माझ्या मैत्रिणीनेही वेळातला वेळ काढून, जॉब आणि घर सांभाळून, ह्या पुस्तकाचं प्रूफ रीडिंग केलं, चुका सुधारल्या, अभिप्राय दिला ह्या बद्दल तिचे मानावे तेवढे आभार कमी आहेत.

मला जसं फेसबुक, इंस्टाग्रामवर माझे वाचक मित्रमैत्रिणी प्रेम देतात, तसंच ह्या कादंबरीलाही ते देतील ह्याची मला खात्री आहे. त्यांच्यामुळेच मला अजून अजून चांगलं काहीतरी लिहिण्यास प्रेरणा मिळत असते. धन्यवाद हा शब्द खरंतर ह्या प्रेमापुढे खूप छोटा आहे.

हे सगळं कुटुंबाच्या आणि मित्रमैत्रिणींच्या आधाराशिवाय होऊच शकलं नसतं ज्यांनी मला नेहमीच सपोर्ट केलेला आहे. त्यांचे आभार मानणार नाही कारण “इतना तो मेरा हक बनता है.”

ह्या कादंबरीच्या अप्रतिम कव्हरचे श्रेय ईशा सुनीता धनंजय इनामदार हिला जाते. ईशा तू अशेच सुंदर कव्हर्स डिझाईन करत रहा आणि यश मिळवत रहा.

ज्यांनी मदत करण्यास नकार दिला, त्यांचे सुद्धा विशेष आभार कारण त्यांच्यामुळेच मी काय करू शकते? ह्याची मला स्वतःलाच अनुभूती झाली, माझी क्षमता मला त्यामुळे कळली.

शेवट करताना प्रसून जोशी ह्यांच्या ओळी आठवत आहेत, “ज़िन्दा हैं तो प्याला पुरा भर ले..”

आणि हा प्याला मी भरणारच हे आता ठरवलेलं आहे. ||हरे कृष्ण||

नांदी, प्रस्तावना

रोज सूर्य उगवतो, रात्र होते. तसं दुपारी वातावरण जरा उबदार असल्यामुळे गरमी होते ; पण रात्री मात्र अंगावर काटा उभा राहील एवढी थंडी असते.

आज कुठला दिवस आहे? कोणता महिना सुरु आहे? ह्यातलं काहीच तिला माहिती नव्हतं. रोज तिला प्रश्न पडतो, मी अजूनही जिवंत कशी? का मला देव मरण देत नाही? काय अर्थ आहे अश्या जगण्याला? काय गुन्हा केलाय मी असा की, मला त्याची ही अशी शिक्षा मिळतेय? कशाचंच उत्तर तिला सापडत नाही.

तिचं अंग, तिचे केस मातीने माखलेले होते. तिच्या अंगावर एकही कपडा नव्हता. ती पूर्णपणे नग्नावस्थेत, जमिनीवरच्या एका फाटक्या पोत्यावर पडलेली होती. सर्वांगावर जागोजागी जखमा आणि रक्ताने माखलेलं तिचं ते नग्न शरीर, ते पाच जण कधीही येतात आणि एक एक करून तिला ओरबाडतात.

सुरुवातीला ती ओरडायची, विरोध करायची, पण आता तिच्यात विरोध करण्याचा, ओरडण्याचा देखील त्राण उरलेला नव्हता. त्या राक्षसांनी, तिचे पाय एकमेकांपासून दूर केले की, ती आता तशीच न हलता पडून राहते. तिच्या डोळयांतून अश्रू गळत राहतात, पण कुणालाच तिची कीव येत नाही.

एका पडक्या किल्ल्यात रोज हा प्रकार चालतो. त्या राक्षसांना वाटलं तर दिवसातून दोन तीन वेळाही ते तिच्याजवळ, तिचा उपभोग घेण्यासाठी जातात. ती तशीच निपचित होऊन पडून असते. ती वाट बघतेय तिच्या शेवटच्या दिवसाची. 'कधी येईल तो दिवस नि मी सुटेल एकदाची?', रोज हाच विचार ती करते.

तेवढ्यात तिला चालत येणाऱ्या पावलांचा आवाज येतो. तिच्या अंगावर भीतीने काटा उठतो. ती सावध होते. स्वतःलाच दिलासा देते. सगळं शरीर सैल सोडते. शरणागती पत्करली, विरोध नाही केला, तर त्रास कमी होतो, हे इतक्या महिन्यांनंतर तिला समजलं होतं.

ती खाली पडलेली असताना, त्या नराधमांचे चेहरे तिला वरून दिसतात. ती तिचे दोन्हीही पाय सवयीनुसार दूर करते. एक एक करून, त्यातील एक एक जण तिला ओरबाडत राहतो. ती दोन्हीही हातांनी तिच्या शरीराखाली असलेले पोतं घट्ट पकडून ठेवते. आज तरी माझ्या सहनशक्तीचा अंत होवो, माझ्या ह्या आयुष्याचा अंत होवो, अशी प्रार्थना ती देवाला करत असते, रोजसारखीच.

1

दोस्ती वाला अरेंज्ड मॅरेज

२० वर्षांनंतर....

"साली! कमिनी!" जसा व्हाट्सऍपचा व्हिडीओ कॉल गीतने उचलला, तसा प्रियंकाचा चेहरा तिला तिच्या मोबाइलमधे दिसला आणि त्या शिव्याही तिच्या कानी पडल्या. ह्या शिव्या आजूबाजूच्या लोकांनाही ऐकू गेल्या होत्या, कारण गीतने हेडफोन्स लावले नव्हते. लोक तिच्याकडे बघू लागले, म्हणून गांगरून तिने मोबाईलच्या साईडची बटण दाबून, आवाज कमी करण्याचा प्रयत्न केला, पण हडबडीमधे फोन तिच्या हातातून निसटला. तिने स्वतःच्या बॅगची ट्रॉली बाजूला लोटून, मोबाईल उचलला आणि त्याचा आवाज कमी केला. तोपर्यंत अदिती आणि काव्यानेही तो कॉन्फरंस कॉल जॉईन केला होता. सगळ्या जणी काहीतरी बोलत होत्या, पण फोनचा आवाज कमी असल्यामुळे, गीतला काहीच ऐकू येत नव्हतं. गीतने तिच्या पर्समधले हेडफोन्स घाईघाईने बाहेर काढले आणि कानाला लावले. गीत एअरपोर्टवर चेक इन काउन्टरच्या रांगेत उभी होती. मुंबईच्या छत्रपती शिवाजी आंतरराष्ट्रीय एअरपोर्टवरून, ती इंग्लंडला जाणार होती. लंडनच्या फ्लाईटला अजूनही दोन तास बाकी होते.

कोरोनाचा प्रभाव कमी झाला होता, त्यामुळे इंग्लंडने पुन्हा विझा देणे सुरु केले होते. तो मिळविण्यासाठी आरटीपीसीआर टेस्ट, म्हणजेच कोरोनाची टेस्ट करणं आवश्यक होतं. गीत आणि श्री दोघांनीही कोरोनाची वॅक्सीन सुद्धा घेतलेली होती. तरीही एअरपोर्टवर बरेचसे रिस्ट्रिकशन्स होते. सोशल डिस्टंसिन्गसाठी जागोजागी जमिनीवर अंतर ठेवून, लोकांना उभं राहण्यासाठी गोल आकार

काढलेले होते. थोड्या थोड्या अंतरावर सॅनिटायझरच्या बॉटल्स ठेवलेल्या होत्या. भिंतींवर मास्क कम्पलसरी असल्याच्या आणि इतर सूचना लागलेल्या होत्या. सगळ्या लोकांच्या चेहऱ्यावर मास्क लागलेले होते. कोरोनामुळे सॅनिटायझर आणि मास्क जणू जीवनावश्यक वस्तूंपैकीच एक होऊन बसले होते.

गीत त्या दिवशी खूप आनंदात होती. विदेशात जाण्याची, गीतची ती पहिलीच वेळ होती. मुंबईचं एअरपोर्ट आतून खूप सुंदर आहे, भव्य आहे, हे तिने ह्या आधी फक्त ऐकलं होतं, पण जेव्हा ते प्रत्यक्ष ते बघितलं तेव्हा श्री आणि गीत दोघेही बघतंच राहिले. एकापेक्षा एक डेकोरेटिव्ह लाईट्स, कारंजे, मोठमोठी सजावटीची झाडे आणि अजून बरंच काही होतं. ते इतकं स्वच्छ होतं की, खालच्या टाईल्समध्ये छतावरचं डिझाईन आणि लाईट्सचं प्रतिबिंब अगदी स्पष्ट दिसत होतं. गीतला मुंबई एअरपोर्ट एखाद्या पर्यटन स्थळासारखं वाटत होतं. तिला सेल्फी काढण्याचा मोह आवरला नाही. ती प्रत्येक कोपऱ्यात काहीही नवीन दिसलं की, लगेच सेल्फी काढत होती. श्री मात्र तिला रागावत होता, "लवकर कर, आपलं चेक इन झालं पाहिजे वेळेवर.." वगैरे वगैरे म्हणत, त्याने ओढत, ढकलत गीतला चेक इन काउंटरपर्यंत आणलं होतं. कशीबशी ती त्या लाईनमधे येऊन उभी रहात नाही, तोच तिला प्रियंकाचा फोन आला आणि तिने फोन उचलल्या उचलल्या, गीतला शिव्या मारणं सुरु केलं होतं, म्हणून तिने हेडफोन्स कानाला लावले नि तिने मोबाईलचा आवाज वाढवल्या वाढवल्या,

काव्या : बोलत पण नाही यार ही गीत तर..

प्रियंका : और नहीं तो क्या?

अशी बडबड तिच्या कानी पडली.

मग अदिती म्हणाली, "काय गं? तू तर म्हणत होतीस की, तुला कधीच लग्न करायचं नाही आहे."

तिला मध्येच तोडत काव्या म्हणाली, "आणि आता आमच्या सगळ्यांच्या आधी उरकूनही टाकलंस."

"और हमें बुलाया भी नहीं, और बताया भी नहीं |" प्रियंकाने नाराजी व्यक्त केली.

"तेही श्री सोबत! हाऊ इज धिस पॉसिबल?" परत काव्या म्हणाली.

त्या तिघींचा एकामागून एक प्रश्नांचा भडीमार सुरु होता. गीतने एक दोन वेळा मध्ये बोलण्याचा प्रयत्न केला, पण ह्या पोरींचा गोंधळ थांबतच नव्हता. शेवटी गीतचा जेव्हा चेक इन काउन्टरवर नंबर लागणारच, तेव्हा तिने फोन कट केला आणि त्यांच्या ग्रुपमधे भरभर मॅसेज टाईप केला, "चेकिंग इन ॲट द एअरपोर्ट.

विल कॉल यू आफ्टर सम टाईम.”

नंतर तिने तो मोबाईल तिच्या बॅगमधे टाकला. चेक इन झालं, सिक्युरिटी चेक झालं. हे सगळं आटपून गीत वॉशरूममधे जाऊन आली नि मग वेटिंग लॉन्जमधे येऊन, एका कमी गर्दीच्या खुर्च्यांच्या रांगेत येऊन बसली. श्रीही तिच्या बाजूला बसला होता. तो हेडफोन्स लावून काहीतरी ऐकत होता. त्याने त्याचे डोळे मिटले होते. गीतने तिचा मोबाईल काढला. मोबाईलच्या स्क्रीनवर तिला, रात्रीचे साडे अकरा वाजलेले दिसले. तारीख होती ५ ऑगस्ट २०२२. तिने व्हाट्सऍप उघडलं, तोपर्यंत तिच्या मैत्रिणींच्या ‘गँग ऑफ गर्ल्स’ ह्या ग्रुपमधे, पन्नासच्या जवळपास मॅसेजेस आले होते. विषय तोच होता, गीत आणि श्रीचं लग्न. गीतने ते मॅसेजेस बघून डोक्यावर हात मारला.

गीत मनोमन विचार करू लागली, ‘खरंच काही महिन्यांपूर्वी जर कुणी मला माझं भविष्य सांगितलं असतं की, कॉलेज झाल्यावर दोन वर्षांच्या आत माझं लग्न होणार आहे, तर मी त्या व्यक्तीला मुर्खात काढलं असतं. आणि लग्न श्रीसोबत होणार आहे, हे तर मी कधीच इमॅजिन केलं नसतं, नॉट इव्हन इन माय वाईल्डेस्ट ड्रीम.’

गीत जशी व्हाट्सऍपवर ऑनलाईन दिसली, तसा परत प्रियंकाने तिला व्हिडीओ कॉल केला. गीतने एक मोठा श्वास घेतला आणि तो ग्रुप कॉल उचलला,

“तू एअरपोर्टवर काय करते आहेस? लेट मी गेस... हनिमून?” काव्या डोळे मिचकावत म्हणाली.

“नाही गं बाई. ऑनसाईट जातोय आम्ही, इंग्लंडला.” गीत म्हणाली.

“आम्ही म्हणजे श्री पण आहे का सोबत?” अदिती म्हणाली.

“हो.”

“क्यूँ रे? नील नहीं, विकी नहीं. अचानक शादी कैसे कर ली, वो भी अपने बेस्टफ्रेंड श्रीके साथ | पहले तो बोलती थी की, शादी ही नहीं करुंगी और अब डायटेक्ट बालविवाह! आय मीन तेईस साल की उम्रमें कौन शादी करता है आज कल?”

“माझ्या लग्नाचं तुम्हाला कसं काय कळलं पण?” गीत कुतूहलाने म्हणाली.

“हमारे जासूस चारों और फैले हुए है, मॅडम | वो छोडो, शादी कैसे हुई तुम दोनों की ये बताओ?” प्रियंका पुन्हा तिच्या मूळ प्रश्नावर आली.

“अरे सब जल्दी जल्दीमे हो गया | घरच्यांनी म्हटलं लग्न करा, लग्न करा. मग आम्ही विचार केला कुणासोबतही अरेंज्ड मॅरेज केल्यापेक्षा, बेस्ट फ्रेंडसोबत करणं केव्हाही बरं.” गीत थोडंसं स्मित करत बोलली.

अदिती, "सो, इट्स नॉट अ लव मॅरेज?"

गीत हसून म्हणाली, "नाही, इट्स फ्रेंडशिप वाला अरेंज्ड मॅरेज."

"हे ऐकून अदितीचं मन आता शांत झालं असेल." काव्याने बोलताना डोळा मारला.

"काहीही! असं काहीही नाही." अदिती जरा चिडून म्हणाली.

"चलो, मैं बादमे बात करती हूँ। मेरी फ्लाईट का टाईम हो गया है।" गीतने असं म्हणून सगळ्यांना बाय केलं आणि फोन कट केला.

खरंतर ती खोटं बोलली होती. आणखी बोललं तर ह्या पोरी आणखी प्रश्नांवर प्रश्न विचारणार, त्याची अजून उत्तरं द्या, असा तो कॉल एक तास तरी चालला असता आणि गीतला थकल्यासारखं वाटत होतं. तिला तिच्या लग्नाबद्दल कुणालाच कळू द्यायचं नव्हतं. म्हणून लग्नही थोडक्यात आणि मोजक्या लोकांमध्ये आटोपलं होतं. श्रीचे आई बाबा खूप वर्षांपूर्वी, श्री लहान असतानाच वेगळे झाले होते आणि तो त्याच्या आईसोबतच रहायचा. त्याच्या बाबांनी त्याच्या आईसोबत सगळे संबंध तोडले होते आणि त्यांनी दुसरं लग्न केलं होतं. ते श्रीलाही कधीच भेटायला येत नव्हते. त्यामुळे त्यांच्या इतर नातेवाईकांनी सुद्धा श्रीच्या आईसोबत बोलणं बंद केलं होतं. श्रीच्या आईने त्याच्या बाबाला निमंत्रण पाठवलं होतं, पण तरीही ते नाही आले. श्रीला त्याचं काहीच वाटलं नाही. आपण अपेक्षा अश्याच व्यक्तीकडून करतो, जिच्यावर आपण प्रेम करतो, त्यामुळे अपेक्षाभंगही आपल्या प्रिय व्यक्तीकडूनच होत असतो. ज्या लोकांवर आपलं प्रेम नाही, ती व्यक्ती आपल्याला दुखावूच शकत नाही. त्यामुळे लग्नात फक्त गीतचे बाबा, आत्या आणि आणखी चार पाच जण होते.

गीतने तिच्या बाजूला डोळे मिटून बसलेल्या, श्रीकडे बघितलं. त्याचा चेहरा शांत होता. 'कधी एके काळी आम्हा दोघांनाही कुणाच सोबत लग्न करायचं नव्हतं आणि आता आम्ही दोघांनीच एकमेकांसोबत लग्न केलंय. लाईफ इज फुल ऑफ सरप्राईजेस अँड दॅट्स व्हाय आय लव माय लाईफ.' असा मनोमन विचार करत, ती स्वतःशीच हसली. ह्या सगळ्याची सुरुवात गीतने घातलेल्या एका गोंधळामुळे झाली होती. त्या गोंधळाची सुरुवात कॉलेजपासून झाली होती, कॉलेजची सुरुवात शाळेपासून झाली होती. तर मग शाळेपासूनच ही गोष्ट सुरु व्हायला हवी आणि त्यासाठी बरेच वर्ष मागे जायला हवं.

गीत तेव्हा पाचवीत असेल. तेव्हा तिचे केस फार लांब नव्हते, मानेपर्यंतच होते. तिचे केस कुरळे आणि दाट होते. ते केस तीनही बाजूनी फुगायचे. म्हणून वरून ती इलास्टिकचा हेअरबँड लावायची. डोळ्यांच्या पापण्या आतासारख्याच

लांबसडक होत्या. तिच्या पापण्या इतक्या लांब होत्या की, नट्या लावतात तश्या नकली पापण्या आहेत की काय?, असं वाटायचं. गीत तेव्हाही गुबगुबीत होती. तिचे गोबरे गोबरे गाल, ती हसायला लागली की, आणखीनच फुगल्यासारखे वाटायचे. तेव्हा गीत एखाद्या खेळण्यातल्या बाहुलीसारखी दिसायची, फक्त ती त्या प्लास्टिकच्या बाहुल्यांइतकी गोरी नव्हती. तिचा वर्ण निमगोरा होता. तिच्या हसऱ्या चेहऱ्यामुळे ती चारचौघीत उठून दिसायची.

शाळेत सुजाता, गीत आणि रमा एकाच बेंचवर बसायच्या. सुजाता आणि गीतचं चांगलं जमायचं तर रमा फक्त नाईलाज म्हणून त्या बेंचवर बसायची. शाळेत यायला उशीर झाला की, गीत आणि सुजाताला शाळेत लपून शिरण्याचा एक चोर रस्ता माहिती होता. समोरच्या गेट मधून गेलं, तर ऐन मेन गेटवर प्रिंसिपल उभे असायचे. उशीरा येणाऱ्यांची ते तिथेच शाळा घ्यायचे. ते टाळण्यासाठी गीत आणि सुजाता शाळेच्या मागच्या बाजूने तारेच्या कुंपणातून झुकून चुपचाप वर्गात जाऊन बसायच्या. त्या दिवशीही त्यांना शाळेत पोहोचायला उशीर झाला होता. आधी त्यांनी दप्तर त्या कुंपणातून आत फेकलं आणि मग डब्याची बॅग आत टाकली. नंतर त्या दोन तारांतून वाकून, अंग चोरून त्या दोघी आत शिरल्या.

व्हरांड्यातून त्यांच्या वर्गाकडे जात असताना, प्रार्थना सुरु झाल्याचा आवाज ऐकू आला, “भारत माझा देश आहे. सारे भारतीय माझे बांधव आहे...” असा आवाज माईक मधून येत होता. तेव्हा गीत सुजाताला म्हणाली, “यार हे, ‘भारत माझा देश आहे’ ही प्रार्थना वगैरे आपल्याकडून म्हणून घेतात हे ठीक आहे. पण ‘सारे भारतीय माझे बांधव आहे’ ही ओळ मला काही पटत नाही. म्हणून मग मी ‘सारे भारतीय माझे बांधव आहे’, असं म्हटल्यावर, लगेच मनातल्या मनात दोन तीन सोडून असं एक आपलं वाक्य जोडून टाकते. सबको भैय्या बनायेंगे तो सैय्या किसे बनायेंगे?” असं म्हणताना शेवटी गीतने सुजाताला डोळा मारला.

सुजाता त्यावर मोठ्याने हसली नि म्हणाली, “आयडिया चांगली आहे.” आणि सुजाताने हाय फाईव्ह देण्यासाठी तिचा हात वर केला. गीतने उत्साहाने तिला हाय फाईव्ह दिलं.

तेवढ्यात कुणाचा तरी दबकत हसण्याचा आवाज ऐकू आला, म्हणून त्या दोघींनी मागे वळून बघितलं, तर एक मुलगा हसत होता. त्याने गीतचं बोलणं ऐकलं होतं. तो मुलगा गोरापान होता. तो जाड नव्हता पण बारीकही नव्हता. गीतपेक्षा थोडा उंचीत जास्त होता. त्याच्या डोळ्यांवर चष्मा होता. अंगात युनिफॉर्म घातला होता. गीत त्याला आणि तो गीतला पहिल्यांदाच बघत होते.

त्या मुलाकडे बघून नंतर गीत म्हणाली, "मुलांचं बरं असतं, फक्त बांधव हा शब्द टाकलाय, भगिनी नाही. ही प्रतिज्ञा नक्कीच एखाद्या मुलाने लिहिली असेल."

तो मुलगा पुन्हा थोडासा हसला.

"अरे हसायला येतंय तर मोठ्याने हस ना. नाव काय तुझं?"

तर हे त्या दोघांमधलं पहिलं संभाषण, ज्यात अर्थात गीतच जास्त बोलत होती.

असं का असतं की, कधी कधी पहिल्या भेटीतच एखाद्या व्यक्तीबद्दल आपल्याला सकारात्मक भावना निर्माण होते. असं वाटतं की, हो ह्या व्यक्तीसोबत आपण बोललो तर मजा येईल, ह्या व्यक्तीसोबत आपलं चांगलं जमेल, लगेच त्या व्यक्तीसोबत कनेक्ट झाल्यासारखं वाटतं. तसंच श्रीला त्या दिवशी गीतबद्दल वाटलं.

हो, तो मुलगा श्रीच होता. श्रीची विद्याभारती शाळेत नवीन ॲडमिशन झाली होती. त्याचा तो त्या शाळेतला पहिला दिवस होता, म्हणून तो खूप लवकर वर्गात येऊन बसला होता. त्याच्या तिथे कुणीही ओळखीचं नव्हतं, त्यामुळे तो पहिल्या दिवशी प्रार्थनेसाठी गेलाच नव्हता. ह्या वर्गातून त्या वर्गात फिरत होता. विद्याभारती शाळा तशी साधी होती, पण तिथलं शिक्षण चांगलं होतं. म्हणून तिथे ॲडमिशनसाठी मुलांच्या आणि पालकांच्या रांगा लागायच्या. अमरावतीत राहणाऱ्या प्रत्येक पालकाला आपल्या मुलाची ॲडमिशन तिथे व्हावी असं वाटत असे. दरवर्षी इतके फॉर्म्स यायचे की, शेवटी लकी ड्रॉ काढावा लागत असे. दरवर्षी फॉर्म भरूनही श्रीला ॲडमिशन मिळत नव्हती, पण त्या वर्षी एक मुलगी शाळा सोडून गेली, म्हणून तिची जागा रिकामी झाली होती. त्यामुळे वर्षाच्या मध्ये श्रीला तिथे ॲडमिशन मिळाली होती. तो आणि गीत एकाच वर्गात होते. बघता बघता ते वर्ष संपण्याच्या आधीच श्री आणि गीतची चांगली गट्टी जमली.

श्रीची आई, गीतला सुश्मिता सेनसारखी वाटायची. उंच, सडपातळ बांधा, कमरेपर्यंत रेशमी सरळ केस असलेली. तिचे चीकबोन्स एखाद्या मॉडेलसारखे उंच होते. तिच्या चालण्यात, बोलण्यात एक वेगळाच आत्मविश्वास होता. श्रीची आई कोर्टात वकील होती. ती बऱ्याचदा कामामुळे उशीरा घरी यायची. तेव्हा श्री गीतकडेच असायचा. कधी कधी शाळेतूनच तिच्या घरी जायचा तर कधी घरी गेल्यावर दप्तर लगबगीने घरात ठेऊन, लगेच सायकल काढून, तिच्या घराच्या वाटेकडे निघायचा.

श्री लहानपणापासूनच एकटाच रहात असे. कुणाशी खेळणं नाही किंवा बोलणं नाही. त्याला जास्त घराच्या बाहेरसुद्धा जायला आवडत नव्हतं, पण जेव्हापासून गीतसोबत त्याची मैत्री झाली होती, हे चित्र थोडं बदललं होतं. तो आताही जास्त कुणासोबत जास्त बोलत नव्हता, पण गीतचा त्याला लळा लागला होता. हा श्री मधील बदल बघून त्याची आई खूप आनंदी होती. श्री जेवढं गीतसोबत बोलायचा, तेवढं तो त्याच्या आईसोबतही बोलत नसे. कदाचित कुठेतरी त्याला वाटायचं की, त्याच्या आईने त्याच्या चांगल्या बालपणाऐवजी, एका चांगल्या कुटुंबाऐवजी, स्वतःच्या करिअरला जास्त महत्व दिलं होतं.

त्याची आई गीतसोबत खूप प्रेमाने वागायची. तिचे खाण्यापिण्याचे खूप लाड करायची. गीत त्यांच्या घरी गेली की, तिच्या केसांची वळण बदलवून, तिला वेगवेगळ्या केशरचना करून द्यायची. गीतला वाटायचं की, श्रीची आई तिची आई व्हावी. तिच्या बाबांनी श्रीच्या आईसोबत लग्न करावं, म्हणजे ती, श्री, त्याची आई, तिचे बाबा आणि आजी असे सगळे एकत्र राहतील.

गीतची आई तिच्या लहानपणीच गेली होती, त्यामुळे तिला तिच्या आईबद्दल विशेष काही आठवत नव्हतं, पण आजी तिला फार प्रिय होती. तिच्या आईनेही केले नसते, इतके तिचे लाड तिची आजी करायची. तिची शाळेची तयारी करून देणं, केसांना तेलाने मसाज करून देणं, स्वतःच्या हाताने तिला भरवणं, ही सगळी कामे ती आवडीने करायची. सातवी आठवीत जाईपर्यंत गीतचे केस तिची आजीचं धुवून द्यायची, विटकराने पाठ घासून द्यायची.

एक दिवस गीत आजीच्या कुशीत झोपून होती. तिने रात्री झोपेत तिच्या आजीचा हात स्वतःच्या अंगावर ओढून घेतला होता. खिडकीतून सकाळचं ऊन गीतच्या चेहऱ्यावर आलं, तेव्हा गीतला जाग आली. आजी रोज सकाळी खूप लवकर उठायची, पण त्यादिवशी तिला एवढं गाढ झोपलेलं बघून गीतला आश्चर्य वाटलं. आजीचा स्पर्श गार वाटत होता आणि हात जड वाटत होता. गीतने आजीच्या चेहऱ्याकडे बघितलं. तिला दोन तीन वेळा आवाज दिला, पण तिने काहीच हालचाल केली नाही. गीत भेदरली. तिच्या हृदयात तिला धस्स झाल्यासारखं वाटलं. आजीचा हातही तिला स्वतःच्या अंगावरून काढता येईना, इतका तो कडक झाला होता. गीतच्या तोंडातून शब्दही फुटत नव्हते. नंतर तिने सगळं बळ एकवटून किंचाळी फोडली. फार विचित्र आवाज झाला. तो आवाज ऐकून बाहेर अंगणात योगा करत बसलेले तिचे बाबा धावत घरात शिरले. ते त्या पलंगाजवळ गेले. तोपर्यंत गीत बाजूला झाली होती. त्यांनी आजीला आधी आवाज देऊन, मग हलवून जागं करण्याचा प्रयत्न केला. त्यानंतर त्यांनी आजीच्या

नाकाजवळ हात नेला आणि त्यांच्या लक्षात आलं. तिला अटॅक आला होता आणि ती झोपेतच गेली होती.

आजी गेली तेव्हापासून गीतला असं वाटायचं की, त्या घराचा जीवही ती सोबत घेऊन गेली. ती असताना सकाळी अंगणात रोज सडा पडायचा. फुलझाडांना रोज पाणी टाकलं जायचं. तुळशी वृंदावनासमोर सकाळी रांगोळी टाकली जायची आणि संध्याकाळी दिवा आणि अगरबत्ती लागायची. रात्री गीतला ती रोज गोष्टी सांगायची, त्याही बंद झाल्या. घरात फिरताना ओव्या गात फिरायची, आता घरात स्मशान शांतता असायची, त्यामुळे ते घर मुकं झाल्यासारखं वाटायचं. शाळेतून आल्यावर गीतची बडबड ऐकायला आता कुणीच नव्हतं, त्यामुळे ते घर बहिरंही भासायचं आणि गीतला नाचताना बघून गालातल्या गालात हसून, आनंदाने ओल्या झालेल्या डोळ्यांनी, तिला आता आजी कधीच डोळे भरून बघणार नव्हती, त्यामुळे ते घर आता गीतला आंधळंही भासायचं. अशी जीव लावणारी व्यक्ती जेव्हा कायमची आपल्याला सोडून जाते, तेव्हा ती आपल्यातला काही भाग स्वतःसोबतच घेऊन जाते. आपल्या व्यक्तिमत्वाच्या त्या बाजूचं, त्या भागाचं मरण त्या व्यक्तीसोबतच होऊन जातं. मग पुन्हा ती बाजू कधीच कुणाला दिसत नाही, मेलेल्या माणसाप्रमाणे.

गीतचे बाबा खूप कमी बोलायचे. ते साधे सरळ स्वभावाचे होते. आजी गेली तेव्हा गीतला चांगलंच पोरकं झाल्यासारखं वाटलं. महिनाभर तरी ती शाळेत गेली नाही. ती तेव्हा नववीत होती, म्हणजे महत्वाचं वर्ष होतं. ती शाळेत येत नाही, हे बघून श्री तिच्या घरीच तिची शाळा भरवू लागला. तिचं होमवर्कही कधी कधी तोच लिहायचा. नंतर गीत थोडी सावरल्यावर शाळेत जाऊ लागली. तिला आता श्रीसोबत अभ्यास करण्याची सवय लागली होती, म्हणून ती सुद्धा त्याच्याकडे अभ्यासाला जाऊ लागली. त्या दोघांना सोबत अभ्यास करताना बघून श्रीच्या आईला आनंद व्हायचा. श्रीला तिच्यासोबत हसताना, बोलताना बघून ती मनोमन खुश व्हायची.

2

कॉलेज डेज

गीत आणि श्री आता मोठे झाले होते. गीत आधीप्रमाणेच गुटगुटीत दिसायची. तारुण्यात पदार्पण केल्याने गीतच्या चेहऱ्यावर वेगळेच तेज आले होते. तिचे उभारही उठून दिसायला लागले होते. केस लांब आणि काळेभोर होते. ते मोकळे सोडल्यावर, ती आणखीनच आकर्षक दिसत होती.

श्री त्याची उंची वाढल्यामुळे, शाळेपेक्षा आता जास्त बारीक दिसायला लागला होता. त्याच्या गोऱ्यापान चेहऱ्यावर त्याचा काळा चष्मा उठून दिसायचा. केस त्याच्या आईसारखेच काळेशार, रेशमी आणि सरळ होते. श्री आणि गीतला बारावीनंतर पुण्यात एकाच कॉलेजात, म्हणजेच एन. टी.आर. कॉलेज ऑफ इंजिनीरिंगमधे प्रवेश मिळाला. कारण त्या दोघांनीही ऑप्शन फॉर्म सोबत आणि विचारपूर्वक भरला होता. शिवाय पुण्यात त्यांना अमरावतीपेक्षा स्वातंत्र्य मिळणार होतं, म्हणून मुद्दाम त्या दोघांनी ऑप्शन फॉर्ममधे सगळयात वर सगळे पुण्याच्या कॉलेजचेच ऑपशन्स भरले होते. अमरावतीमधून पुण्यासारख्या शहरात आल्यावर थोडी भिती, थोडा उत्साह असं वाटणं साहजिक होतं.

कॉलेजमधे पहिला दिवस भांबावल्यासारखा गेला. काय वागावं? कसं वागावं? ह्या विचारात दिवस जात होते. थोडी फार रॅगिंगही झाली. कॉलेजपेक्षा होस्टेलमधे झाली, कारण रॅगिंग घेणाऱ्यांना तिथे पकडल्या जाण्याची भिती नव्हती. श्री आणि गीत एकमेकांना धीर देत होते. नंतर नंतर ह्या सगळ्या गोष्टींची त्यांना सवय झाली आणि ते ह्या सगळ्या वातावरणात रूळले होते.

गीत काय काय स्वप्नं रंगवून कॉलेजमधे आली होती. तिला वाटलं होतं, मॉडर्न कपडे घालून कॉलेजमधे मिरवायला मिळेल, सतत काहीतरी इव्हेंट्स होत राहतील, एकापेक्षा एक हॅंडसम मुलांना बघून नेत्रसुख मिळेल, त्यांच्यावर लाईन

मारायला मिळेल पण.. तिचा सगळा हिरमोड झाला. कॉलेजमधे गेल्यावर तिला कळलं की, मॉडर्न कपडे तर सोडाच पण चक्क शाळेसारखा पांढरा आणि निळा युनिफॉर्म घालून हिंडावं लागत होतं. त्या युनिफॉर्मवरही सिनियर मुलींनी ओढणी घेणं, तेही पिनअप करून कंपलसरी केलं होतं. हा तर कहरच होता. एकदा होस्टेलच्या रूममधे, गीत कॉलेजमधे जाण्यासाठी तयार होत होती. तिने निळ्या रंगाचा सलवार घातला होता आणि त्यावर पांढऱ्या रंगाची लांब कमीज घातली होती. त्यावरच्या निळ्या रंगाच्या ओढणीला ती चेअरवर बसून सेफ्टी पिन लावत होती.

सेफ्टी पिन लावत असताना, तिच्या रूममेटला म्हणजेच अदितीला ती म्हणाली, “अरे यार, आपली बॉडी आहे. आपण आपलं बघून घेऊ, सेफ्टी पिन लावायची की नाही?, काय दाखवायचं नि काय नाही दाखवायचं ते? घरी आत्या आहे, हे असे कपडे नको घालू, ओढणी नीट घे म्हणायला आणि इथे ह्या सिनियर्स.”

अदिती ओढणीला पिना टोचत म्हणाली, “नाहीतर काय? ह्या सगळ्या सिनियर्स साल्या, इनसिक्युअर झाल्या असतील. आपल्या ह्या दोन सुदृढ जुळ्यांमुळे, त्यांचे बॉयफ्रेंड त्यांना सोडून देतील असं त्यांना वाटत असेल.” तिने तिच्या दोन्हीही स्तनांकडे बोट दाखवत हे वाक्य संपविले.

ह्या वाक्यावर गीत इतकी हसली, इतकी हसली की, तिचा तोल गेला आणि ती खुर्चीवरून खाली पडून आणखी हसू लागली. गीतच असंच होतं. एखाद्या गोष्टीवर मनापासून हसायला लागली की, काही केल्या तिचं हसणं थांबतच नव्हतं. ती नुसती हसत सुटायची. इतकं हसायची, इतकं हसायची की, तिच्या शरीरातील सगळी शक्ती जणू त्या तिच्या हसण्यातच खर्च व्हायची, मग तिच्याकडून उभंही राहणं होत नसे. ती खाली पडायची, बसायची, लोळायची. चांगले डोळे पाणावेपर्यंत हसायची.

थोड्यावेळाने स्वतःला सावरत आणि हसून हसून पाणावलेले डोळे पुसत गीत म्हणाली, “आणि कुणाला हवे आहेत ह्यांचे बॉयफ्रेंड्स? वाटलं होतं हॅंडसम मुलं वगैरे दिसतील कॉलेजात गेल्यावर, पण इथे बघितलं तर मीट सगळं गायब आहे, फक्त हाडं पडली आहेत समोरच्या ताटात. सगळे पोरं मेले झिरो फिगर घेऊन फिरत आहेत. एक हॅंडसम हंक दिसत नाही ह्यात. साला, तो करण जोहर कुठल्या कॉलेजमधे गेला होता देव जाणे? त्यालाच जाऊन धुवावा असं वाटत मला कधी कधी. त्याच्या सिनेमांमधे दाखवलेल्या त्याच्या त्या हॅपनिंग कॉलेजेसमुळे सगळ्या अपेक्षा वाढवून ठेवल्या आहेत त्याने आपल्या.”

"सुंदर, हॅन्डसम तरुण टापण्याचं नेत्रसुख कधी लाभेल आपल्याला देव जाणे!" अदितीने निराशेचा एक ऊसासा टाकत हे वाक्य संपवलं.

"होपफुली लवकरच बालिके. आपल्या कॉलेजच्या बाजूला ते ग्राउंड आहे ना, तिथे आल्मोस्ट सगळ्याच इंजिनीअरिंग कॉलेजेसचे मुलं गरबा नाईटसाठी येत असतात म्हणे. तेव्हा आपण आपले डोळे चांगले शेकून घेऊ."

"हाहाहा!" अदिती मोठ्याने हसली.

"चल लेक्चरची वेळ झालीय. लेट होत आहे." असं म्हणून, दोघीही कॉलेजच्या वाटेने चाललेल्या त्या स्केलेटन्ससारख्या दिसणाऱ्या मुलांमधे, एक तरी गरम मसाला दिसतो का?, हे बघत, चर्चा करत आणि हसत कॉलेजमधे गेल्या.

म्हणता म्हणता एक वर्ष निघून गेलं.

परीक्षेच्या आधी पियल्स असल्या की, श्री आणि गीत दोघेही अमरावतीला जायचे आणि दोघेही सोबत अभ्यास करायचे. श्रीच्या आईला वाटायचं की, हे नातं मैत्रीच्याही पुढे जावं, म्हणून तिला कधी गीतची स्कूटी घराबाहेर दिसली, की ती बाहेर अंगणातच खुर्ची टाकून बसायची तर कधी गीत घरी येणार आहे, हे तिला आधीच माहिती असलं, तर ती ऑफिसमधून मुद्दाम उशिरा घरी परतायची. श्री आणि त्याच्या आईच्या नात्यामध्ये काहीतरी वेगळं होतं. आई आणि मुलाच्या नात्यातला सहजपणा त्या दोघांमध्ये वाटत नव्हता. श्री तसाही कमी बोलायचा, पण आईसोबतही कुणी इतकं मोजकं कसं काय बोलू शकतं?, ह्याचं गीतला नवल वाटायचं.

गीत बडबडी होती, श्री मितभाषी होता. तो तिचं सगळं बोलणं ऐकून घ्यायचा. त्या दोघांना बघून सगळ्यांना वाटायचं की, हे दोघे वरून वरून जरी एकमेकांचे मित्रमैत्रिण आहेत असं सांगत असले, तरीही ह्यांचे नाते मैत्रीच्या पलीकडे आहे.

एक दिवस होस्टेलच्या रूममधे सर्व मुली येणाऱ्या वॅलेंटाईन्स डेची चर्चा करत होत्या.

काव्या:(बारीक आवाजात फुसफूसत) तुम्हाला माहिती आहे का? मागच्या वर्षी ती नाही का मिस पुणे, फायनल इयरची. तिच्या बॉयफ्रेंडने शंभर गुलाबांचा बुके दिला होता म्हणे तिला.

गीत: गुलाब वगैरे तर ठीक आहे यार, पण त्या श्रेयाने तर डायरेक्ट किस केलं होतं म्हणे, तिच्या बॉयफ्रेंडला, लीप टू लीप, कॅन्टीनमधे, ते ही सगळ्यांसमोर..

प्रियंका: (एकदम जोशमधे) क्या बोल रही है! सचमे?

अदिती: हाँ, ये तो मैने भी सुना है |

काव्या : तिचा बॉयफ्रेंड कोण होता?

गीत: अगं तो सिव्हिलवाला नॉर्थ ईस्टमधला भूपेन, जो बास्केटबॉल टीमचा कॅप्टन आहे.

काव्या: अच्छा! किती क्युट आहे ना गं तो!

प्रियंका: (चेहरा उदास करत) हम लोग तो क्या, फर्स्ट इअर वाले, सिर्फ देखतेही रह जायेंगे| हमें घंटा कुछ नहीं मिलने वाला वॅलेंटाइन्स डे को |

अदिती: बाकीच्यांच मला माहिती नाही ,पण गीतला मिळणार मुलींनो, एखादं गुलाबाचं फुल नाहीतर लव लेटर.

गीत: कुछ भी आणि कोण देणार मला हे सगळं?

सगळ्या मुलींनी एकमेकींकडे हसून बघितलं आणि एकत्र सगळ्या ओरडल्या, “श्री..”

गीत: पागल हो गये हो क्या तुम लोग ! कुछ भी. आम्ही फक्त चांगले फ्रेंड्स आहोत, दॅट्स ईट.

प्रियंका: पहले सब लोग यही बोलते है |

काव्या: हो ना आणि मग ‘जाने तू या जाने ना’ उस फिल्म जैसा हो जाता है |

गीत: अरे यार, सचमे ऐसा कुछ नहीं है | खरंच.

अदिती: बरं मग असं काही नाही आहे, तर मग माझी सेटिंग लावून दे ना, श्रीसोबत..

सगळ्याजणी “हू.. हू..” करत ओरडू लागल्या.

गीत: तुला श्री आवडतो का?

अदिती: न आवडण्यासारखं काय आहे त्याच्यात? हॅन्डसम आहे, मॅच्युअर आहे. इतर मुलांसारखा फालतू नाही वाटत तो मला. तुमच्या दोघांमध्ये जर तसं काही नसेल, तर काय हरकत आहे. एका मैत्रिणीची तो इतकी काळजी घेतो म्हणजे विचार करा, गर्लफ्रेंडची किती काळजी घेईल?

गीत: ठीक आहे. मी लावून देईल सेटिंग. बस तू देखती जा.

प्रियंका: चलो, हम सबमेंसे किसकी तो बोहनी होगी, इस वॅलेंटाईन्स डे को..

सगळ्या मिळून ह्यावर गदा गदा हसायला लागल्या.

वॅलेंटाईन्स डेला बोहनी झाली खरी, पण अदितीची नाही, तर गीतची. गीतने ठरल्याप्रमाणे श्रीला बाणेरमधल्या चोकोलवर्स कॅफेमधे बोलावलं. श्रीला अजिबात संशय आला नाही. त्याला वाटलं अगदी सहज बोलावलं असेल. गीत एक नंबरची खादाडखाऊ आहे, हे त्याला चांगलंच माहिती होतं. नवीन नवीन रेस्टॉरंट्स शोधून काढणे, मग तिथलं काहीतरी नवीन ट्राय करणे आणि त्याच्या खिशाला चुना लावणे, हा तिचा छंद होता. गीतच्या बाबांचा पगार जेमतेम होता, त्यामुळे गीतकडे

पैसे मोजकेच असायचे, म्हणून सहसा श्रीच बिल पे करायचा.

तर त्या कॅफेत तो गीतची वाट बघत होता. कॅफेवाल्याने दिवसाचं महत्व ओळखून, लाल रंगाचे, हार्ट शेपचे फुगे सगळीकडे लावले होते. प्रत्येक टेबलवर, एका व्हासमधे गुलाबाचं एक एक फुल ठेवलं होतं. एकाहून एक रोमँटिक गाणी लावली होती. तिथे कॉलेजमधल्या मुलामुलींचीच गर्दी जास्त

होती. कॅफे कपल्सनी भरला होता. गीत आली नाही, हे बघून श्री तिची वाट बघत होता. थोड्यावेळाने त्याच्या मोबाईलवर तो गेम खेळत बसला होता. गीत त्याच कॅफेच्या वरच्या माळ्यावर बसली होती. ती अश्या ठिकाणी बसली होती, जेथून श्री तिला स्पष्ट दिसत होता. तिला अदिती आलेली दिसली आणि ती मान उंच करून पुन्हा त्या दोघांकडे बघू लागली.

अदिती श्रीजवळ आली नि म्हणाली, “हाय श्री.”

“हाय, अदिती. तू इथे कशी?”

“अरे मला गीतने बोलावलंय, पण गीत कुठे आहे?” अदिती खोटंखोटं गीतला इकडे तिकडे शोधल्यासारखं भासवत होती.

तेवढ्यात गीतने वरून श्रीला फोन केला,

“श्री, माझे काका काकू मला भेटायला आले आहेत होस्टेलवर. त्यामुळे मी येऊ शकणार नाही. यू गाईज कॅरी ऑन. ओके,बाय.” असं म्हणून तिने श्री त्यावर काय बोलतो? हे न ऐकता फोन कट केला.

श्रीला आता काय करावे, काय बोलावे काहीच सुचत नव्हते. तो गीतच्या मैत्रिणींना कधी कधी भेटायचा, थोडं फार बोलायचाही, पण असं एकटं कधी तो कुणालाच भेटत नसे. तशी त्याची ही पहिलीच वेळ होती. पूर्ण वेळ अदिती लीड करत होती, पण श्रीकडून तिला काहीच प्रतिसाद मिळत नव्हता.

वरच्या माळ्यावर बसलेल्या गीतच्या तोंडात कोल्ड कॉफीच्या ग्लासमधला स्ट्रॉ होता. त्या स्ट्रॉने ती फुर्रफुर्र करून कोल्ड कॉफी ओढत होती नि अदिती आणि श्रीला मान उंचावून उंचावून खिडकीतून बघत होती. तेवढ्यात कुणीतरी तिच्या खांद्यावर हात ठेवला. तिने मागे वळून बघितलं, तर तो तिचा सिनिअर होता, नील.

“मॅडम, कुणाला स्टॉक करत आहात?” नील तिच्या समोरच्या चेअरवर बसत म्हणाला.

“स्टॉक..मी..नाही.. कुणालाच नाही..” असं म्हणत गीतने मान खाली घातली.

“तो श्री आहे ना? तो आज तुझ्याऐवजी दुसरीसोबत, हे कसं काय? ओह, दॅट्स व्हाय यू आर स्टॉकिंग हिम.”

"असं काहीही नाही. वी आर जस्ट फ्रेंड्स. इन फॅक्ट मीच ही डेट त्याच्यासाठी फिक्स केली आहे."

नील त्यावर मस्त हसला.

त्याच्याकडे इतक्या जवळून बघितल्यावर गीतने मनातल्या मनात विचार केला की, 'आपल्या कॉलेजमधला मुलांचा स्टॉक जेवढा वाईट आपण समजत होतो, तितकाही वाईट नाही. फक्त आपल्या क्लास, इयर आणि औकादच्या बाहेर निघायला हवं.'

नील आणि गीत, दोघे तिथेच गप्पा मारत बसले. गीतच्या सेन्स ऑफ ह्युमरने नील तिच्यावर भाळला होता. गप्पा मारता मारता वेळ कसा निघून गेला, त्या दोघांनाही कळलं नाही. तिकडे अदिती आणि श्री निघूनही गेले होते, पण गीतच्या गप्पा काही संपल्या नव्हत्या. गीतलाही नील सोबत बोलताना, श्री आणि अदितीचा विसर पडला होता. निघायची वेळ झाली तेव्हा नील म्हणाला, "तर मग मी आपली ही ॲक्सीडेन्टल भेट डेट समजू का?"

गीतने त्याच्या नजरेला नजर देऊन थोडा वेळ त्याच्याकडे बघितलं आणि मग थोडी हसली. नीलने तिचा हात हातात घेतला. तिच्याकडे थोडावेळ बघत म्हणाला, "वूड यू लाईक टू टेक अ वॉक ?"

"श्युअर."

आणि ते दोघे हातात हात घेऊन, होस्टेलपर्यंत पायी चालत, मधे मधे एकमेकांकडे बघत, हसत, बोलत चालत राहिले. फेब्रुवारी महिना असल्यामुळे, हवेत थोडा सुखद गारवा होता. रस्त्यावर अंधार पडला होता. एक लहान मुलगा नील समोर त्याचे हार्ट शेपचे लाला रंगाचे फुगे घेऊन आला. नीलने गीतकडे बघितलं आणि त्याच्या हातातला एक फुगा घेऊन गीतला दिला.

तो तिथेच थांबला नाही. त्याने त्या मुलाला रस्त्याच्या कडेला असलेल्या केक शॉपमधून स्नॅक्स आणि पेस्ट्री पण घेऊन दिली. त्या दोघांनीही पेस्ट्री खाल्ली. ती खात असताना गीतने त्याला विचारलं. "त्या मुलाला पैसे दिले होतेस ना तू बलूनचे? मग हे सगळं का घेऊन दिलंस?"

"ह्या छोट्या मुलांकडून, ते पैसे एकतर त्यांचा नशेडी बाप घेतो किंवा दुसरा ह्यांचा सो कॉल्ड दादा, भाई असेल तो हिसकावून घेतो. तू बघितलंस ना जसा त्या मुलाने, ह्या दुकानाच्या पायरीवर पाय ठेवला, हा दुकानदार कसा त्याला लगेच बाहेर काढण्यास तत्पर होता. मी बघितलंय ह्या मुलांच्या डोळ्यातील कुतूहल, कधी मॉलच्या बाहेर उभे असताना तर कधी अश्या केकच्या दुकानाबाहेर. तर जेव्हा जेव्हा शक्य होतं, तेव्हा तेव्हा मी ह्यांना काहीतरी घेऊन देत असतो."

गीत नीलकडे बघतच राहिली. हे सगळं तो मनापासून बोलत होता. मुलगी सोबत आहे तिच्यावर छाप पाडायची आहे म्हणून नाही. नीलने तिच्यावर पहिल्या भेटीतच, चांगला प्रभाव पाडला होता.

नीलकडून गीत स्वतःचा आनंद, ह्या रस्त्यावर राहणाऱ्या मुलांसोबत वाटायला शिकली होती. पुढे जेव्हा कधीही मंदिरात जाण्यासाठी तिने पेढे घेतले असो किंवा वाढदिवसाचा केक किंवा चॉकलेट वगैरे, ती अशी मुलं रस्त्यावर दिसली की त्यांना वाटत वाटत यायची. होस्टेलच्या गेट जवळ आल्यावर नीलने गीतचा निरोप घेतला. नीलबद्दल विचार करत करत गीत रूममधे शिरली, तेव्हा अदिती तोंड पाडून बसली होती, म्हणजे तिची डेट फिस्कटली होती.

गीतने, श्री आणि अदितीचं जुळवण्याचा खूप प्रयत्न केला. ती श्रीला कुठल्यातरी बहाण्याने, कुठेतरी बाहेर भेटायला बोलवायची आणि ऐन वेळेवर काहीतरी बहाणा सांगून दांडी मारायची. नेहमी गीत ऐवजी तिथे अदिती पोहोचायची. अदिती दिसायला सुंदर, लांब लांब केस असलेली, हसरी मुलगी होती, पण ह्या श्रीकडून तिला प्रतिसादच मिळत नव्हता. गीत जाणूनबुजून वेळेवर येत नाही आणि अदितीला पाठवते, हे श्रीलाही लवकरच कळलं, म्हणून त्याने गीतला हे तिचे असले प्रयत्न थांबवायला सांगितलं. गीत मात्र त्याचं काही ऐकत नव्हती. ती त्याच्या पुन्हा मागे लागायची, 'अदिती सुंदर आहे, तिला तू आवडतोस, तुला अजून काय पाहिजे?' वगैरे वगैरे. ही बया आपला सहजासहजी काही पिच्छा सोडणार नाही, असं जेव्हा श्रीला वाटलं, तेव्हा श्रीने त्यामागचं कारण गीतला सांगून टाकलं. समोरासमोर किंवा फोनवर बोलणं त्याला अवघड वाटत होतं, म्हणून त्याने तिला मॅसेज केला.

"आय डोन्ट फील एनी अट्रॅक्शन टूवर्ड्स एनी गर्ल. सो, प्लीज स्टॉप धिस अँड डिलीट धिस मॅसेज."

हे वाचल्यावर गीतला धक्का बसला. तिने पुन्हा पुन्हा तो मॅसेज वाचला आणि आपण बरोबर वाचतोय का ह्याची खात्री करून घेतली. नंतर तिने तो मॅसेज डिलिट केला. 'श्रीला मी इतक्या वर्षांपासून ओळखते. मला वाटायचं की, आम्ही प्रत्येक गोष्ट एकमेकांसोबत शेअर करतो, पण हे असं काही असेल, असं तिला कधीच वाटलं नव्हतं. श्रीला ह्या सगळ्याचं टेन्शन येत असेल, पण तरीही त्याने असं कधीच दाखवलं नाही. मनात एवढी खळबळ माजली असताना, वरून हा श्री किती शांत आणि संयमी दिसतो', हा विचार त्या दिवशी तिच्या मनात येत राहिला. कुणाच्या कितीही जवळ असलो, तरीही त्याच्या मनात काय असतं, ती व्यक्ती कशातून जात असते, हे तिचं तिलाच ठाऊक असतं. प्रत्येकाचं आयुष्य

वेगळं, प्रत्येकाचे संघर्ष वेगळे, त्या संघर्षासोबत लढण्याची पद्धत वेगळी आणि त्यातून बाहेर पडण्यासाठी लागणारी वेळही वेगवेगळी असते.

गीतने पुन्हा कधीही श्रीला कुणाच सोबत सेट करण्याचा प्रयत्न केला नाही. अदिती प्रकरणही तिने थांबवलं आणि श्रीचं हे गुपितही कुणालाच कळू दिलं नाही.

नील अंगाने जरी सडपातळ असला, तरी त्याचं संपूर्ण व्यक्तिमत्व, ड्रेसिंग सेंस कमाल होता. नील कॉलेजच्या क्रिकेट टीममधे खेळायचा, त्यामुळे शरीराने एकदम फिट होता. त्याचे डोळे बोलके आणि पाणीदार होते. खालच्या ओठाखाली 'दिल चाहता है' मधल्या आमीर खानसारखी छोटीशी दाढी तो ठेवायचा. 'जो पोरगा फायनल इअर मधल्या, एकसे एक मॉडेलसारख्या दिसणाऱ्या मुलींना पटला नाही, त्याला गीतसारख्या गुबगुबीत पोरीने कसे काय पटवले?', ह्या प्रश्नाचं उत्तर अख्ख्या कॉलेजलाच काय पण गीतच्या मैत्रिणींनाही सापडले नाही.

काव्याने रूममधे सगळ्या बसलेल्या असताना गीतला विचारलंच, "कसं पटवलंस यार? आम्हाला ही दे ना काही टिप्स."

गीत त्यावर हसून उत्साहाने म्हणाली, "ऑलवेझ ड्रीम बिग.."

प्रियंकाने स्वतःचा तळहात तर्जनीपासून अंगठ्यापर्यंत लांबवला आणि दुसऱ्या हाताने तर्जनी ते अंगठ्यापर्यंत लांबी दाखवत म्हणाली, "यू मीन धिस बिग?" आणि मोठमोठ्याने हसायला लागली.

तिचं हे वाक्य ऐकून, बॉटलमधून पाणी पित असलेल्या अदितीने, हसू न आवरल्यामुळे फुर्ररर करून सगळया रूमभर पाण्याच्या फवाऱ्याने सडा टाकला. पाणी पिताना हसल्यामुळे, तिला जोराचा ठसका लागला आणि ती खो खो करून खोकलू लागली. तिचे नाक लाल झाले, डोळ्यांतून नाकातून पाणी यायला लागले होते.

गीत स्वतःच्या जागेवरून उठली आणि आधी खोकणाऱ्या अदितीजवळ गेली. तिला वर बघायला लावले आणि तिच्या पाठीत तिचा खोकला थांबवण्यासाठी दोन तीन धपाटे दिले. नंतर तिने आपला मोर्चा पोटावर मगरीसारखं पालथं लोळत पडलेल्या, प्रियंकाकडे वळवला आणि तिच्या कमरेवर दोन्हीकडून पाय टाकून बसली. आणि तिच्या पाठीवर पण जोरजोरात चांगले सात आठ धपाटे दिले.

"चावट आहेस तू प्रियंका एक नंबरची!" अदिती श्वास गोळा करून कसंबसं बोलली.

काव्या मात्र 'ह्या तिघी एवढ्या का हसत आहेत?', हा विचार करत बाजूच्या चेअरवर बसून होती. तिला हा जोक अजिबात कळला नव्हता. न राहवून तिने तळहाताने प्रियंकासारखी खुण करत विचारलंच, "ह्याचा अर्थ काय?" त्यावर

पुन्हा सगळ्या हसल्या.

गीत तिच्यासमोर हात जोडून गुडघ्यांवर उभी राहत म्हणाली, “माते, तुमच्यासारख्याच भगिनींमुळेचं सुशील स्त्रिया आजही अस्तित्वात आहेत, ह्यावरून माझा विश्वास उडालेला नाही आहे. ह्या जगाला, संपूर्ण स्त्री जातीला तुमच्यासारख्याच सरळ, साध्या आणि शालीन स्त्रियांची गरज आहे. तुमच्या सारख्यांमुळेच कदाचित ह्या धरणीवर अजूनही प्रलय आलेला नाही. देव तुमचं भलं करो.”

त्यावर आणखी त्या तिघीही जणी मोठमोठ्याने हसू लागल्या आणि काव्या बिचारी भांबावल्यासारखी त्यांच्याकडे फक्त बघत राहिली.

इंजिनीअरिंगमधे असताना तिथले विद्यार्थी फक्त अभियांत्रिकीचं शिक्षण घेत नसतात, तर ते इतरही विद्या तिथे प्राप्त करत असतात. जसं की. गूगलवरून इकडून तिकडून ढापून, कॉपी पेस्ट करून सेमिनार रिपोर्ट बनवणे, पाच मिनिटांत अंघोळ करणे, दहा मिनिटांत कुठेही जाण्यासाठी तयार होणे, सहा महिन्यांचा अभ्यासाचा सिलॅबस, परीक्षेच्या आधी असलेल्या आठ दहा दिवसांच्या पी. एल्स. मधे संपवणे, अट्टेण्डन्स शीटवर एकमेकांच्या खोट्या सह्या मारणे, काचाखाली टॉर्च लावून इंजिनीअरिंग ड्रॉइंगच्या शीटचा टोपो मारणे, वगैरे वगैरे. त्यातीलच एक आणखी विद्या गीतने होस्टेलमधे राहून राहून गीतने ग्रहण केली होती.

गीतने मोठा हात मारला होता आणि त्यामुळे बऱ्याच जणींचा जळफळाट होत होता. नीलसोबत गीतची जवळीक वाढल्यानंतर होस्टेलमधील इतर रिलेशनशीपमधे असलेल्या मुलींप्रमाणेच गीतनेही एका गोष्टीत प्राविण्य मिळवलं होतं. ह्या सर्व मुलींची एक खासियत होती. त्यांना कुणी अगदी चिटकूनही बसलं असेल आणि त्या मोबाईलवरून त्यांच्या बॉयफ्रेंडसोबत बोलत असल्या, तरीही बाजूच्याला एक शब्दही ऐकू जात नसे. बाजूच्याला एक शब्दही नाही, पण तिकडे पाच सहा किलोमीटरवर असलेल्या बॉईज होस्टेलमधे बसून ऐकत असलेल्या, त्यांच्या बॉयफ्रेंडला मात्र शब्द न शब्द कळत असे. ह्यांनी बोलण्याच्या आणि त्यांनी ऐकण्याच्या, ह्या विद्येत कसं काय प्राविण्य मिळवलं होतं?, हे त्यांचं त्यांनाच ठाऊक. गीतही तसं बोलणं हळूहळू शिकली होती. नीलचा फोन आला रे आला की, विशेषतः प्रियंका गीतला खूप छळायची. मोबाईलच्या मागच्या बाजूने स्वतःचा कान लावायची, ती उठून गेली की, तिचा पाठलाग करायची. गीत कधी कधी वैतागून रूमचं दार बंद करून तिला तात्कळत बाहेरच उभं ठेवायची. पण हे काही फार काळ टिकलं नाही, कारण नंतर प्रियंकाही त्याच मार्गावर चालू लागली होती, कारण प्रियंकाला अमर भेटला होता.

नीलची फायनल इअरची एग्झाम झाली. त्याचं कॅम्पसमधे सिलेक्शन झालं आणि तो जॉबसाठी बँगलोरला निघून गेला. काही महिने नील आणि गीत फोनवर बोलायचे. एक दोनदा तो तिला भेटायला पुण्यातही आला, पण नंतर त्यांच्यातील दुरावा वाढत गेला आणि एका वर्षाच्या आत, गीतचं रिलेशनशीप स्टेटस पुन्हा सिंगल झालं.

सेकंड इअरच्या शेवटच्या सेमिस्टरमधे गीतने टवाळक्या थोड्या कमी केल्या होत्या, कारण फर्स्ट आणि सेकंड इयरची मस्ती अंगी भोवली होती. गीतचे तीन विषय राहिले होते. म्हणजे आता ह्या

सेमिस्टरमधले आणि राहिलेले बॅकलॉग्स असे सगळे विषय, तिला एका झटक्यात काढावे लागणार होते. परीक्षा जसं जशी जवळ येत होती, तसं तशी गीतला धडकी भरत होती. आपले विषय पुन्हा राहणार, आपलं वर्ष वाया जाणार, असं सारखं तिला वाटत होतं.

परीक्षा आटोपल्यावर सगळ्या मुली आपआपल्या घरी गेल्या. फक्त ज्यांना बॅकलॉगची परीक्षा द्यायची होती, तेवढ्या काही मुली होस्टेलमधे होत्या. प्रियंका, काव्या आणि अदिती ह्या सगळ्याही नव्हत्या म्हणून गीतला आणखीनच एकटं पडल्यासारखं वाटत होतं. श्रीचा कॉल आला आणि जेव्हा त्याने गीतला अभ्यासाबद्दल विचारलं तर गीतच्या तोंडून आधी शब्दच फुटले नाही. तिला रडू येत होतं पण ती ते आवरण्याचा प्रयत्न करत होती, त्यामुळे बोलण्यासाठी तोंड उघडता येत नव्हतं. शेवटी तिला हुंदका दाबता आला नाही आणि ती रडायला लागली. तिचं रडणं ऐकून श्रीला अमरावतीला करमत नव्हते, म्हणून तो दुसऱ्याच दिवशी पुण्यात आला.

गीत आणि तो दिवसभर दिवसभर लायब्ररीत अभ्यास करत बसायचे. श्री आल्यामुळे गीतला धीर आला होता आणि अभ्यासाची गतीही वाढली होती. नऊ वाजता गीत होस्टेलच्या आत गेली की, श्री त्याच्या होस्टेलवर निघून जायचा पण गीत अभ्यास करून जोपर्यंत त्याला गीतचा गुड नाईटचा कॉल किंवा मॅसेज येत नव्हता, तोपर्यंत श्रीही जागा असायचा, मग रात्रीचे दोन वाजलेले असो किंवा तीन.

ह्या परीक्षेनंतर गीतच्या मनात श्रीविषयी आणखीनच आदर आणि प्रेम निर्माण झालं. तिला त्याच्याबद्दल जास्त आपुलकी वाटायला लागली होती. राहून राहून तिला वाटायचं की खरंच त्यांचं नातं मैत्रीच्याही पलीकडे नेता आलं असतं तर? तर.. तर आयुष्य खरंच एखाद्या सुंदर स्वप्नासारखं झालं असतं पण हे आयुष्य आहे, स्वप्न नाही की परीकथाही नाही. इथे कुठे सगळं मनासारखं, परफेक्ट होतं ? तसं झालं असतं तर ह्या जगात एकही मनुष्य दुःखी नसता

आणि दुःखीच नसता तर सुखीही कसा झाला असता? दुःख रात्रीसारखं असतं, मोठं, लांबच लांब, तर सुख, त्या लांब काळ्याकुट्ट रात्रीच्या चादरीवरील चंद्राच्या ठिपक्याप्रमाणे असतं. जर काळीकुट्ट रात्रच नसती तर हा सुखाचा ठिपका दिसला असता का? जाणवला असता का? आयुष्यही कदाचित एखाद्या काळरात्रीसारखं आहे तरीही आपण ठिपक्याएवढ्या सुखाच्या चंद्राच्या शोधात असतो आणि त्या क्षणाच्या आशेवर ही रात्र काढत असतो. श्रीबद्दल तिच्या डोक्यात तेव्हा येणारे असे विचार, गीतने कधीच त्याला बोलून दाखविले नाही.

गीतची परीक्षा संपली होती, पण निकाल लागेपर्यंत तिच्या डोक्यावर टांगती तलवार होती. ज्या दिवशी निकाल लागणार होता, त्या दिवशी गीतने श्रीला बाहेर भेटायला बोलावलं. तिने युनिव्हर्सिटीच्या साईटवर निकाल बघितला नाही आणि त्यालाही बघू दिला नाही. आधी चांगलं पोट फाटेपर्यंत समोसा चटणी, इडली सांभर, ढोकळा वगैरे खाऊन घेतलं. ते बघून श्री त्याची एक भुवई उंचावून म्हणाला, "काय विचार काय आहे? खाऊन खाऊन जीव देणार आहेस का रिझल्टच्या भीतीने?"

गीतने पोटावरून हात फिरवत, एक ढेकर दिली नि म्हणाली, "रिझल्ट जर वाईट लागला तर तू मला लेक्चर देशील, मला माझीच लाज वाटेपर्यंत बोलशील मग रागावशील. नंतर मलाही मनातून जास्त नाही पण थोडीशी लाज वाटेल म्हणून आधीच पेटपूजेच काम आटपून टाकलं. चल आता. लॅपटॉप ओपन कर. नाऊ आय एम रेडी फॉर द रिझल्ट."

"ही पोरगी म्हणजे अशक्य आहे!" असा विचार करून श्रीने मान हलविली आणि रिझल्ट बघायला सुरुवात केली पण सर्व्हर डाऊन झालं होतं. संध्याकाळी पाचच्या दरम्यान रिझल्ट कळला. गीतने एकदम डिस्टिंक्शनने नाही पण सगळे विषय बऱ्या मार्कांनी काढले होते आणि काठोकाठ फर्स्ट क्लासही मिळवला होता. त्या दिवशी श्रीला एक नाही, दोन परीक्षा पास झाल्यासारखं वाटलं होतं आणि निकाल ऐकून , गीतने होस्टेलवर जाऊन मस्त ताणून दिली.

कोरोनामुळे जवळजवळ एक वर्ष कॉलेज आणि होस्टेल बंद होतं. त्यामुळे श्री आणि गीत अमरावतीलाच होते. लॉकडाउनमधे गीतचे बाबा घरीच असायचे. पण ते खूप मोजकं बोलणाऱ्यातले होते, त्यामुळे तिला घर खायला उठायचं. सारखी आजीची आठवण यायची, विशेषतः झोपताना. तिला वाटायचं, आजीचा केसांतून फिरणारा हात, तिच्या बांगळ्याची होणारी खणखण, तिचा प्रेमळ आवाज आणि स्पर्श हे सगळं कुठेतरी जमा करता आलं असतं तर, जसं आपण फोटो काढून ठेवतो तसं. तो आवाज, तो स्पर्श, ती बांगड्यांची खणखण, तिच्या कुशीतील

ऊब ह्या सगळ्यांची शिदोरी जमा करून ठेवता आली असती, तर तिने एखादा आवडीचा पदार्थ आपण जसा पुरवून पुरवून खातो, तशी ती शिदोरीही पुरवून पुरवून अनुभवली असती.

बाहेर कोरोनाची नकारात्मकता आणि आजीची आठवण ह्याने तिचे डोळे भरून यायचे. त्यामुळे मन रमवण्यासाठी, लॉकडाऊनमधून सामान वगैरे आणायला सूट मिळाली की, ती श्रीचं घर गाठायची. अभ्यासाचा बहाणा होताच. श्रीची आईही लॉकडाऊनमुळे घरीच असायची. ती घरी असल्याचे दोन फायदे झाले होते. पहिला म्हणजे गीत गप्पा कमी आणि अभ्यास जास्त करायची आणि गीतची खाण्यापिण्याची चेंगळ झाली होती. कधी इडली, कधी दोसा, कधी छोले भटुरे, खीर, पुऱ्या, भजी रोज नवीन नवीन खायला मिळायचं. गीतला स्वयंपाक काही जमत नव्हता. तिचे बाबाच काय ते बनवायचे. गीत फक्त त्यांना भाजी वगैरे चिरण्यास मदत करायची. तिचे बाबा रोज रोज भाजी, पोळी, वरण, भात बनवायचे. चव जरी बरी असली, तरीही रोज रोज तेच ते खाऊन खाऊन तिला कंटाळा यायचा. जिभेचे चोचले श्रीच्या घरीच पूर्ण व्हायचे. फायनल इअरमधे पुन्हा कॉलेज सुरु झाले.

3

न्यू इयर..न्यू बॉयफ्रेंड..

खऱ्या लोच्याची सुरुवात, खरं तर फायनल इअरमधे झाली. लेक्चर मागून लेक्चर, परीक्षेमागून परीक्षा, टाईमपास मागून टाईमपास जात होते. गीत आणि श्रीचंच नाही, तर फायनल इअरच्या सर्व मुलामुलींचं लक्ष आता फक्त कॅम्पस इंटरव्यू आणि एखाद्या चांगल्या कंपनीत सिलेक्शनकडे होतं. सगळे इंटरव्यूची, ॲप्टिट्यूड टेस्टची तयारी करत होते.

प्रियंका फर्स्ट इअरपासून सिरिअस रिलेशनशिपमधे होती. काव्यावर एक दोघांनी ट्राय मारला होता, पण तिच्या भित्र्या स्वभावामुळे तिने त्यांना कल्टी मारली होती. गीतला सिंगल असणं, बोर झालं होतं पण नील नंतर विशेष कुणी तिच्या आयुष्यात आलं नव्हतं. श्रीच्या आयुष्यात काही विशेष बदल झाला नव्हता. अधूनमधून गीत काही ना काही कांड करायची आणि ते निस्तरण्यात त्या दोघांचाही बऱ्यापैकी वेळ जायचा. अदितीने बरेच प्रयत्न केले होते श्रीसाठी, पण सगळं व्यर्थ ठरलं होतं.

दरवर्षीप्रमाणे त्या वर्षीही कॉलेज सुरु झाल्या झाल्या फ्रेशर्स पार्टी ठेवण्यात आली. फ्रेशर्स पार्टी बिचाऱ्या फर्स्ट इअर वाल्यांसाठी टेंशन देणारी असायची. तर सेकंड, थर्ड आणि फायनल इअर वाल्यांची त्या दिवशी मजा, मस्ती सुरु असायची.

सिंहगड रोडवर एक फ्रेंड्स नावाचं रेस्टॉरंट होतं. त्याच रेस्टॉरंटचा पार्टी हॉल फ्रेशर्स पार्टीसाठी बुक केला होता. फुगे, लाईट्सच्या सिरीज लावून सजावट केलेली होती. आधी सगळ्या फ्रेशर्सचा परिचय झाला. त्यांच्या इंट्रोच्या वेळी सेकंड इयरवाले मुलंमुली मधेच एखादा शब्द पकडून त्यांची खेचायचे, नाहीतर काहीतरी करून दाखवायला लावायचे. कुणी त्यांना शुद्ध मराठी किंवा हिंदी भाषेत परिचय द्यायला सांगत होतं. तेव्हा त्या जुनिअर्सची चांगलीच तारांबळ उडत होती. एखादा

जरी इंग्लिश शब्द त्यांनी वापरला की, लगेच सगळे सिनिअर्स ओरडायचे आणि पुन्हा सुरुवातीपासून परिचय द्यायला लावायचे. पुन्हा पुन्हा बोलताना ज्युनिअर्सला चांगलाच घाम फुटायचा.

फायनल इअर वाल्यांना आता हे दरवर्षीचं झालं होतं, म्हणून ते आपल्या बॅचमेट्ससोबत बोलण्यात, खाण्यापिण्यात व्यस्त होते. जवळपास सगळ्याच मुलींनी शॉर्ट वन पीस घातले होते. गीत नेहमीप्रमाणे काव्या, प्रियंका आणि अदिती सोबत गप्पा मारत बसली होती. तिथे जसा श्री आला तशी अदिती उठून गेली. श्रीला तिचं असं उठून जाण्याचं कारण समजलं होतं. तिने जवळ जवळ तीन वर्ष त्याची वाट बघितली होती, पण श्रीही हतबल होता. फर्स्ट इयर वाल्यांचा इंट्रो झाल्यावर, फिशपॉन्डचा कार्यक्रम सुरु झाला.

त्या वर्षी अन्युअल डेला गीतला फिश पॉन्ड मिळाला. फिश पॉन्डमधे एखादं गाणं, एखादा शेर एखाद्या मुलीला किंवा मुलाला डेडिकेट केल्या जात होता. फिशपॉड देणारा, ज्याला त्याला फिशपॉड द्यायचा असेल, त्याचं नाव आणि ते गाणं किंवा शेर एका चिठ्ठीवर लिहून, एका बॉक्समधे टाकत असे. त्याला स्वतःचं नाव गुपित ठेवण्याची मुभाही होती. कुणाला काय फिशपॉड मिळतात?, ह्याची उत्कंठा सगळ्यांनाच वाटायची.

कुणाला रोमँटिक गाणं, कुणाला शेर, कुणाला मैत्रीचं गाणं तर कुणाला जोक असे फिशपॉड मिळत होते. ज्या व्यक्तीला ते डेडिकेट केलं असेल, तिला स्टेजवर जावं लागत होतं. तेवढ्यात अँकरिंग करणाऱ्या सेकंड इअरच्या मुलीने, "नेक्स्ट फिशपॉड गोज टू गीत मॅडम." अशी घोषणा केली. सगळ्यांनी टाळ्या वाजवल्या. गीत स्टेजवर जाऊन उभी राहिली. तिने ब्लॅक कलरचा सेक्वीन ड्रेस घातला होता. तो तिच्या गुडघ्यापर्यंत लांब होता. तिचे लांब, कुरळे केस तिने मोकळे सोडले होते. हातात व्हाईट अमेरिकन डायमंडचं ब्रेसलेट घातलं होतं.

"तू पहला पहला प्यार है मेरा' हे 'कबीर सिंग' ह्या सिनेमातलं गाणं वाजलं आणि सगळे एकदम "ओहो.. हू... हू.." असं ओरडू लागले. गीत थोडं हसली आणि स्टेजवरून खाली उतरू लागली, तेवढ्यात स्पीकरमधे एका मुलाचा आवाज ऐकू आला, "गीत, वेट..इट्स नॉट ओव्हर एट.." तो आवाज कुणीतरी रेकॉर्ड केला होता. त्यानंतर पुन्हा गाणं वाजलं, 'शायद कभी ना कह सकूँ मैं तुमको

कहे बिना समझ लो तुम शायद..'

त्यानंतर तिसरं, त्यानंतर आणखी अशी चार पाच गाणी वाजत राहिली. कुणीतरी मुलगा मागून ओरडला, "अबे, सारे गाणे आजही खत्म करेगा क्या?" एकच हशा पेटला.

तेव्हा म्युझिक सिस्टिम समोर बसलेला एक मुलगा उठून स्टेजवर गेला आणि गीतच्या जवळ जाऊन, तिच्या नजरेला नजर देऊन, सुरु झालेल्या गाण्याच्या बोलांनुसार ओठ हलवत नाचू लागला,

'तू तू तू तू मेरी री री, मैं तेरा रा होने लगा,

मैं मैं मैं मैं तेरा रा रा तू मेरी री, होने लगी..'

तो मुलगा खूप मस्त नाचत होता. तो सेकंड इअरचा विकी होता. विकी दिसायला क्युट आणि चार्मिंग होता. त्याने त्याचे केस जेलने सेट केले होते. व्हाईट शर्ट, त्यावर छोटा टाय लुझ बांधला होता. त्यावरून एक ब्ल्यू कलरचं कॅज्युअल ब्लेझर घातलं होतं. ह्या आधी गीत त्याच्याशी आणि

तो तिच्याशी कधीच बोलला नव्हता. तो तिचा ज्युनिअर होता. परत मेकॅनिकल डिपार्टमेंटचा असल्यामुळे, तसं कधी कामंच पडलं नव्हतं. पोरगा फुल लाईन मारत होता आणि इतर मुलं मुली स्टेजच्या खालून आरडाओरडा करत होते. गीतने त्याला तसंच डान्स करत राहू दिलं आणि स्वतः स्टेजच्या खाली उतरली.

तो ही तिच्या मागोमाग खाली उतरला. ती जिकडे जात होती, तो तिकडेच जाऊ लागला. आधी तिने दुर्लक्ष केलं, पण मग न राहवून ती मागे वळली आणि म्हणाली, "ज्युनिअर आहेस, चड्डीत रहा."

"मग काय झालं? सिनियर मुलींवर ट्राय मारायचा नाही, असा काही रुल वगैरे आहे का? गीत जेव्हापासून मी तुला बघितलंय.."

"स्टॉप. लाईन मारतोयस?" मधेच त्याला रोखून गीत बोलली.

"हो. तू ही मार ना. त्याचे कुठे पैसे लागतात? मलाही चांगलं वाटेल." त्याच्या चेहऱ्यावर हे वाक्य बोलताना खोडकर हास्य होते.

गीतला ह्यावर हसू येत होतं पण तिने ते दाबलं आणि पुन्हा रागाचा आव आणून म्हणाली,

"बरं. मग लाईन मारायची होती, तर डायरेक्ट मिक्स टेप मला आणून द्यायची असती. इथे सगळ्यांसमोर इतकी गाणी वाजवायची काय गरज होती?"

"मी चुपचाप आणून दिली असती, तर मग तू ती रूमवर जाऊन ऐकली असती, पण मग ही तुझी स्माईल मी कशी बघू शकलो असतो? परत ते तू आज ना उद्या विसरली असतीस पण आता.. आता ह्या दिवशी, ह्या क्षणी काहीतरी खास घडलं होतं, हे.. हे तुला नेहमीसाठी लक्षात राहील आणि त्या सोबतच मीही तुझ्या आठवणीत राहील.."

गीत त्यावर थोडं हसली आणि पुन्हा वळून तिथून निघून जाऊ लागली, तेव्हा विकी तिच्यासमोर जाऊन उभा राहिला नि त्याची चार्मिंग स्माईल देत म्हणाला,

"पुन्हा कधी भेटायचं?"

"कशाला?" गीतने प्रश्न विचारला.

"एकमेकांवर लाईन मारायला."

"यू आर इमपॉसिबल." गीतने हसत हसत त्याला बाजूला ढकललं आणि तिथून निघून गेली.

नंतर विकीने इकडून तिकडून गीतचा फोन नंबर मिळवला आणि तिला रोमँटिक शायरी वगैरे पाठवू लागला. शेवटी अशारितीने त्याने त्याच्यापेक्षा दोन वर्ष सिनिअर असलेल्या गीतला पटवलंच.

गीत चार वर्षांची असताना तिची आई गेली. तिची आई गेल्यावर काही वर्षांनी, गीतला तिची कमतरता जाणवायला लागली होती. गीत थोडी मोठी झाली होती. पहिल्या वर्गात गेली होती. एकदा गीत घरी आली आणि दप्तर जमिनीवर आपटलं. आजीने हातपाय धुवायला बोलावलं गेली नाही. शाळेचा गणवेशही बदलवला नाही. आजूबाजूची मुलं खेळायला बोलवायला आली, तरीही ती गेली नाही. शाळेतून आल्या आल्या "भूक लागली..भूक लागली.." म्हणून ओरडणारी गीत आज सुन्न आहे, हे पाहून आजीला कळून चुकलं होतं की, आज हिचं काहीतरी चांगलंच बिनसलं आहे. आजी तिच्याजवळ गेली. तिच्या केसांतून हात फिरवत तिने विचारलं, "काय झालं गोलू? थकलीस का?"

तिची आजी तिला गोलूच म्हणायची.

"आई का गेली देवाजवळ? माझ्या सगळ्या फ्रेंड्सच्या आई त्यांना घ्यायला येतात शाळेत. त्यांची तयारी करून देतात, वेण्या घालून देतात. सगळयांना आई आहे फक्त मलाच का नाही?"

"मी आहे ना." आजीने तिला गोंजारत म्हटले.

"तू म्हातारी झालीस आता. तुला खेळता पण येत नाही माझ्यासोबत, धावता पण येत नाही."

आजी त्यावर हसली.

"आईसारखी तू ही एक दिवस देवाजवळ निघून गेली तर.. तर मी काय करू?" उदास, रडवेला चेहरा करून गीत म्हणाली.

"मी नाही जात एवढ्या लवकर. मी चिकट आहे जगायला. समजा गेलीच तरी बाबा आहेत ना तुझे."

"ते तर जास्त बोलत नाहीत, गोष्टीही सांगत नाहीत नि खेळत पण नाहीत. नुसतं काम करत राहतात."

"हम्म! असं आहे का! जाऊ दे. तुला एक गोष्ट सांगते. एक मुलगा असतो लहानसा. एकटाच असतो तो जंगलात. त्याला आपण कुठून आलो? कुठे जातोय? हे काहीच माहिती नसतं. त्याला आईबाबा कुणीच नसतं. तो एकटाच होता. त्याला खूप तहान लागलेली असते, म्हणून तो एका पाण्याच्या तळ्याजवळ पाणी पिण्यासाठी जातो. पाणी पिण्यासाठी तो झुकणारच, तोच त्याला त्या पाण्यात त्याच्या मागे उभा असलेला वाघ दिसतो. तो मुलगा चपळाईने त्या तळ्यात उडी मारतो आणि तळ्याच्या दुसऱ्या बाजूच्या काठावर जाण्यासाठी पाण्यातूनच धावू लागतो. वाघ त्याच्या मागे पाण्यात उतरतो. तो मुलगा दुसऱ्या बाजूच्या काठावर येतो आणि धावायला लागतो. तो वाघही चपळाईने त्याचा पाठलाग करत असतो. झाडाझुडूपातून धावत असताना, त्याला एका दगडाची ठेच लागते आणि तो खाली पडतो. आता वाघ त्याच्या अगदी जवळ आलेला असतो. आता आपल्याला हा वाघ खाणार, ह्या विचाराने तो मुलगा त्याचे डोळे बंद करतो. तेव्हाच त्याच्या पोटाभोवती कुणीतरी विळखा घातल्याचं त्याला जाणवतं. तो हवेत वर वर जाऊ लागतो. तो मुलगा जेव्हा त्याचे डोळे उघडतो, तेव्हा त्याला दिसतं की, एका हत्तीने त्याला त्याच्या सोंडीत पकडलेलं असतं. हत्ती वाघाला घाबरवण्यासाठी, त्याचे पाय दणादणा त्या वाघासमोर आपटायला लागतो. त्या हत्तीला घाबरून तो वाघ तिथून निघून जातो. तो मुलगा आणि हत्ती मग मित्र होतात नि नेहमीसाठी सोबत राहू लागतात.

देव कुणालाच एकटं ठेवत नाही, गोलू. कुणासाठी तरी कुणाला तरी पाठवतोच. ते तू म्हणतेस ना एंजल बिंजल काय ते, तेच ते. मी नसेल, बाबा नसतील, तरीही कुणीतरी साथ द्यायला येईलच तुला."

ही गोष्ट ऐकून गीत जाम खुश झाली. तिने लगेच आजीला विचारलं, "माझ्यासाठी पण एंजल येईन?"

"हो."

"कधी येईन? मला कसं समजेल की हाच एंजल आहे ते?"

"ते कसं सांगता येईन? पण येईन हे नक्की."

"मग तो हत्ती असेल की अजून दुसरा कुठला ॲनिमल?, बॉय असेल की गर्ल?, एंजलला ओळखायचं कसं?", अश्या शंभर प्रश्नांचा भडीमार त्या दिवशी आणि त्यानंतरही अधूनमधून आजीवर सुरु झाला होता.

फायनल इयरमधे असताना, एके दिवशी, श्री आणि गीत दोघेही कौशल्य कॅफेमधे समोसा खात बसले होते. गीतचा मूड जरा खराब होता, कारण तिची

आत्या तिला होस्टेलवर भेटायला आली होती.

"हजार हिटलर मेले असतील तेव्हा ही, माझी आत्या, जन्माला आली असेल. खूप बॉसी आहे यार ती." गीत जरा चिडून, दात ओठ खात म्हणत होती.

श्री त्यावर हसून म्हणाला, "दात ओठ खाऊ नकोस. समोसा खा."

गीतने समोसा धरून, लाल चटणीत बुडविला आणि तोंडात बकाबका कोंबला.

"अरे, खरं बोलते आहे मी. तुला आठवत नाही का?, लहानपणी आपण दोघे खेळायचो, तेव्हा कशी ती बळजबरी प्रथमेशला घूसवायची आपल्यात. आणि तो मूर्ख प्रथमेश थोडंही काही झालं की, रडत रडत 'आई, गीतने मला असं केलं, गीतने मला तसं केलं..'असं म्हणून, सगळं घर डोक्यावर घ्यायचा." गीतने रडण्याचा अभिनय करत, हे वाक्य संपवलं.

श्रीला तिचा चेहरा बघून हसू आवरलं नाही.

"हसतोस काय नुसता? वाट माझी लागणार आहे. ह्या बयेने माझी आजी गेल्यावर माझ्या बाबांचा ताबा घेतला. त्यांच्या मनावर बिंबवलंय चांगलंच, 'गीत बिनआईची पोर आहे, कुठलंच काम येत नाही तरीही मी तिला सून करून सांभाळून घेईन, दादा. काळजी करू नको.', वरून माझे बाबाही ह्याला तयार आहेत. आणि तो प्रथमेश, तो तर मला वाटतं, लहानपणापासूनच मला जन्मोजन्मीची बायको समजतोय. जेव्हा जेव्हा मी त्याच्यासमोर जाते तेव्हा तेव्हा तो असा बघतो माझ्याकडे, असं वाटतं की, मी आताच त्याला नवरीच्या शालूमधे, हातात वरमाळ घेऊन त्याच्याकडे येताना दिसतेय."

श्री हसत हसत म्हणाला, "तुझ्यापेक्षा बराच आहे तो प्रथमेश तरीही. करून टाक त्याच्याशी लग्न."

"माझ्यापेक्षा बरा काय, शहाण्या!", असं म्हणत तिने टेबलाच्या खालून श्रीला खाडकन लाथ मारली.

तो ओरडला, "मेलो! किती जोरात मारतेस यार! कौनसी चक्की का आटा खाती हो?"

कॅफेतल्या लोकांना आता गीत आणि श्रीच्या अश्या बडबडीची, आरडाओरड्याची सवय झाली होती. गेल्या दोन वर्षांपासून ते त्या कॅफेचे रेगुलर कस्टमर होते म्हणून. मधलं एक वर्ष कॉलेज लॉकडाऊनमुळे बंद होतं आणि कॅफेही. फायनल इअरमधे पुन्हा काही नियमांसोबत सर्व सुरु करण्यात आलं होतं.

"करून टाक म्हणे लग्न. तू करशील का असं कुणाशीही लग्न? मला कधीच, कुणासोबतही लग्न करायचं नाही आहे, हे तुला चांगलंच माहिती आहे. मला आयुष्यात फ्रीडम हवं आहे, थ्रील हवं आहे, एन्डलेस डेटिंग हवी आहे."

"ये सुनसुनके मेरे कान पक गये है |" कानावर हात ठेवत श्री म्हणाला.

"सुनना पडेगा, दोस्ती की है तो निभानी तो पडेगी ही | आपली विक्रम वेताळची जोडी आहे. तू विक्रम, मी वेताळ एवढ्या लवकर पिच्छा सोडणारी मी नाही."

"हो, ते तर आहे. बरं, एवढी चिडचिड का चालली आहे तुझी? व्हाट्स द रिझन?"

"सकाळी सकाळी आत्या पोहोचली होती होस्टेलवर. सगळ्यांना सांगत फिरत होती, 'होणाऱ्या सुनेला भेटायला आली आहे' वगैरे वगैरे. शी इज जस्ट टू मच यार. असं वाटत होतं, काहीतरी उलट बोलावं पण उगाच सीन क्रियेट झाला असता, म्हणून मी गप्प बसून सगळं ऐकून घेतलं."

"त्यांच्या म्हटल्याने काय होतंय? इग्नोर हर."

असं म्हणून श्री शांततेने समोर ठेवलेला मसाला चहा प्यायला लागला.

"अरे, तिला मी म्हटलं, मला आता जॉब करायचा आहे. मी अमरावतीला सेटल नाही होणार आहे. तर म्हणते, 'मी प्रथमेशला पण पुण्यातच सेटल करून देणार आहे. पुण्यातच त्याच्या बिझनेससाठी आम्ही जागाही घेतली आहे. काळजी करू नको.', त्यांना काय त्यांच्याकडे गडगंज संपत्ती आहे. ते पाहिजे ते करू शकतात. मला खूप पैसे नको, खूप हायफाय लाईफस्टाईल पण नको. मला फक्त फ्रीडम पाहिजे. मी बंधनात नाही जगू शकत. माझे बाबा मला पुढच्या वर्षी नक्कीच इमोशनली ब्लॅकमेल करतील. तसंही ते म्हणतातच कधी कधी, आई गेली, आजीही नाही. एक दिवस मीही जाईन, मग तू एकटी कशी जगशील? कुणाची तरी साथ हवी म्हणून लग्न करावंच लागतं."

"कोण म्हणतं तू एकटी आहेस? मी आहे ना. तुला कुणीही फोर्स करणार नाही लग्नासाठी."

"आणि केला तर?"

"मी तुला पळवून घेऊन जाईन."

गीत त्यावर हसली.

"किती मजा येईल! मुली जनरली लग्नातून त्यांच्या लवरसोबत लग्न करण्यासाठी पळून जातात. मी मात्र माझ्या फ्रेंड सोबत पळून जाईल."

"सी. प्रॉब्लेम सॉल्व्ड. आता चहा घे."

'श्रीसोबत एखादी गोष्ट शेअर केली की आपोआप टेन्शन कमी होऊन जातं. श्री इज माय एंजल. मला तर कधी कधी वाटतं आई गेल्यावर आईनेच देवाला सांगून त्याला माझ्यासाठी पाठवलं आहे, माझ्यासोबत नेहमीसाठी रहायला, नेहमीच माझी काळजी घ्यायला. श्री हा एंजल आहे आजीच्या गोष्टीतला एंजल.' असा विचार चहाचा एक एक घोट घेताना गीत करत राहिली.

4

अनुगच्छतु प्रवाह!

फायनल इयर कसं संपलं, हे गीतला कळलंच नाही. अभ्यास, प्रोजेक्ट आणि
उरलेल्या वेळात तिचं विकीसोबत बोलणं सुरु असायचं. विकी बोलण्यात
गीतच्याही पुढे होता. त्याच्या गोष्टी कधीच संपत नसत. एकाहून एक किस्से तो
रंगवून रंगवून सांगायचा. त्याच्याशी बोलताना गीतला सगळं टेन्शन विसरायला
व्हायचं. होस्टेलमधली शेवटची रात्र होती ती. त्या रात्री ग्राउंड फ्लोर वरचं कुणीच
झोपलं नाही. सगळ्या फायनल इयरच्या मुली जागी होत्या. गीतच्या रूममध्ये तर
बसायला सुद्धा जागा नव्हती. काही मुली बेडवर, काही खुर्च्यांवर तर काही खाली
जमिनीवर गाद्या टाकून, त्यावर लोळत पडल्या होत्या. एकामागून एक किस्से,
कहाण्या, भांडणं, मस्ती हे सगळं सांगण्याची जणू चढाओढ लागली होती. जणू
आठवणींच्या सरी वर सरी पडत होत्या. सगळ्या मुली एका मागून एक प्रसंगांवर
हसत होत्या. फर्स्ट इयरमधे आपण किती मूर्ख होतो? ह्यावर चर्चा करत होत्या.

हसता हसता रडण्याची सुरुवात काव्याने केली.

"मला नाही जायचंय हे होस्टेल सोडून. मला इथेच राहायचं आहे, तुमच्या
सगळ्यांसोबत, नेहमीसाठीच."

"ओह! काश ऐसा हो सकता डिअर!" प्रियंका काव्याच्या खांद्यावर हात ठेवत,
भारावलेल्या आवाजात म्हणाली.

"अरे यार! धिस इज अवर लास्ट नाईट टुगेदर. ऐसे सेंटी मत हो | एन्जॉय धिस
मोमेन्ट." गीत म्हणाली.

गप्पागोष्टी करता करता सकाळचे पाच वाजले. झोपण्याआधी सगळ्याजणी
भेंड्या खेळल्या. तेव्हा कुणावर तरी 'य' आला आणि तिने 'य' वरून

"यारों दोस्ती बड़ी ही हसीन है.."

ये ना हो तो क्या फिर..

बोलो ये ज़िन्दगी है..”

हे गाणं म्हणण्यास सुरुवात केली. त्या मुलीसोबत, सगळ्यांनी ते गाणं म्हणण्यास सुरुवात केली. पिढ्यानंपिढ्या जातील, पण केकेचं हे गाणं, कॉलेजच्या शेवटच्या दिवशी, प्रत्येक फेअरवेलमधे, असंच वाजत राहील, असंच गायल्या जाईल. सगळ्यांच्या मनाला त्या गाण्याचे बोल स्पर्शून गेले. गाता गाता सगळ्या जणी रडू लागल्या. कुणी कुणी एकमेकींच्या गळ्यात पडून पडून रडल्या. तर कुणी एकट्याच डोळे पुसत राहिल्या. कुणी मोठमोठ्याने हुंदके दिले तर कुणी स्वतःचे अश्रू लपवले, पण सगळ्यांचेच डोळे त्या रात्री पाणावले होते.

कॉलेज संपल्यावर, गीत आणि श्री एकाच ऑफिसमधे जॉईन झाले होते. नवीन नवीन जॉब लागल्यावरचा उत्साह वेगळाच असतो. स्वतःची कमाई हातात यायला लागते. आपण स्वतंत्र असल्याची भावना मनात निर्माण होते. कॉलेजपेक्षा आता बरंच काही बदललं होतं. फक्त बदलली नव्हती, ती गीत आणि श्रीची मैत्री. ऑफिसमध्ये, ऑफिसनंतर ते एकत्र जेवायचे. सोबत जाणं येणं सुद्धा करायचे. काही दिवसांनी गीतने स्वतःसाठी स्कूटर घेतली. कधी तिच्या स्कूटरने, तर कधी श्रीच्या बाईकने ते दोघे ऑफिसला जायचे.

एकदा ऑफिसमधून सातच्या दरम्यान ते दोघे बाहेर पडले. गीतने तिची स्कूटर आणली होती. श्री तिच्या मागे बसला आणि गीत स्कूटर चालवत होती. ऑक्टोबर महिना असल्यामुळे वातावरण जरा थंड होतं. लवकरच दिवाळी येणार होती, त्यामुळे रस्त्याने जागोजागी रंगीत आकाशकंदील, फुलांचे हार, दिवे, फटाके असं सगळं विकणारी दुकाने दिसत होती. गीत आधी श्रीला त्याच्या फ्लॅटवर सोडून मग स्वतःच्या फ्लॅटवर जाणार होती. ते दोघेही पिंपळे सौदागरला राहात होते. त्यांचे फ्लॅट्स फार लांब नव्हते. फार फार तर पंधरा मिनिटांच्या अंतरावर असतील. वाकड ब्रीज उतरल्या उतरल्या, एका बाईकने त्यांना ओव्हरटेक केलं. त्यावर दोन मुले बसली होती. त्यांनी स्वतःच्या बाईकची स्पीड गीतच्या स्कूटर इतकीच ठेवली. तिची छेड काढण्यासाठी त्यातला मागच्या सीटवरचा एक मुलगा गीतकडे बघून मोठ्याने गाणं म्हणू लागला,

“आजा आजा मैं हूँ प्यार तेरा..

अल्लाह अल्लाह इन्कार तेरा..

ओ आजा, आह आह आजा...”

समोरचा बाईक चालवणारा मुलगा त्याला

“आह आह आजा..” चा कोरस देत होता.

गीत त्यावर थोडं हसली आणि मध्येच त्यांना अडवत म्हणाली, “ओके, ‘जा’ आया ना मेरे उपर, ‘जा’ से.. हां, याद आया..

जा जा,जा जा..

जा जा, जा जा..

कबूतर जा जा जा,

कबूतर जा जा जा..”

श्री मागून गीतला बोटाने कुचके मारून, “चूप बस. चूप बस..” असं म्हणत होता. त्या मुलाचा चेहरा चांगलाच उतरला होता आणि तो आणि त्याचा मित्र समोर निघून गेले. ते दोघे गेल्यावर श्रीने गीतच्या पाठीवर जोरात एक धपाटा दिला नि ओरडून म्हटला,

“ह्या छपरी पोरांसोबत भेंड्या काय खेळत होतीस? मागे लागले असते म्हणजे ते..”

“अरे, मी दिलं ना उत्तर बरोबर जा.. जा.. म्हणून.. काहीही म्हण पण पोट्याचा आवाज मस्त होता.”

“आवाज मस्त होता म्हणे. काही झालं असतं म्हणजे?”

“जस्ट चिल यार! त्यांनी माझी छेड काढली आणि मी त्यांची. फिट्टमफाट! मजा आली पण. कॉलेजनंतर पहिल्यांदा असा काहीतरी हसवणारा आयटम झाला आज.”

गीत हसत हसत म्हणाली.

“हसू नकोस. गाडी चालव. मूर्ख पोट्टे!”

त्यावर गीत पुन्हा हसायला लागली. नेहमीप्रमाणे तिला हसण्याचा न थांबणारा दौरा आला होता. तिचं हसणं थांबणार नाही, म्हणून श्रीने मागूनच हात लांबवून, हॅन्डल साईडला वळवून, गाडी रस्त्याच्या कडेला आणून थांबवली. तिला गाडीवरून उतरवलं आणि स्वतः समोरच्या सीटवर बसला. तिचं हसणं थांबल्यावरच, त्याने तिला गाडीवर मागे बसू दिलं.

असेच दिवसांमागून दिवस जात होते. सगळं सुरळीत चाललं होतं, तेवढ्यात गीतने श्रीसाठी एक मोठा कांड करून ठेवला होता. एकदा गीत आणि श्री अमरावतीला आले होते. पावसाळ्याचे दिवस होते. एके दिवशी, भर पावसात गीत धावत पळत, आपली स्कुटी घेऊन, श्रीच्या घरी येऊन धडकली. श्रीची आई घरी नाही, हे बघून गीतचा जीव भांड्यात पडला, कारण तिला श्रीसोबत एकांतात बोलायचं होतं. तिला ओली झालेली बघून, श्रीने तिला टॉवेल दिला, पण गीतने तो तसाच बाजूला ठेवला. तिला लवकरात लवकर तिने जे कांड केलंय, ते श्रीच्या

कानावर घालायचं होतं. तिने एका दमात सगळा किस्सा श्रीला सांगितला. ते सगळं ऐकून, उभा असलेला श्री मटकन त्याच्या मागच्या खुर्चीत बसला आणि त्याने कपाळावर हात मारला.

झालं असं होतं की, त्याच दिवशी सकाळी अकरा वाजताच्या दरम्यान गीत बाथरूममधे, प्रेग्नसी टेस्टची स्ट्रीप हातात घेऊन, वॉशरूममधे एकटक त्याच्याकडे बघत होती. डाव्या हाताची बोटं मध्यमा आणि तर्जनी तिने एकमेकांवर क्रॉस करून ठेवली होती. मनातल्या मनात सतत देवाच्या नावाचा धावा करत होती. त्या किटवर लिहिल्याप्रमाणे, दोन लाल रंगाच्या लाईन्स उमटल्या, तर त्याचा अर्थ पॉझिटिव्ह आणि एक उमटली तर निगेटिव्ह असा होता.

एक महिन्याआधी तिने तिची व्हर्जिनिटी गमावली होती आणि तिची ह्या महिन्यात पाळी चुकली होती, त्यामुळे गीत चांगलीच चिंतेत होती. थोड्यावेळाने एक लाईन उमटली. गीत तरीही त्या स्ट्रीपकडे बघत राहिली, अजूनही दुसरी लाईन उमटते का?, ह्याची खात्री करून घेण्यासाठी. प्रेग्नन्सी टेस्ट निगेटिव्ह आली आणि गीतचा जीव भांड्यात पडला. ती टेस्टची स्ट्रीप तिने टॉयलेट मधल्याच छोट्या कचरापेटीत फेकून दिली.

त्याच दिवशी गीतच्या नशिबाने तिची आत्या, तिच्या घरी आली. तिचा मुलगा प्रथमेशही तिच्यासोबत होता. थोडावेळ गप्पा गोष्टी करून, ती टॉयलेटमधे गेली. नेमकं आत्याने तिचं वापरलेलं पॅड फेकण्यासाठी, डस्ट बिन पायाने उघडली आणि मग ती स्ट्रीप बघून आत्याने राडा केला. तिने

लगेच तिच्या भावाला, म्हणजेच गीतच्या बाबाला सांगितले. कधीच न रागावणारे गीतचे बाबा, त्यादिवशी मात्र चांगलेच संतापले. आत्याने सगळं घर डोक्यावर घेतलं होतं. आत्या गीतच्या बाबाकडे बघून बघून बोलत होती, “अति जास्त लाड झाले ना की असंच होतं दादा. बिन आईचं लेकरू आहे, अजून लहान आहे, असं करता करता बघ आज काय होऊन बसलंय?”

“काय होऊन बसलंय? ती टेस्ट निगेटिव्ह आली आहे, पॉझिटिव्ह नाही.” असं गीत बोलून गेली.

तर लगेच त्यावर आत्या आणखीनच मोठ्या आवाजात म्हणाली, “अरे देवा! तोंड वर करून अजून सांगते आहे ही मला. निगेटिव्ह आली म्हणून काय झालं? तुझं काहीतरी लफड चालू आहे, ह्याचा पुरावा आहे ती प्रेग्ननंसी स्ट्रीप. पुन्हा..”

“तू जरा शांत बस रमा. गीत, कोण आहे तो?” डोळे मोठे करून गीतचे बाबा भारदस्त आवाजात विचारत होते.

त्यांनी तिच्याकडे तसं बघितल्या बघितल्या गीतने नजर खाली केली. ती जमिनीकडे बघत राहिली.

"गीत, तुला मी कधीच कुठलीही गोष्ट करण्यापासून अडवलं नाही. तुला पाहिजे तसं जगू दिलं, ह्याचा अर्थ असा होत नाही की, तू वाट्टेल ते करत सुटशील आणि मी ते बघत बसेल. वर बघ." पुन्हा तिचे बाबा कणखर आवाजात म्हणाले.

मोठी हिम्मत करून गीतने वर बघितलं. तिच्या हृदयाचे ठोके वाढले होते. हातपाय भीतीने थरथरत होते. तिचे बाबा तिच्यावर आयुष्यात पहिल्यांदा एवढे चिडले होते. "कोण आहे तो मुलगा?"

गीतला काय बोलावं ते सुचतंच नव्हतं. विकीचं नाव तिला घ्यायचं नव्हतं, कारण तिचे बाबा त्याचं नाव ऐकल्यावर त्याला, त्याच्या घरच्यांना भेटायला गेले असते. विकी तिच्यापेक्षा दोन वर्षांनी ज्युनिअर आहे, हे समजल्यावर आणखी चिडले असते.

अचानक तिला तेव्हा श्री आठवला आणि ती एकदम हळू आवाजात, "श्री." असं पुटपुटली. तिचं पुटपुटणं कुणालाच ऐकू गेलं नाही.

"मोठ्याने बोल." आत्या मध्येच बोलली.

"श्री." गीतने थोडा आवाज चढवला पण तिची नजर खाली होती.

"अरे देवा! बघितलं दादा. मी म्हटलं होतं, हिला त्याच्या भरवश्यावर जास्त सोडू नकोस. त्यानेच घात केला. माझ्या प्रथमेशचं आता काय होईल? त्याला तू फसवलंस.. त्याच्या भावनांशी खेळलीस.. त्याला तू लग्नाची दाखविलेली स्वप्नं.."

"काय रे प्रथमेश? मी कधी दाखविली, तुला लग्नाची स्वप्नं? की कधी लग्नाचं आमिष दाखवून तुझा फायदा घेतला?" प्रथमेशकडे बघून गीत आवेशाने म्हणाली.

प्रथमेश त्यावर काहीच बोलला नाही. त्याने त्याची मान खाली घातली.

पुन्हा गीतच बोलायला लागली, "मी त्याला कधीच कुठलीच स्वप्नं दाखविली नाही की, कुठलं वचन दिलं नाही. जे काही त्याच्या डोक्यात भरवलं आहे, ते तू भरवलं आहेस आत्या. मला तर कधीच कुणाशीच लग्न करायचं नव्हतं."

"पण आता करावं लागेल. मी उद्या सकाळी जाऊन श्रीच्या आईशी बोलणार आहे." गीतचे बाबा पहिल्यांदा असा हुकूम दिल्याप्रमाणे बोलून गेले. कदाचित कुठल्याही वडिलाने असंच केलं असतं. कुणी एखाद्याने आपल्या मुलीला मारलेही असते, पण गीतचे बाबा त्यामानाने शांत आणि संयमी स्वभावाचे होते.

जसे गीतने त्यांचे शब्द ऐकले, ती चांगलीच घाबरली होती. एकतर हे जे काही झालं, त्यात श्रीचा काहीच दोष नव्हता, वरून तिचे बाबा, त्याच्या आईशी,

दुसऱ्याच दिवशी, त्यांच्या लग्नाविषयी बोलायला जाणार होते. "बोंबला! आता तर चांगलीच वाट लागणार." असं गीत स्वतःशीच पुटपुटली.

बराच वेळ बडबड केल्यावर, आत्या आणि प्रथमेश त्यांच्या घरी निघून गेले. थोड्यावेळाने गीतचे बाबाही घराच्या बाहेर पडले. गीत जवळ हीच एक संधी होती. तिने लगेच तिची स्कूटी काढली आणि श्रीच्या घराकडे ती निघाली. काहीही करून, तिला तिने घातलेला हा गोंधळ, श्रीला सांगायचे होते. म्हणजे दुसऱ्या दिवशी, तिच्या बाबांच्या रूपात त्यांच्या घरी येऊन धडकणाऱ्या वादळासाठी, तो तयार राहिला असता.

जेव्हा तिने त्याला ही सगळी हकीगत सांगितली, थोडावेळ श्रीचा त्याच्या कानांवर विश्वासच बसेना. गीतने चांगलाच मोठा कांड करून ठेवला होता.

"अरे यार श्री! क्लिअर धिस मेस यार. वी आर फक्ड अप!" गीत बाजूच्या चेअरवर बसून श्रीकडे आशेने बघत राहिली. श्री पूर्ण खोलीभर इकडून तिकडे येरझारा घालत होता. मधेच काहीतरी आयडिया आल्यासारखं त्याला वाटलं, म्हणून थांबल्यासारखा झाला, पण ती आयडिया त्यालाच न पटल्यासारखं तोंड करून, पुन्हा भरभर चालू लागला.

गीत त्याच्याकडे बघून चिडून म्हणाली, "सुचतंय का काही की डायरेक्ट आपल्या लग्नाच्या मांडवात सुचेल तुला?"

"गीते! नालायके! हा सगळा रायता खरं तर तू पसरवलेला आहेस. पुण्यात तू जे रंग उधळले आहेस ना, त्याचा हा परिणाम आणि वरून तूच माझ्यावर ओरडतेस."

"काय करू यार. नाही झालं कंट्रोल. विकी एक दिवस अचानक भेटला. म्हणाला 'माझी रूम जवळच आहे, चल चहा प्यायला.' बाहेर मुसळधार पाऊस सुरु होता त्यामुळे मी लगेच तयार झाले. त्याचा रूममेट गावाला गेला होता. बोलता बोलता पुरानी यादे ताजा हो गयी. लॉन्ग वीकएंड होता, त्यामुळे ऑफीसच कामही बंद होतं और तू तो जानता है, 'खाली दिमाग सेक्सका घर होता है'. पावसाळ्यात तर अंगातला कामदेव एकदम जागृत होतो आणि मग अश्या.."

"आय डोन्ट वॉन्ट टू लिस्टन युअर सेक्स लीला इन डिटेल्स. ॲटलीस्ट प्रिकॉशन घ्यायला तुझी अक्कल कुठे चरायला गेली होती? असं वाटतंय एक द्यावी तुला चांगली जोराची." श्रीचा हात खरोखरच थोडा उठलेला पाहून, गीत केविलवाण्या नजरेने त्याच्याकडे बघत राहिली. तिचे निरागस डोळे बघून श्रीला तिची थोडी कीव आली. गीतचं हे नेहमीचं होतं. काहीतरी कांड करायचं, मग मदत मागायला श्रीकडे यायचं आणि मग तो चिडला की, एखाद्या लहान मांजरीच्या पिलासारखा निरागस चेहरा करून, त्याच्याकडे बिचारी बनून बघत बसायचं.

तिचा तो चेहरा बघून, श्रीला मग तिची कीप यायची आणि त्याचा राग निघून जायचा.

पुन्हा थोडा विचार करून, डोकं थोडं शांत झाल्यावर तो म्हणाला, "विकीसोबत कांड केलंस तर विकीचं नाव सांगायचं ना यार, तुझ्या बाबांना. माझ्यावर बिल का फाडलंस? खाया पिया कुछ नहीं और गिलास तोडा बारह आना! आता एकच उपाय आहे. तू तुझ्या बाबांना सगळं खरं सांग. श्री आणि माझं काहीही सुरु नाही आहे. ही प्रेग्नंसी टेस्ट तू विकीमुळे केली आहेस, हेही सांग. फिनिश्ड."

"हो आणि त्यासोबत सगळंच फिनिश्ड. नंतर माझे बाबा विकीच्या घरी लग्नाची बोलणी करायला जातील आणि मग जेव्हा त्यांना कळेल की, तो माझ्यापेक्षा दोन वर्षांनी लहान आहे, तर ते पुन्हा माझी वाट लावतील. तुझं नाव ऐकून ते कमी तरी रागावले, बाकी कुणाचं नाव घेतलं असतं, तर कदाचित त्यांनी जॉब वॉब सोडून, मला घरी बसायला लावलं असतं आणि मग माझं विदेशात जायचं स्वप्न खतम. गोऱ्यांसोबत डेटिंग करायचं स्वप्न, चांगलं चार पाच वेळा प्रेमात पडायचं स्वप्न..."

मधेच तिला रोखत श्री म्हणाला, "बये! ह्या तुझ्या एका प्रकरणाने नाकी नऊ आणले आहेत. आपल्या दोघांच्या डोक्यावर अक्षताच तेवढ्या पडायच्या बाकी राहिल्या आहेत. आणि तू अजूनही चार पाच वेळा प्रेमात पडायच्या गोष्टी करते आहेस. हे बघ, ही लफडी करणं सोड. प्रेम फक्त एकदाच होतं आणि ते शोधण्यासाठी तुला भटकण्याची गरज नाही, तेच एक दिवस तुला शोधत, तुझ्यासमोर येऊन ठाकेल आणि तुला ते कसं झालं हे कळणारही नाही."

"तू ह्या कथा कादंबऱ्या वाचणं कमी कर रे जरा. मला तुझं लेक्चर ऐकण्याची अजिबात इच्छा नाही आहे. मी विकीबद्दल काहीही सांगणार नाही घरी. आता सध्या काय करायचं ते सांग?" चेअरवरून खाडकन उठत गीत म्हणाली.

"एक काम कर. तू आता घरी जा. मी विचार करतो. काही सुचलं तर सांगतो. आता आई लवकरच ऑफिसमधून येईन. त्या आधी तू इथून सटक."

गीत लगबगीने तिच्या स्कुटीवर बसून तिच्या घरी जायला निघाली. 'ही पोरगी म्हणजे एक वादळ आहे, ही मला कधीच स्वस्थ बसू देणार नाही', असा विचार श्री स्कुटीवरून निघून जाणाऱ्या गीतकडे बघत, मनोमन करत होता.

रात्रीचे बारा वाजले होते. श्री ह्या कुशीवरून त्या कुशीवर कड बदलवत होता, पण त्याला झोप येत नव्हती. गीतने त्याला हे सगळं त्याच्या आईला आजच सांगून दे, असं सांगितलं होतं पण श्रीची काही हे बोलण्याची हिम्मत झाली नाही. 'उद्या सकाळी आता काय करायचं?, कसं ह्या सगळ्याला सामोरं जायचं?', हा

विचार श्री करत होता.

तेवढ्यात त्याच्या सायलेंटवर असलेल्या मोबाईलचा व्हायब्रेशनचा आवाज येऊ लागला. श्रीने टेबलावरचा मोबाईल हातात घेतला, तर गीतचा कॉल येत होता. श्रीने कॉल उचलून मोबाईल कानाला लावला.

तिकडून गीत म्हणाली, "अनुगच्छतु प्रवाह! हे ऐकलं आहेस कधी?"

"हो, पण तू रात्री बारा वाजता, ऑलरेडी आपल्या आयुष्यात एवढा मोठा प्रॉब्लेम क्रियेट केल्यावर, तू आता हे डिस्कस करायला फोन केला आहेस मला? माणसाचं मन चंचल असतं गीत, पण तुझं जरा प्रमाणाच्या बाहेर आहे, असं नाही वाटत का तुला? गीत, फोकस ऑन वन प्रॉब्लेम ॲट अ टाईम."

"अरे बाबा! माझं ऐकून तर घे. 'अनुगच्छतु प्रवाह' म्हणजेच 'गो विथ द फ्लो', हेच आपल्या प्रॉब्लेमचं सोल्युशन आहे. 'जो हो रहा है वो अच्छे के लिए हो रहा है', असा विचार करून आपण प्रवाहासोबत वाहवत जायचं."

"म्हणजे?"

"म्हणजे, हे बघ, आपल्या दोघांनाही कधीच लग्न करायचं नाही आहे. राईट? पण आज ना उद्या माझ्यामागे माझ्या घरचे आणि तुझ्यामागे तुझी आई, लग्नासाठी मागे लागलेच असते. मग कुणाशीही कॉम्प्रोमाईज करून लग्न केल्यापेक्षा, आपणच एकमेकांसोबत करून टाकू ना."

"व्हॉट?"

"अरे, हा बेस्ट प्लॅन आहे. आपण लग्न करून नेहमीसाठी लग्नापासून स्वतंत्र होऊ शकतो. एकदा का आपलं लग्न झालं की, आपल्या मागे कुणीही लागणार नाही. आपण दोघंही नंतर आपल्याला पाहिजे ते करू शकतो. यू नो व्हॉट आय मीन, म्हणजे मी माझी डेटिंग सुरु ठेवेल आणि तू ही तुझ्यासाठी एखादा.."

"तुझं डोकं फिरलंय का? लग्न म्हणजे काय खेळ वाटला का तुला?"

"हो. खेळ नाही आहे तर काय आहे! संसार मांडायचा, पटलं तर ठेवायचा नाहीतर मोडायचा. एवढं सगळं का?, तर फक्त लोकांना दाखवण्यासाठी. कारण विदाउट लग्न सेक्स केलेला सोसायटीला पटत नाही, म्हणून. काही अर्थ आहे का ह्याला?"

गीतचं ते बोलणं ऐकून श्री संभ्रमात पडला. त्याला कुठलाच निर्णय घेता येईना. म्हणून त्याने तिच्याशी बोलणं थांबवून झोपण्याचा निर्णय घेतला.

दुसऱ्या दिवशी, अकरा वाजताच्या दरम्यान, गीतचे बाबा श्रीच्या घरी आले. त्यांनी जे काही सांगितलं, त्यामुळे श्रीच्या आईला धक्का बसला खरा पण मनात कुठेतरी आनंदही झाला. कदाचित ती पहिली भारतीय आई असेल, जिला पोराचे

असले कारनामे ऐकून आनंद झाला असेल. त्याला कारणंही तशीच होती. तसंच श्रीच्या आईला गीत आधीपासूनच खूप आवडायची. तिची तर मनापासून इच्छा होती की, श्री आणि गीत, ह्या दोघांचं नातं मैत्रीच्या पुढे जावं. त्यामुळे ती लगेच लग्नाला तयार झाली. श्रीनेही विरोध केला नाही, तर अश्याप्रकारे तो गीतच्या आणखी एका घोटाळ्यात सहभागी झाला.

लग्न लवकरच आणि कमीत कमी लोकांमधे झालं. लग्नाच्या पहिल्या रात्री, श्री त्या दोघांच्या रूममधे शिरला, तेव्हा गीत मस्तपैकी नाईट ड्रेसमधे बेडवर लोळत होती. श्री आत शिरल्यावर ती त्याच्याकडे बघून म्हणाली, "या.. फेक पतीदेव या.. आझादी मुबारक हो!"

श्री त्यावर हसला. गीत बेडच्या खाली उतरली, त्याचा हात पकडला आणि त्याला बेडवर ओढत घेऊन गेली आणि त्यावर उभी राहून म्हणाली, "हॅपी इंडिपेन्डन्स डे!". नंतर बेडवरच ती उड्या मारायला लागली, नाचायला लागली. श्री गीतला "हळू बोल. हळू बोल.", असं म्हणत होता पण गीत त्याचं कुठे काही ऐकणार होती. त्याची प्रिय मैत्रीण, त्याला हसवणारी, त्याच्या खुश असण्याचं कारण असणारी गीत, आता नेहमीसाठी त्याच्यासोबत राहणार होती, ह्यापेक्षा जगात दुसरं कुठलं सुख असूच शकत नाही, असं त्या रात्री त्याला वाटत होतं. गीतला तशी मस्ती करताना बघता बघता, श्री आनंदाने त्या रात्री झोपी गेला.

अश्याप्रकारे गीत आणि श्रीच्या खोट्या लग्नाला सुरुवात झाली. लग्नानंतर मर्यादा येतात, बंधनं येतात, म्हणून लोकं लग्नाची बेडी वगैरे त्याला म्हणतात, पण श्री आणि गीतचं लग्न इतरांप्रमाणे बंधनं आणणारं नव्हतं, तर ह्या लग्नामुळे त्यांना नवीन झेप घेण्यासाठी पंख मिळणार होते.

लग्न झाल्यानंतर दोघे, पुण्यात सुद्धा एकाच घरात राहू लागले, पण नवरा बायको म्हणून नव्हे तर मित्र आणि मैत्रीण म्हणून. ते वेगवेगळ्या रूममधे झोपायचे. हे लग्न त्यांनी फक्त घरच्यांना दाखवण्यासाठी केलं होतं.

त्यानंतर काही महिन्यांनी त्या दोघानांही एका प्रोजेक्टसाठी इंग्लंडमधे जाण्याची संधी मिळाली. ते दोघे सोबत इंग्लंडला उत्साहाने गेले , तिथे चांगलीच मजा मस्ती केली, पण जेव्हा सहा महिन्यांनी ते पुन्हा भारतात परतले तेव्हा सगळं चित्र बदललं होतं.

5

जॅक स्पॅरो

“कोण आहे मी? अ लूझर ऑर अ विनर? अ गुड सोल ऑर अ बॅड वन? की एलियन म्हणतो तसं ‘अच्छा या बुरा ऐसा कुछ नहीं होता| हो सकता है के जो इंसान मेरे लिए शैतान हो, वो और किसी के लिए शायद भगवानसे भी ज्यादा हो| कभी कभी टाइम गलत होता है, तो कभी हालात गलत, पर इन्सान पूरी तरहसे हर एक के लिए गलत नहीं हो सकता|’

साले एलीयन कहाँ है तू? का असा निघून गेलास माझ्या आयुष्यातून आणि जायचंच होतं तर आलाच कशाला होतास?

एलियन इज अ घोस्ट, भूतचं आहे तो, बिकॉझ हिज थॉट्स स्टिल हॉट्स मी. त्या भुताने मला असं झपाटलं आहे की आता असं वाटतंय की, आता त्याच्यापासून माझी कधीच सुटका होणार नाही.

का एलियन इतक्या मनात बसलाय माझ्या? की एक क्षणही मी त्याचा विचार थांबवू शकत नाही आहे. माझ्या ह्या रडगाऱ्हाण्याला श्रीही आता त्रासलाय. श्रीचंही बरोबर आहे. तो म्हणतो तेही खरं आहे, ‘अजूनही काही देशांमधे लोकं उपासमारीमुळे मरत आहेत. दर मिनिटाला कितीतरी लोकांचा जीव जातो, कितीतरी मुलामुलींचं लैंगिक शोषण होतं, तरीही हे जग चालतंय आणि मी एका पोरासाठी माझं आयुष्य पॉझ करून ठेवलंय.’ हो, हे सगळं मान्य आहे की, भुकेने लोकं मरत आहेत, आपल्या देशात तसेच इतर देशांमधेही लोकं कोरोनामुळेही मेले. कुणी अनाथ झालं तर कुणाची मुलं त्यांना सोडून गेली. युक्रेन रशिया वॉर सुरु आहे. हजारो लोक बेघर होत आहेत. जगात भरपूर दुःख आहे. ह्या सगळ्यांशी मी माझ्या दुःखाची तुलना केली, तर त्यासमोर माझं दुःख काहीच नाही कदाचित. ह्या जगात एकापेक्षा एक दुःखी जीव आहेत आणि मी मात्र फक्त एक एलियन

माझ्या आयुष्यात नाही, म्हणून रडतेय. पण आता तरीही दुःख होतंय, तीव्रतेने होतंय. जास्तच झालं यार त्याच्यावर प्रेम. नव्हतं वाटलं एवढं होईल, ठरवलं नव्हतं, करायचंही नव्हतं, आता झालं तर मी काय करू?

आय डोन्ट नो. आय डोन्ट नो ऍनिथिंग. मी फेल झाले, कम्प्लिटली फेल. जॉब सोडून अशी भर दुपारी, वेड्यासारखी विचार करत बसले आहे. मी एक चांगली मुलगी होऊ शकले नाही ना मैत्रीण. आय हॅव डिसअपॉइंटेड एव्हरीवन.

काश, मागे जाऊन पुन्हा सगळं बदलवता आलं असतं..

काश, मी लग्न केले नसते..

काश, मी इंग्लंडला गेली नसते..

काश..”

असे एका पाठोपाठ एक वेगवेगळे विचार मनात येत असताना, झोके घेत घेत गीत त्या लाकडी झोपाळ्यावर आडवी पडली होती. तिचे काळे कुरळे केस हलत्या झोक्यावरून जमिनीवर टेकत होते. तिची नजर वरच्या छतावर खिळली होती. ती तिच्या अमरावतीच्या घरातील व्हरांड्यात असलेल्या झोपाळ्यावर पडली होती. एका वर्षापूर्वी, ह्याच झोपाळ्यावर ती अशीच झोके घेत, श्रीसोबत इंग्लंडला जाण्याची स्वप्न रंगवत होती. इंग्लंडला गेल्यावर घडलेल्या घटना एक एक करून तिच्या मनात येत होत्या. झुलत्या झोक्यासोबत जणू गीत तिच्या भूतकाळात मागे मागे सरसावत होती.

एका वर्षापूर्वी,

श्री आणि गीत इंग्लंडला पोहोचले तेव्हा वातावरण एवढं थंड नव्हतं, पण भारतातून गेलेल्या माणसाला तरीही ते थंड वाटणं साहजिक होतं. पहिल्यांदाच विदेशात आल्यावर गीतला जणू स्वर्गात आल्यासारखं वाटलं. विशेषतः इंग्लंडच्या दक्षिण किनाऱ्यावर वसलेल्या सॅंडबॅंक्स, ह्या गावात कमालीचा सुकून होता, शांती होती, सुंदरता होती. रस्त्यावर गर्दी नाही, धूळ नाही, गाड्यांच्या हॉर्न्सचे आवाजही नाही.

श्री आणि गीत सॅंडबॅंक्सला पोहोचले, तेव्हा रात्र झाली होती. त्यांनी एका हॉटेलमध्ये चेक इन केलं होतं. गीत तिच्या रूममधे गेली. आत गेल्या गेल्या तिने सगळ्यात आधी बाल्कनीचा पडदा उघडला आणि काचेचं फ्रेंच डोरही उघडलं. दार उघडल्या उघडल्या गार वारा आत आला. गीतने तिचे हात पोटाभोवती गुंडाळले होते. वाऱ्याची झुळूक तिच्या केसांच्या बटा उडवत होती. गाल थंडीमुळे थोडे लाल झाले होते. समोरून समुद्राच्या लाटांचा, मंत्रमुग्ध करणारा आवाज येत होता. गीत तो आवाज ऐकून गालातल्या गालात हसली. तिला सी साईडची रूम मिळाली

होती, त्यामुळे ती जाम खुश झाली. थोड्यावेळाने ती रूममधे आली. बाल्कनीचं दार बंद केलं पण पडदा लावला नाही. तिला सकाळी सूर्य उगवल्या उगवल्या उठायचं होतं. तिला तो समुद्र सकाळी उठल्यावर, सगळ्यात आधी बघायचा होता.

सकाळच्या सूर्याची किरणं गीतच्या चेहऱ्यावर पडली. ती त्या बेडवर जाड दुलई अंगावर घेऊन झोपली होती. प्रवासाच्या थकव्यामुळे तिला रात्री लवकरच झोप लागली होती. जशी सूर्याची किरणं तिच्या चेहऱ्यावर पडली तिने अलगद डोळे उघडले. थोडी झोप उडाल्यावर बेडवरच उठून बसली. मग लगेच उठून उत्साहाने पुन्हा बाल्कनीत जाऊन उभी राहिली.

"वा!", समोरचं दृश्य बघून तिच्या तोंडून असे उद्गार आपोआप निघाले. समोर निळाशार समुद्र होता. तो समुद्र कमी आणि आकाशच जास्त वाटत होता, निरभ्र, स्वच्छ आकाश. किनाऱ्यावर चांदणं पडल्यासारखी पांढरी शुभ्र वाळू होती. गीतला थोडावेळ ती स्वप्न बघत आहे की काय?, असं वाटलं. ती भानावर आली, तेव्हा ती धावत आत गेली. ब्रश केला, चेहरा धुवून फ्रेश झाली. स्वतःच्या रूममधून बाहेर पडून लगेच श्रीच्या रूमकडे धावत सुटली. धाडधाड करून त्याच्या रूमचं दार वाजवू लागली. नंतर बेलच्या बटनकडे तिचं लक्ष गेलं. मग एकसारखी बेल तिने चार पाच वेळा वाजवली. श्रीने दार उघडलं. तो इतक्या झोपेत होता की, त्याचे डोळे सुद्धा उघडल्या जात नव्हते. डोळे चोळत तो जरा आळसावलेल्या आवाजात म्हणाला, "काय झालं यार?"

"चल लवकर. बीच वर जायचं आहे."

श्री तिच्याकडे दुर्लक्ष करत तिला तसंच दारातच उभं ठेऊन बेडकडे वळला आणि बेडवर जाऊन, तोंडावर दुलई घेऊन पडला.

गीतने त्याच्या तोंडावरची दुलई ओढली. त्याने ती पुन्हा तोंडावर खेचली आणि म्हणाला, "मला झोपायचं आहे."

"अरे, बाहेर बघ तरी. काय भारी नजारा आहे यार!"

तिने त्याच्या अंगावरची पूर्ण दुलई उचलली आणि तिच्या हातात घट्ट पकडून ठेवली.

"बाई, तू नक्की मनुष्यप्राणीच आहेस ना? जेट लॅग वगैरे काही होतो की नाही तुला."

"तू किती बोरिंग आहेस यार! आपण इतक्या सुंदर ठिकाणी आलो आहे आणि तू झोपतो आहेस?"

"झोपेसारखं सुंदर ह्या जगात दुसरं काहीही नाही. सब टेन्शनसे मुक्ती है ये."

"तिकडून आल्यावर झोप. आता चल."

शेवटी बिचारा श्री कसाबसा तयार होऊन बीचवर गेला, पण समोरचं दृश्य बघून त्याची झोप मोडल्याचं दुःख तो विसरला. वीक डे असल्यामुळे बीचवर खूप कमी लोकं होते. गीतने श्रीचा हात पकडला आणि धावत धावत त्या समुद्राच्या पाण्याकडे गेली. गुडघ्यापर्यंत त्या लाटा येईपर्यंत, ते दोघे त्या पाण्यात शिरले. पाणी खूप जास्त थंड होतं, अंगावर शहारे आणण्याइतकं. पण गीतने काहीही विचार न करता श्रीच्या अंगावर पाणी फेकण्यास सुरुवात केली. श्रीही कुठे थांबणार होता. त्यानेही तिला ओलं करण्यास सुरुवात केली. दोघांच्याही कायम आठवणीत राहील, अशी त्यांची ती इंग्लंडमधील पहिली सकाळ गेली.

आपल्या देशातील आणि इंग्लंडमधे राहणाऱ्या लोकांतील, गीतला सगळ्यात जास्त जाणवलेला फरक म्हणजे, इथे एखाद्या व्यक्तीच्या नजरेला नजर मिळाली, तर इथले लोकं मस्तपैकी स्माईल देतात, आपण त्यांना अनोळखी असलो तरीही. तसेच रस्त्याने चालत असताना कुणी मुलगी जात असेल तर इथले लोकं एखाद्या सभ्य पुरुषाप्रमाणे बाजूला होऊन, त्या मुलीला किंवा स्त्रीला जाण्यासाठी वाट मोकळी करून देतात.

पहिले काही दिवस, मजेत गेले. बाकी सर्व गोष्टी चांगल्या असल्या, तरीही गीतचा पहिले काही दिवस चांगलाच पोटमारा झाला. एकतर गीत प्युअर व्हेजिटेरियन होती, त्यामुळे तिला खाण्यात जास्त ऑप्शन्स मिळत नसत आणि दुसरं म्हणजे इंग्रजांचं जेवण खूपच मिळमिळीत आणि बेचव होतं. एक दोन वेळा इंडियन रेस्टॉरंटमधे जेवून बघितलं पण त्या जेवणाची चव भारतीय जेवणासारखी नव्हतीच. हॉटेलमधे मुक्कामी असल्यामुळे स्वतःचं जेवणही बनवता येत नव्हतं.

हॉटेलमधे रहायला असतानाच, श्री आणि गीत दोघांनीही स्वतःसाठी एक फ्लॅट शोधला. मग तिथे शिफ्टिंग वगैरे झालं. काही सामान सेन्सबरी ह्या सुपरमार्केट मधून, ते दोघे आणायचे तर जे तिथे

नाही मिळायचं ते बौर्नमाऊथ मधल्या एशियन शॉपमधून ते आणायचे. गीत आणि श्री दोघांनाही पोळ्या करता येत नव्हत्या, म्हणून ते एशियन शॉपमधून शानाचे फ्रोझन पराठे, चपात्या आणायचे. तिथे स्वयंपाक स्वतःचा स्वतःच करावा लागत असे. भाज्या आणि इतर पदार्थ ते दोघे युट्यूबवर बघून बघून बनवायला लागले. शनिवार रविवार असला की, कधी आजूबाजूला तर कधी लंडनला फिरायला ते जात असत. सॅंडबॅंक्समध्ये पायी चालून चालून आणि स्वतःची कामे स्वतःच करून करून गीतचे चार पाच किलो वजन तरी कमी झाले असेल. सुरुवातीला तिथल्या लोकांच्या शब्दांच्या वेगळ्या उच्चारणामुळे त्यांचं बोलणं समजावून घ्यायला वेळ लागत होता, पण मग त्या दोघांना त्याची हळूहळू सवय

झाली.

हॅलोवीनची रात्र होती. गीत आणि श्री, इंग्रजांची गम्मत पाहण्यासाठी संध्याकाळी घराबाहेर पडले. रस्त्यावर एकाहून एक वेगवेगळ्या पोशाखात लोक दिसत होते. स्त्री पुरुषांनी चेहऱ्यावरही भीतीदायक मेकअप केला होता. कुणी बाकी ड्रेस पूर्ण काळा आणि त्यावर स्केलेटनसारखे पांढऱ्या रंगाचे चित्र काढलेले कपडे घालून होतं, तर कुणी झोंबी बनून फिरत होतं, तर कुणी ड्रॅक्युला. एका पबमधे श्री आणि गीत शिरले आणि ड्रिंक्स पित बसले. सगळीकडे हॅलोवीनचा माहोल होता. निळी-जांभळी लाइटिंग लावलेली होती. मधे मधे डोळे-तोंड कोरलेले नारंगी भोपळे होते. कुणी कॅट वूमनसारखे तयार झाले होते तर कुणी चेटकीण, कुणी झोंबी तर कुणी स्पायडर मॅन. सगळीकडे उत्साहाचं वातावरण होतं.

गीत तिच्या केसांच्या बटा सावरत म्हणाली,

"झोंबी, कॅट वूमन, कॅप्टन अमेरिका. पण तो कोण आहे रे?

टेबलवरचा ग्लास हातात घेत श्री म्हणाला, "कोण? कुठे आहे?"

गीतने नजरेने त्या दिशेने खुणावलं, तेव्हा श्रीनेही तिकडे डोकावून बघितलं. तिथे एक मुलगा पायरेटसारखी त्रिकोणी टोपी घालून होता. त्याचे केस लांब, भुरकट आणि विखुरलेले होते. बहुधा तो विग होता. केसांत मण्यांच्या माळा लावलेल्या होत्या. मिशी आणि छोटी दाढी सुद्धा होती. त्या दाढीच्या दोन छोट्या वेण्या त्याने पाडलेल्या होत्या. अंगात मळकट पांढरा लांब आणि सैल बाह्यांचा शर्ट आणि त्यावर तपकिरी रंगाचं जॅकेट आणि पॅन्टही तपकिरी होती. एक मोठा बेल्ट कमरेला बांधलेला होता आणि हातात अल्कोहोलचे छोटे पॉकेट फ्लास्क होते.

त्याला बघून श्री गीतकडे वळून म्हणाला, "तो का? लांब केस आणि टोपीवाला ना?, तो कॅप्टन जॅक स्पॅरो, पायरेट्स ऑफ कॅरींबियन मधला. जाम भारी कॅरॅक्टर आहे ते!"

"लूक्स इंप्रेसिव! पण मला वाटतं तो गे आहे."

"आय डोन्ट थिंक सो. जॅक स्पॅरोची लकबचं तशी दाखविली आहे त्या पिक्चरमधे, कारण तो पूर्ण वेळ नशेत असतो म्हणून हा त्याच्यासारखेच हातवारे करत आहे. आणि नॉट नेसेसरी की, सगळे गे मुलींसारखे चालत असतील. ते पण नॉर्मल.."

गीत मधेच बोलली, "यस, लाईक यू. तू ही कुठे वाटतोस गे. आई शपथ, तू गे नसतास ना तो भगवान की कसम, मैं तुम्हे भगवानके लिए भी नहीं छोडती.."

गीत मोठमोठ्याने हसू लागली.

त्यावर श्री म्हणाला, "कंट्रोल, कामदेवी. कंट्रोल."

तेवढ्यात जॅक स्पॅरो गीतच्या मागच्या टेबलच्या खुर्चीवर येऊन बसला. गीत आणि जॅक स्पॅरो आता एकदम जवळ होते, पण त्यांचे चेहरे मात्र विरुद्ध दिशेने होते. जॅकचं गीतकडे अजिबात लक्ष नव्हतं. तो आपल्याच तोऱ्यात होता. त्याच्यासोबतच्या एका इंग्रजासोबत तो बोलत होता.

गीतच्या मनात मात्र लाडू फुटत होते. ती श्रीकडे थोडी झुकली आणि फूसफुसत म्हणाली, "आता बघ. मी कशी जादू चालवते त्याच्यावर."

नंतर ती सरळ झाली नि तिचे कुरळे लांब केस तिने हातात पकडून मागे अलगद झटकले. ते जॅकच्या खांद्यावर पडले. त्याने थोडी तिरपी नजर केली आणि दुसऱ्याच क्षणी ते केस त्याने दुसऱ्या हाताने झटकून तिचे तिला परत केले.

गालातल्या गालात हसत असताना, अचानक केस परत आलेले पाहून, गीतचा चेहरा पडला. तिला वाटलं होतं की, तिचे केस बघून जॅकला तिचा चेहरा बघावासा वाटेल. कदाचित तो बोलायलाही येईल पण झालं काहीतरी वेगळंच. समोर बसलेला श्री खाली मान करून हसू दाबत होता.

गीतने त्याला खुन्नस देत, तोंडातल्या तोंडात काहीतरी पुटपुटत, पुन्हा आपले केस जॅककडे फेकले. ह्यावेळी जॅक स्पॅरो थोडा वळला आणि गीतचे केस झटकत आणि जॅक स्पॅरोच्या लकबीत म्हणाला,

"हे लेडी, कीप युअर नूडल्स विथ यू. आय एम नॉट हंग्री."

हे ऐकल्याबरोबर गीतचा पारा चांगलाच चढला आणि श्री मात्र तोंडातून येणारा हसण्याचा आवाज दाबण्याचा प्रयत्न करत होता, पण काही केल्या त्याला ते जमत नव्हतं.

गीत त्याच्याकडे डोळे वटारून म्हणाली,

"ह्यात हसण्यासारखं काय आहे?"

श्री मुलीसारखे केस झटकण्याची एक्टिंग करत विनोदी आवाजात म्हणाला, "कौन है वो?, जिसने गीतके रेशमी बालोंको, आय मीन नूडल्सको दुबारा मुडके नही देखा? व्हू इज ही?"

पुन्हा श्री हसायला लागला.

"चूप बस शहाण्या. माझंच बरोबर होतं. तो गेच आहे वाटतं."

श्री त्या रात्री, तिथे त्या पबमधे अधूनमधून गीतची अशीच टांग खेचत राहिला नि हसत राहिला आणि गीत त्यावर चिडत राहिली.

गीतला इंग्लंडमधील लोकांची आणखी एक गोष्ट आवडायची. प्रेम दाखवण्यासाठी इथे भारतासारखी बंधनं नव्हती. पब्लिक प्लेसमधे सुध्दा, पार्टनर्स एकमेकांना किस करत होते. कुणाबद्दल तरी खुलेआम प्रेम दाखवणं,

किस करणं, मिठ्या मारणं ह्यावर खरंतर बंधन का असायला हवी? भारतात ऑटोवाले, गाडीवाले थोडा जरी धक्का लागला, तर खुलेआम रस्त्यावर भांडतात. पाण्यासाठी नळावर लाईन लावलेल्या बायका, तर कधी कधी एकमेकांच्या झिंज्या उपटेपर्यंत भांडतात. भांडण खुलेआम करू शकतो पण प्रेम नाही करू शकत, हे गीतला पटत नव्हतं. भारतात किस आणि हग तर सोडाच पण लहान सहान शहरात, मुलगा आणि मुलगी साधा हँडशेक जरी करताना दिसले, तरी बवाल होतो.

इंग्लंडचं ते रोमँटिक वातावरण बघून गीतला वाटायचं काश, आपणही रिलेशनशीपमधे असतो तर! एकापेक्षा एक हँडसम इंग्रज पुरुष आजूबाजूला वावरत होते. लांब नाक, लांब चेहरा, निळे डोळे असलेले, शरीराने फिट असलेले, वेल ट्रीम्मड दाढी आणि केस सेट केलेले. अंगावर कधी फॉर्मल ब्लेझर चढवलेले तर कधी नुसताच पांढरा शर्ट आणि ब्ल्यू जीन्स घातलेले. एवढे भारी पोरं बघून, तिला तिच्या होस्टेलमधल्या मैत्रिणींची आठवण यायची. सोबत असत्या सगळ्या तर काय कंमेंट्स मारल्या असत्या आम्ही सगळ्यांनी मिळून! असा विचार करून ती एकटीच हसायची. एक दोनदा तिने चोरून अश्या भारी पोरांचे फोटो मोबाईलमधे काढून, त्यांच्या ग्रुपवर पाठवले देखील. त्यावर सगळ्याच एकसे एक कंमेंट द्यायच्या जसं की,

"वाह! क्या माल है!",

"इसे पार्सल कर दे मेरे लिये..",

"इस का बॅक व्हिव नहीं है क्या?",

"यार, ये तो जॉन स्नो की तरह दिखता है, इसके साथ तो गेम ऑफ लव खेलनेका मन कर रहा है|" वगैरे वगैरे. त्यांची चॅट वाचून गीतचा चांगला टाईमपास व्हायचा. गीतला ह्यापैकी एखादा पटवावा असं वाटत होतं, पण एकदम त्यांच्याशी बोलण्याची तिची हिम्मत होत नव्हती.

हॅलोवीन नंतर गीत त्या पबमधे दर फ्रायडे नाईटला जाऊ लागली. श्रीला पबची विशेष आवड नव्हती पण कधी कधी तोही असायचा तिच्यासोबत. प्रत्येक फ्रायडे नाईटला तो जॅक स्पॅरोही तिथे असायचाच. त्या जॅक स्पॅरोच्या वेषभूषेपेक्षा, तो साध्या वेषात जास्त चांगला दिसायचा. तो सहसा काळ्या रंगाचे कपडे घालायचा, काळा शर्ट, काळी टीशर्ट आणि काळा लांब ओव्हरकोट. त्याची ऊंची खूप जास्त नव्हती, तर खूप कमीही नव्हती. बांधा सडपातळ होता. वर्ण लालसर गोरा होता. हाताची बोटं ही लांबसडक होती. डोळे निळसर आणि त्यात हिरव्या रंगाच्याही छटा होत्या. नाक एकदम राजस्थानी पुरुषांसारखं लांब आणि सरळ होतं. जॅक

स्पॅरोच्या वेशात तो खूप मॅच्युअर दिसत होता. नंतर कधी तो क्लीन शेव असायचा, तर कधी व्यवस्थित ट्रीम केलेली हलकीशी दाढी आणि मिश्याही त्याला असायच्या. त्या त्याच्या सौंदर्यात आणखी भर पाडायच्या. क्लीन शेव असला की, त्याचं खरं वय कळायचं. तो फार फार तर वीस वर्षांचा असावा. गीत त्याच्यापेक्षा वयाने मोठी दिसायची. इतर लोकांनी त्याला 'कबीर' अशी हाक मारताना गीतने ऐकलं आणि तेव्हा तिला त्याचं नाव कळलं होतं.

'ही कुरळ्या केसांची पोरगी दर वीकएंडला ह्या पबमधे सहसा एकटी ड्रिंक करत असते आणि तेही आपल्यावर लक्ष ठेऊन असते', हे कबीरच्याही नजरेतून सुटलं नव्हतं, फक्त ते तो दाखवत नव्हता.

त्याने हॅलोवीनच्या दिवशी गीतचा चांगलाच पोपट केला होता, त्यामुळे तो जेव्हा जेव्हा नजरेस पडला तेव्हा तेव्हा ती त्याच्याकडे इतक्या रागाने बघायची की, असं वाटायचं ती त्याला कच्चं खाणार आहे की काय? तो मात्र आपल्याच धुंदीत असायचा. पबमधे शिरल्या शिरल्याच तो आधी बारटेंडरसमोर जाऊन उभं राहायचा. त्याच्यासोबत इकडच्यातिकडच्या गोष्टी करायचा. मग बारटेंडर त्याला त्याची ड्रिंक द्यायचा. मग एखादी मुलगी त्याच्यासोबत येऊन बोलायची आणि बोलतच राहायची. तो तिकडे हसून मुलींबरोबर बोलायचा आणि इकडे गीत एखाद्या टेबलवर बसून तो जसजसा हसायचा, तसतसं चिडून वाकडंतिकडं तोंड करायची.

हे सगळं निहारताना, तिच्या एक लक्ष्यात आलं होतं की, त्याच्यासोबतची मुलगी दर पंधरा वीस दिवसांनी बदलते. दिसण्यावरून त्या सर्व मुलीही वेगवेगळ्या देशातल्या वाटायच्या, कुणी जपानी तर कुणी रशियन, कुणी लॅबॅनीज तर कुणी कोरियन वाटायची तर कुणी कृष्णवर्णीही असायची. कुणी एखाद्या बाहुलीसारखी गोड तर कुणी सेक्सी फिगर असलेली होती. कुणी हळूच लाजणारी तर कुणी बिनधास्त त्याचे मुके घ्यायची. पंधरा वीस दिवस एखाद्या मुलीसोबत तो हिंडला फिरला की, शेवटच्या दिवशी त्या मुलीच्या डोळ्यांत पाणी असायचं आणि कबीर तिचं सांत्वन करत असायचा. कधी हातात हात घेऊन, कधी तिची मान स्वतःच्या खांद्यावर ठेऊन, कधी अश्रू पुसून तर कधी गालावर किस करून. शेवटी ती मुलगी त्याला मिठी मारायची आणि निघून जायची. गीतच्या नजरेत तो एक खूप मोठा प्लेबॉय बनला होता.

एक दिवस कबीरची गर्लफ्रेंड काही कारणास्तव पबमधे आली नव्हती, म्हणून तो एकटाच ड्रिंक करत बसला होता. गीत तोंडासमोर मोबाईल धरून गेम खेळत असल्याचं दाखवत होती, पण अधूनमधून ती कबीरकडे चोरट्या नजरेनं बघत

होती. त्याने एक दोनदा त्याच्या हातातल्या घडाळ्यात वेळ बघितली आणि पेग वर पेग मारत बसला होता. गीतला ते बघून आनंद झाला. तिला वाटलं, "चला, ह्याचाही पोपट करणारं कुणीतरी ह्याला मिळालं म्हणजे.." आणि गालातल्या गालात हसली. पुन्हा समोर बघते तर तो त्याच्या जागेवर नव्हता. तो तिच्या उजव्या बाजूच्या टेबलला लागलेल्या खुर्चीवर बसला होता. गीत एकदम भांबावली.

"हे मिस." तो म्हणाला.

ती गडबडली पण तिने असं दाखवलं की, तिला काही ऐकूच आलं नाही.

"हॅलो, आय एम टॉकिंग विथ यू."

गीतने त्याच्याकडे बघितलं मग इकडे तिकडे बघण्याचं नाटक केलं आणि मग स्वतःकडे बोट दाखवून म्हणाली, "मी?"

"यस यू. इंडियन? डू यू अंडरस्टॅन्ड हिंदी?"

"यस." ती बळजबरी हसून बोलल्यासारखं बोलली.

"जानता हूँ, के मैं कुछ ज्यादा ही हँडसम हूँ और तुम्हे मुझे बार बार देखने का मन करता है, इट्स कंप्लिटली नॉर्मल, लेकीन इतना स्टॉक मत किया करो, मुझे नजर लग जायेगी |" असं म्हणून तो मिश्किलपणे हसत हसत तिथून निघून गेला.

"काय समजतो हा स्वतःला? अतिशहाणा कुठला? मूर्ख! इंडियट! नुसत्या पोरी फिरवतो. काम कधी करतो देव जाणे?" असं किती तरी वेळ गीत स्वतःच्या मनातच पुटपुटत बसली होती.

एकदा तर कहरच झाला, एक मुलगी त्या जॅक स्पॅरोला भेटून गेली नि ती जाते न जाते, तोच दुसरी त्याला भेटायला आली. गीतने ठरवलं ह्याचा आज भंडाफोड करायचाच, म्हणून ती योग्य वेळेची वाट बघत एका टेबलवर कॉकटेल पित आणि अधूनमधून त्यांच्याकडे लक्ष देत होती. जसा तिला कबीर वॉशरूमकडे जाताना दिसला, तशी ती दूर दूर पाय टाकत झपाझप, त्या मुलीच्या समोर पोहोचली. ती मुलगी उंच आणि शरीरावरून एखाद्या खेळाडूप्रमाणे वाटत होती. तिच्या स्लीवलेस टॉपमधून तिचे मजबूत दंड दिसत होते. तिच्या अंगावर बरेचसे टॅटू होते. तिच्या आधी आलेली त्यामानाने बुटकी होती. गीत दोघींमध्ये असलेल्या फरकाबद्दल विचार करू लागली. 'किती वेगवेगळ्या प्रकारच्या मुली फिरवतो हा, हलकट मेला पायरेट!', हा विचार ती मनातल्या मनात करू लागली.

तर ह्या उंच मुलीकडे बघण्यासाठी, गीतला मान उंच करून बघावं लागत होतं. ती मुलगी गीतकडे एकटक बघत होती. गीतने मनातले विचार थांबवले आणि वेळ न दवडता पटापट बोलू लागली,

"हाय, यू डोन्ट नो मी, बट आय नो दॅट मॅन विथ यू. ही इज अ प्लेबॉय. आय हॅव सीन हिम विथ मेनी गर्ल्स अँड टूडे अल्सो, जस्ट बिफोर युअर अर्रायव्हल ही वॉज विथ अदर गर्ल. बी अवेअर ऑफ हिम."

गीत आता त्या मुलीच्या उत्तराची वाट बघत उभी होती, तेवढ्यात कबीर मागून आला आणि तिरकस हसत म्हणाला,

"यस, शी इज राईट. बी अवेअर ऑफ मी!" आणि त्याने गीतकडे बघून डोळा मारला. त्याने मागून गीतची सगळी बडबड ऐकली होती.

त्या उंच मुलीने कबीरचा हात हाती घेतला आणि गीतकडे बघून म्हणाली, "आय नो एव्हरिथिंग डिअर. वी आर गोइंग टू ब्रेकअप नेक्स्ट वीक ऍज आय ऍम लीव्हींग धिस कंट्री." नंतर ती हसली आणि कबीर सोबत निघून जाऊ लागली. कबीरने चालता चालता थोडं मागे वळून बघितलं आणि पुन्हा एकदा गीतला डोळा मारला. गीतचा चेहरा रागाने लाल झाला. 'च्यायला, इथे एक पटवणे कठीण आणि हा एकाचवेळी दोन दोन फिरवतोय, तेही त्यांना सांगून. कसं शक्य आहे? काय जादू आहे ह्याच्याजवळ अशी?' असा विचार तिच्या मनात न जाणे कितीतरी दिवस येत राहिला.

6

परग्रहवासी

एके दिवशी, गीतला सुट्टी होती, म्हणून तिने बौर्नमाऊथला शॉपिंगसाठी जायचं ठरवलं. श्री ही आला असता, पण त्या दिवशी नेमकी फुटबॉलची मॅच होती, त्यामुळे तो तिच्यासोबत तिकडे गेला नव्हता. गीतने बस पकडली आणि अर्ध्या तासाच्या आत ती बौर्नमाऊथच्या हायस्ट्रीटला पोहोचली.

चार पाच दुकान हिंडल्यावर गीत थकली. तिने रस्त्यावर असलेल्या फिश अँड चिप्सच्या दुकानातून फक्त चिप्स घेतले, कारण ती शाकाहारी होती आणि रस्त्याच्या बाजूला असलेल्या बेंचवर जाऊन बसली आणि ते चिप्स खाऊ लागली. तेवढ्यात रस्त्याच्या एका कडेला, मॅक डोनाल्डजवळून आधी गिटारचे मनाला भिडणारे सूर ऐकू आले आणि लोकांनी ते सूर ऐकून त्या वाजवणाऱ्या कलाकाराभोवती गर्दी केली. नंतर गिटारसोबत त्या वाजवणाऱ्याच्या आवाज ऐकू येऊ लागला,

"शामे मलंग सी..रातें सुरंग सी..
बागी उड़ान पे ही ना जाने क्यूँ?
इलाही मेरा जी आये आये...
इलाही मेरा जी आये आये..."

त्या आवाजात जादू होती, त्याचा आवाज सुरेश वाडकर ह्यांच्यासारखा खुललेला, मोकळा नव्हता पण त्यात वेगळीच नशा होती, खराश होती, जरा जरा लकी अलीसारखी. त्याची गाण्याची पद्धत जरा वेस्टर्न होती. इंग्लंडमधे हिंदी गाणं ऐकू आलं, ह्याचं गीतला कुतूहल वाटलं. ते गाणं आणि तो जगावेगळा मदहोश करणारा आवाज ऐकून, गीतने तिचे उरलेले चिप्स त्याच डब्यात पॅक केले आणि लगेच त्या दिशेने चालू लागली. जमलेल्या गर्दीतून ती मार्ग काढू लागली,

फक्त त्या गाणाऱ्याचा चेहरा, गाताना त्याच्या चेहऱ्यावरचे भाव बघण्यासाठी. त्या गर्दीला मागे सारून, जशी ती थोडी समोर गेली, तसा तिच्या समोर होता, जॅक स्पॅरो उर्फ कबीर. गीतने कधी स्वप्नातही विचार नव्हता केला की, हा इतका मनमोहून टाकणारा आवाज ह्या जॅक स्पॅरोचा असेन. तो जसा समोर दिसला, तशी ती मागे फिरली आणि एका उंच माणसाच्या मागे जाऊन उभी राहिली.

ती अधूनमधून त्याची झलक बघत होती. एखादा पुरुष जेव्हा एखादी कला सादर करत असतो, जसं की गायन, वादन किंवा नृत्य किंवा अजून कलात्मक असं काही, तेव्हा त्याच्याकडे बघतंच राहावं, इतका आकर्षक तो दिसायला लागतो. त्याच्या सौंदर्यात ही एखादी कला सादर करताना, आणखीनच भर पडते, हे गीतला त्या दिवशी चांगलंच जाणवलं. कबीर चारचौघात उठून दिसणारा होताच, पण त्या दिवशी गातानाचं त्याचं रूप मोहून टाकणार होतं.

त्याचं गाणं संपलं आणि सगळ्या लोकांनी टाळ्या वाजवल्या, तेव्हा गीत भानावर आली. त्याच्या समोर ठेवलेल्या गिटारच्या कव्हरमधे, काही लोकांनी कॉइन्स टाकले. कबीर त्यांना 'थँक यू.' म्हणत होता. लोकांची गर्दी कमी कमी होऊ लागली, म्हणून गीतही तिथून दूर जाऊन उभी राहिली. दुरूनही तिची नजर मात्र कबीरवरच होती. 'काय चीज आहे हा कबीर? एकावेळी दोन पोरी काय घुमवतो, रस्त्यावर गाणी काय म्हणतो, नाव कबीर म्हणजे भारतीय वाटतं पण त्याच्या डोळ्यांच्या रंगावरून, दिसण्यावरून तसं वाटत नाही परत हिंदी गाणी म्हणतो, कोण आहे हा?' हे तिला आता काहीही करून जाणून घ्यायचं होतं.

कबीर त्याची गिटार वगैरे सगळं सामान आवरू लागला. त्याच्या कोटची बटणं त्याने बंद केली. गिटार पाठीवर टांगली आणि तिथून निघून जाऊ लागला. गीत थोडावेळ एकाच ठिकाणी त्याला जाताना बघत तशीच उभी होती. जेव्हा तो एका वळणावर वळला आणि नजरेआड झाला, तेव्हा गीतला काही सुचेनासे झाले. तिने मनातील सर्व विचार थांबवून, त्याचा पाठलाग करण्यासाठी घाई घाईने चालण्यास सुरुवात केली आणि नंतर धावायला लागली. त्या वळणावर पोहोचेपर्यंत, तिचा श्वास भरून आला होता. ती दमली होती पण तिची नजर कबीरला शोधत होती, पण तो काही दिसत नव्हता. तिने आजूबाजूला बघितलं तो नव्हता, म्हणून ती पुन्हा गडबडीने समोर जाऊ लागली. आणखी समोर धावू लागली पण तेवढ्यात थांबली. तिला काहीतरी भासल्यासारखं झालं म्हणून पुन्हा मागे फिरली. पुन्हा आजूबाजूच्या दुकानाच्या आत बघू लागली तर स्टारबक्सच्या काउंटरवर गिटार मागे लटकवलेला कबीर दिसला. त्याने तिथून कॉफी घेतली आणि पैसे देऊन बाहेर पडला. त्याला तिचा चेहरा दिसू नये म्हणून, गीत लगेच दुसऱ्या दिशेने फिरली.

जसा तो थोडा लांब गेला, गीत हळू हळू तो जिथे जिथे जात होता, तिकडे जाऊ लागली. पुढे तो एका बस स्टॉपवर थांबला.

कबीर दर शुक्रवारी, शनिवारी सॅन्डबॅंक्सच्याच पबमधे असायचा, म्हणजे नक्कीच तो तिथेच राहत असणार, असा अंदाज गीतने बांधला. सॅन्डबॅंक्सचं रिटर्न तिकीट तिच्याजवळ होतंच. तिने आधी कबीरला बसमधे चढू दिलं. तिच्या जॅकेटचं हूड तिने अश्याप्रकारे डोक्यावर घेतलं की, तिचा कमीत कमी चेहरा त्यातून दिसत होता. कबीर बसमधे बसला आणि थोड्यावेळाने गीतही मान खाली घालून बसमधे चढली. तिने चढल्या चढल्या ड्राईव्हरजवळ तिकीट स्कॅन केली. इंग्लंडच्या बसमधे कंडक्टर नसतो. तिकीट विकण्याचं, चेक करण्याचं, स्कॅन करण्याचं काम ड्राइव्हरलाच करावं लागतं, कारण तिथली लोकसंख्या भारतापेक्षा खूप कमी आहे. म्हणून ड्राइव्हरच्या बाजूनेच एन्ट्री असते आणि ड्राइव्हरच सेक्शन छोटं आणि पॅसेंजर्सला आत गेल्या गेल्या तिकीट काढता येईल असं असतं.

गीतने चोरट्या नजरेने बघितलं, तेव्हा तो सगळ्यात मागे बसून, खिडकीतून बाहेर बघताना दिसला, म्हणून ती सगळ्यात समोरच्या सीटवर बसली. दिव्यांग लोकांच्या स्पेशल ठेंगण्या सीट्सवर बसण्याचं तिने मुद्दाम टाळलं, कारण कुणी डिसेबल्ड किंवा म्हातारी व्यक्ती आली असती, तर तिला उठून मागे बसावं लागलं असतं. ती त्याच्या मागच्या सीटवर जाऊन बसली. बस सुरु झाली. दिवसभराच्या थकव्यामुळे तिला झोप येत होती, पण तिने झोप कशीबशी आवरली.

सॅन्डबॅंक्सचा बस स्टॉप आला आणि कबीर बसमधून उतरला. त्याच्या मागोमाग गीतही उतरली. कबीरने पायी पायीच चालायला सुरुवात केली. सॅंडबॅंक्स खूप सुंदर असं छोटं शहर, समुद्रकिनारा लाभलेलं. समोर स्वच्छ, निळाशार समुद्र आणि पांढरी शुभ्र वाळू असलेल्या समुद्र किनाऱ्याच्या सोबतीला घरांची रांगच रांग. सॅंडबॅंक्स जगातील सगळ्यात महागड्या रिअल इस्टेट प्रॉपर्टी असलेल्या शहरांमध्ये येतं. त्याला लाभलेला सुंदर किनारा, शांतता ह्यामुळे इथली घरं खूप महाग आहेत.

संध्याकाळचे आठ वाजल्यामुळे थोडा अंधार पडला होता, पण चंद्राचं चांदणं पडलं असल्यामुळे थोडाफार प्रकाश होता. कबीर चालतंच होता आणि त्याच्या मागे गीत, त्याला संशय होणार नाही इतक्या अंतरावरून. ते दोघे समुद्रकिनाऱ्यापासून बरेच लांब आले होते. तिथे काही जुनी घरं होती. मुख्य सॅन्डबॅंक्सचा परिसर आणि हा परिसर ह्यात जमीन आसमानचा फरक होता. हा परिसर जुनाट, उदास वाटत होता. सॅंडबॅंक्सच्या प्रमुख भागात घर भाड्याने घेणं कबीरला परवडण्यासारखं नव्हतं म्हणून तो त्या जुनाट भागात रहात होता.

एका अतिशय जुन्या घरासमोर, कबीर उभा राहिला आणि त्याने दाराचं लॉक उघडलं. गीत एका झाडामागे लपून होती. कबीर घरात शिरला नाही. उलट पुन्हा ज्या रस्त्याने घराकडे आला होता, त्याच रस्त्याने चालू लागला. मग गीत ज्या झाडामागे लपली होती त्या दिशेने येऊ लागला. गीतला धडकी भरली. 'आता काय करावं? ह्याला आपण जर दिसलो तर काय सांगावं?', हाच विचार ती करू लागली. तो झाडाजवळून गेला, पण झाडामागे आला नाही, हे बघून गीतचा जीव भांड्यात पडला. तिने सुटकेचा निःश्वास सोडला. तेवढ्यात मागून कुणीतरी तिच्या खांद्यावर हात ठेवला. गीत एकदम दचकली, घाबरली आणि किंचाळली देखील. तिने मागे वळून बघितले तर तो हात कबीरचा होता.

कबीर जसं काही झालंच नाही ह्या पद्धतीने म्हणाला, "अब यहाँ तक पिछा करते करते आ ही गई हो, तो कॉफी पीके जाओ| इट्स टू कोल्ड टुडे.", असं म्हणत तो वळून त्याच्या घराकडे जाऊ लागला. गीतला अनेक प्रश्न मनात सतावत होते, जसं की ह्याला आपण कसं दिसलो असेल आणि केव्हापासून? ह्याने का आपल्याला इथपर्यंत पाठलाग करू दिला? वगैरे वगैरे. तेवढ्या वेळात कबीर त्याच्या घराच्या दारापर्यंत पोहोचला होता. त्याने मागे वळून पाहिले आणि त्याचं तसं बघणं बघून, गीत त्या दाराच्या दिशेने चालू लागली. जसा तो आत शिरला, तसंच गीतने तिच्या बोटातील सोन्याची अंगठी तिच्या बॅगमधे टाकली. 'वॉलेटमधे किती पैसे आहेस? जास्त नसावेत.' हाही विचार तिच्या मनात डोकावला.

कबीरचं घर बाहेरच्यापेक्षाही, आतून जुनाट वाटत होतं. खालचं कार्पेट, सोफा सगळं मळकट आणि जुनं होतं. भिंतीना ओलावा वाटत होता. त्या घरात खूप जास्त गारवा वाटत होता. बहुतेक हिटिंगसाठी वापरले जाणारे रेडियेटर, एकतर आऊटडेटेड झाले होते किंवा बंद पडले होते. हयाउलट श्री आणि गीत ज्या घरात राहत होते, ते घर चांगल्या नवीन परिसरात, नवीन बिल्डिंगमधे, सगळ्या सोयी असलेलं होतं. ह्या कबीरच्या घरात मात्र कुबट, जुनाट वास येत होता, थंडी वाजत होती.

गीत त्या जुनाट सोफ्यावर अवघडल्यासारखी बसली. 'जर हा कबीर कुणी क्रिमीनल, चोर वगैरे निघाला तर काय करायचं? बॅगमधला पेपर स्प्रे ह्याच्या तोंडावर मारायचा की कोणती आजूबाजूची वस्तू ह्याच्या डोक्यात मारायची?', असले विचार ती मनातल्या मनात करत असताना, तिच्या चेहऱ्यावर तिची भीती स्पष्ट दिसत होती.

कबीरला तिचा तो घाबरलेला चेहरा बघून हसू येत होतं, पण त्याने ते दाबलं. त्याने किचनमधे, ब्लॅक कॉफी बनवायला ठेवली होती. ते ओपन किचन होतं आणि लिव्हिंग रूममधून त्या किचनमधलं सगळं दिसत होतं. कबीर किचनमधे गेला. गीत मुद्दाम कबीर काय करतोय?, त्याकडे निरखून पाहत होती. तो त्या कॉफीत काही मिळवतोय का?, ते ती बघत होती. त्याने इलेक्ट्रिक केटलमधे पाणी भरलं आणि ते केटल सुरु केलं. त्यात पाणी गरम होईपर्यंत, त्याने दोन मोठ्या कपांमध्ये कॉफी आणि थोडी साखर टाकली. त्यात थोडं पाणी टाकून ती कॉफी चमच्याने फेटण्यास सुरुवात केली. शेवटी केटलमधलं, गरम पाणी त्यात ओतलं. कॉफीचे दोन कप घेऊन, तो लिव्हिंग रूममधे आला.

कबीरने समोरच्या टेबलवर ते दोन्हीही कप ठेवले. त्याने ते कॉफीचे कप समोर ठेवताच गीतने घाईघाईने त्याच्या बाजूचा कप मुद्दाम स्वतःच्या हातात घेतला जेणेकरून जर कबीरने त्यात काही मिळवलं असेल तर ते तिला प्यावं लागणार नाही. हे ही कबीरच्या नजरेतून सुटलं नाही. नंतर गीत त्या कॉफीकडे बघत होती. 'काय ह्या इंग्रजांची कॉफी असते! भस्काभर पाणी आणि दुधाचा पत्ता नाही. भरमसाठ कॉफी टाकलेली आणि चिमूटभर साखर असलेली, कडू कडू!' असं मनातल्या मनात स्वतःशीच ती बोलली. कबीर एका खुर्चीत बसला. कबीरने दुसरा कप उचलला आणि कॉफीचा एक घोट घेतला, तेव्हा गीतचा जीव भांड्यात पडला. पुढे कबीर म्हणाला, "सो, व्हाय आर यू फॉल्लोविंग मी फ्रॉम बौर्नमाऊथ?"

"अरे देवा! म्हणजे ह्याचं लक्ष कधीपासून होतं माझ्याकडे?" असा विचार तिच्या डोक्यात आला आणि तिने त्याला गांगरून विचारले, "तुम्हे कब पता चला की मैं.. की मैं.."

त्यावर तो थोडं हसला. तो हसला तेव्हा, गीतची नजर, त्याच्या दोन्हीही गालांवर पडलेल्या खळ्यांवर खिळली. त्या खळ्यांमुळे काय कमालीचा आकर्षक दिसत होता तो ! तो पुन्हा बोलायला लागल्यावर गीतचं लक्ष त्याच्या खळ्यांवरून हटलं.

तिच्याकडे बघत तो म्हणाला, "वो इम्पॉर्टन्ट नहीं है| तुम ये बताओ तुम क्यूँ मेरा पिछा कर रही थी?"

"मुझे.. मुझे.."

"क्या?"

"मुझे तुम अजीब लगते हो | तुम दिखनेमें इंडियन नहीं लगते, पर तुम्हारा नाम कबीर है| हर पंधरा दिनमें तुम किसी नई लडकी के साथ होते हो और उस दिन तो एक साथ दो दो लडकियों के साथ| ऐसे कौन करता है? और उपरसे हिंदी

गाने गाते हो| तुम क्या हो? कौन हो तुम?, ये जानना चाहती हूँ मैं, इसलिये पिछा कर रही थी |"

"मै बताता हूँ सब, लेकीन तुम्हे एक वॉर्निंग दे देता हूँ पहले ही.. मैं व्हिस्कीकी बॉटलकी तरह हूँ| मैं वॉर्निंगके साथ आता हूँ| बादमें मत कहना बताया नहीं|"

"और क्या है ये वॉर्निंग?"

"देअर आर हाय चान्सेस ऑफ फॉलिंग इन लव विथ मी आफ्टर यू नो, मेरे बारेमें जानने के बाद| मेरी लत जल्दी लग जाती है और मेरा एडिक्शन दिल के लिये हानिकारक है | सो बी अवेयर!"

गीत त्यावर तिरकस हसली नि डोळे विस्फारून म्हणाली,

"इतना कॉन्फिडन्स लाते कहाँसे हो?"

"इन बिल्ट है, अंदरसे आ जाता है अपने आप| इट्स नॅचरल." तो डोळे मिचकावत हसून म्हणाला. "डोन्ट फॉल इन लव विथ मी." पुढे कबीर म्हणाला.

"क्यूँ?"

"यू विल एन्ड अप हर्टींग युअरसेल्फ."

"और तुम नहीं होगे हर्ट, अगर तुम्हे मुझसे प्यार हो गया तो?"

"मुझे कोई भी हर्ट नहीं कर सकता| आय एम डिफरंट."

"हाँ, वो तो है भूत हो तुम| भुतों को कुछ नहीं होता|"

ह्यावर कबीर थोडी मान खाली घालून हसला. नंतर""तो पूछो क्या पूछना है?"

त्यावर लगबगीने गीतने विचारलं, "तुम कहाँसे हो? कौनसी कन्ट्रीसे आये हो?"

"पता नहीं, लेकिन मैं युकेका सिटीझन हूँ|"

हे उत्तर ऐकून गीत काहीशी निराश झाली आणि लगेच म्हणाली, "हे कसं काय शक्य आहे? काही तर माहिती असेल ना."

हे शब्द ऐकून कबीरला काही कळेनासे झाले, "ये क्या बोल रही हो?"

तेवढ्यात गीतने स्वतःच्या डोक्यावर हात मारला नि म्हणाली, "सॉरी, मराठी मेरी मदरटंग है, इसलिये कभी कभी मैं.. वो छोडो. ये बताओ, तुम हिंदी कैसे बोल लेते हो?"

"मैं साउथॉलमें पला बडा हूँ| तुम्हे तो पताही होगा, उसको युकेका मिनी इंडिया बोलते है| बचपनमें ज्यादातर दोस्त इंडियन, पाकिस्तानी या फिर नेपाली थे | तो उनके साथ रहते रहते सिख गया|"

गीतने त्याला त्याच्या आई वडिलांविषयी विचारलं, तर तो त्यावरही, "आय डोन्ट नो.", असंच काहीतरी उत्तरला. हे ऐकून गीत त्याला हसत म्हणाली, "अरे यार, फिर तुम कहाँसे आये हो? आसमानसे टपके थे क्या? परग्रहवासी हो क्या?"

"पर..पर.. क्या बोला तुमने?" परग्रहवासी हा शब्द त्याला उच्चारता येत नव्हता.

"अरे, परग्रहवासी मतलब एलियन|"

"ओके, ऐसा ही कुछ समझ लो| कभी कभी मुझे भी ऐसाही लगता है|"

गीतने हसू आवरलं. तिच्या ह्या प्रश्नाने कबीरही बिथरला नाही. त्याने तो जो काही होता, आहे हे सगळं जसंच्या तसं स्वीकारलं होतं. जे आपल्या हातात नाही, अश्या गोष्टींबद्दल विचार करणं, त्याचा पाठपुरावा करणं, हे त्याच्या स्वभावातच नव्हतं. त्याच्यासाठी फक्त जगणं महत्वाचं होतं. तो मस्तमौला होता, आयुष्याच्या प्रवाहासोबत वाहत जाणारा होता.

"तो आज के बाद, मैं तुम्हे एलियनही बुलाऊंगी| अच्छा, डू यू बिलीव्ह इन गॉड? रिलीजन कौनसा है तुम्हारा?" गीतने कुतूहलतेने विचारले.

"मैं अपने आपको किसी देश का, किसी रिलीजन का नहीं मानता| लेकिन मुझे लगता है की, ये दुनिया किसी पॉवर के बिना नहीं चल सकती | तो भगवान को तो मानता हूँ लेकिन मैने मेरे भगवान को कोई नाम नहीं दे के रखा है, औरों की तरह | वो मेरे यहाँ बसते है|" त्याने त्याच्या डाव्या बाजूने, हृदयाच्या जागेवर, आपल्या उजव्या हाताचे बोट बदामच्या आकारासारखे फिरविले.

गीत त्याचं बोलणं ऐकून ऐकून, मनोमन अजून अजून त्याच्यापासून प्रभावित होत होती. शेवटी तिने त्याला, 'तो काय काम करतो आणि त्याला इतक्या गर्लफ्रेंड्स का आहेत?', असंही विचारलं.

"मैं आझाद रहना चाहता हूँ| तुमने कभी ये सोचा है, जब हम इंसान सिव्हिलाईज्ड नहीं हुआ करते थे, जंगलोंमें रहा करते थे, तब क्या हम ऐसे ही नाईन टू फाइव्ह जॉब या फिर शादी, घर इन सबमें फसें रहते होगे क्या? नहीं ना.. फिर भी हम लोग जिंदा थे| मैं जीने के लिए कमाता हूँ, कमाने के लिए नहीं जिता| उसी तरह मुझे नहीं लगता की, प्यार भी किसी एकसे ही होता है| प्यार लिमिटलेस है, किसीसे भी, कभीभी हो सकता है| मैं आझाद रहना चाहता हूँ, इस जिंदगी की रेससे, जो बाकी लोग दौड रहें है और मैं आझाद रहना चाहता हूँ, इस जिंदगी जीने के पॅटर्नसे भी| पहले पढाई करो, फिर नोकरी, फिर शादी वगेरा, वगेरा... मैं इस पॅटर्नपे चलनेवाली, रोबोट की तरह जिंदगी जी रहे लोगोंकी दुनियाके बीच में एक अपना खुदका जंगल बनाना चाहता हूँ | इसलिये मैं उतना ही कमाता हूँ, जितना जिने के लिए जरुरी है|"

पुढे त्याने तो असेच काही तासांमध्ये संपणारे जॉब्स करतो असं सांगितलं. कधी मॅक डोनाल्डमधे तर कधी एस्डा सारख्या सुपरमार्केटमधे काम करतो असं

सांगितलं. उरले सुरले पैसे रस्त्यावर गिटार वाजवून तो कमावत होता. गाणं तो आवड म्हणून गायचा. त्याच्या मोबदल्यात त्याला एखाद्या दिवशी पैसे नाहीही मिळाले, तरीही त्याला त्याचं काहीच वाटत नव्हतं. त्याला त्यातून आनंद मिळत होता आणि तो आनंद त्याच्यासाठी जास्त महत्वाचा होता. एवढंच काय त्याच्याजवळ मोबाईल वगैरे ह्या गोष्टीही नव्हत्या. फक्त अँड्रॉइड टीव्ही होता आणि ब्रॉडबँड कनेक्शन होतं. तेही त्याला गायला आवडायचं म्हणून तो युट्यूबवर गाणी ऐकण्यासाठी वापरायचा.

गीतला ह्या जगात, विशेषतः इंग्लंडसारख्या प्रगत देशात, असंही कुणी जगत असेल, ह्या गोष्टीवर अजूनही विश्वास बसत नव्हता, पण जिवंत उदाहरण तिच्यासमोर होतं.

ती थोड्यावेळाने म्हणाली, “क्या बात है यार! ऐसे लग रहा है, किसी फिल्म के हिरो की स्टोरी और डायलॉग सून रही हूँ| तुमपे तो कोई फिल्म बननी चाहिए|”

कबीर त्यावर नुसताच हसला नि म्हणाला, “कॉफी ठंडी हो गई होगी तुम्हारी| मैं गरम करके लाता हूँ फिरसे..”

“ऍकच्युअली, रहने दो | ठंडी चलेगी लेकिन ये काफी कडवी है|”

“अरे यार, तुम इंडियन्स भी ना कभी नहीं सुधरोगे|” असं मान हलवत तो म्हणाला आणि उठून किचनमधे गेला. त्याने किचनमधून साखरेचा डबा आणला आणि एक चमचा साखर टाकली. गीतने ती साखर कॉफीत मिक्स केली आणि प्यायली. साखर टाकल्यावरही, तिच्या चेहऱ्यावर कॉफीचा कडूपणा उमटला. तिच्या चेहऱ्यावरचे भाव बघून कबीरने तिच्यासमोर साखरेचा डबा ठेवला. गीतने चांगले भरभरून तीन चमचे साखर त्या मोठ्या कपभर कॉफीत टाकली आणि प्यायला लागली.

कबीर कपाळावर हात मारत म्हणाला, “ऐसा करो, थोडा फुल फॅट मिल्क, आईस ये सब भी लाके देता हूँ | फिर मजेसे कोल्ड कॉफी पी लेना |"

त्यावर गीत हसून म्हणाली, “येह! होगा तो दे दो प्लीज.”

कबीरही त्यावर हसायला लागला. नंतर तिच्या गोंडस, निरागस चेहऱ्याकडे बघण्याचं, कबीर टाळण्याचा प्रयत्न करत होता, पण त्याला ते जमतंच नव्हतं.

पुन्हा कबीर आणि गीत वीकएंडला पबमधे एकमेकांना दिसू लागले, पण त्या रात्रीपासून त्या दोघांचाही एकमेकांकडे बघण्याचा दृष्टिकोन बदलला होता. कबीरला गीत आवडायला लागली होती आणि गीतला कबीर. कबीरच नुकतंच ब्रेकअप झालं होतं, तरीही तो स्वतःला गीतपासून लांब ठेवण्याचा प्रयत्न करत होता, कारण ती एक भारतीय मुलगी होती आणि त्याने जे काही आजूबाजूला

ऐकलं होतं, सिनेमांमध्ये बघितलं होतं, त्यावरून भारतीय मुली ह्या नात्याच्या, प्रेमाच्या बाबतीत खूप भावनिक, हळव्या आणि गंभीर असतात असं त्याला वाटत होतं. ते खरंही होतं. त्याला हे सगळं नको होतं. तरीही दर वीकएंडला पबमधे जाण्यापासून तो स्वतःला अडवू शकत नव्हता.

दोघेही तासनतास गप्पा मारायचे. गीतलाही कबीरची पसंती त्याच्या नजरेतून, वागण्यातून दिसत होती, पण तो पुढाकारच घेत नव्हता. गीत त्याच्यासमोर जमेल तितक्या अदा दाखवत होती, नटत होती, मुरडत होती पण सगळं व्यर्थ होतं. कधी कधी तिला प्रश्नही पडायचा, काय आहे ह्याच्यात असं? की मी इतके प्रयत्न करतेय ह्याला इम्प्रेस करायला?, पण उत्तर सापडत नव्हतं. बसं आवडला होता तर आवडला होता, मनात भिडला होता तर भिडला होता.

एके रात्री, कबीर पबमधून, गीतचा निरोप घेऊन, घरी जाण्यासाठी बाहेर पडला. गीतही त्याच्या मागोमाग पबच्या बाहेर आली. बाहेर अंधार पडला होता आणि थंडीही चांगलीच वाढली होती. बोलण्यासाठी तोंड उघडल्या उघडल्या तोंडातून थंडीची वाफ निघत होती. थंडीमुळे लोकांचे गाल, नाक लालसर झालेले दिसत होते. गीतने डोक्यावर लोकरीची टोपी, मानेभोवती स्कार्फ गुंडाळला होता. अंगात एक लाल रंगाचं जाडसर जॅकेट घातलं होतं आणि जीन्स पॅन्ट घातलेली होती. कबीरला हाक मारून, गीतने त्याला थांबवलं आणि त्याच्या अगदी जवळ जाऊन, सरळंच प्रश्न केला, "व्हू ऍम आय टू यू?"

आधी कबीरला ह्यावर काय बोलावं ते सुचलंच नाही, पण प्रसंगावधान साधून, त्यानेही तोच प्रश्न तिला तसाच विचारला, "व्हू ऍम आय टू यू?"

गीत काहीशी चिडली आणि तिने विचारलं, "हम आपके है कौन?"

कबीरही हसत परत तेच म्हणाला, "हम आपके है कौन?"

गीत चांगलीच चिडली होती, पण ती तशीच उभी होती. ती काहीच बोलत नाही आहे, हे बघून, कबीरने त्याचा उजवा हात हलवून, तिला बाय केले आणि तो निघून जाऊ लागला. तेवढ्यात मागून गीत घाईघाईने पुन्हा त्याच्यासमोर गेली. तिचा उजवा हात आणि त्याची दोन बोटं समोर करून "फ्रीज!", असं म्हणाली. कबीरला तिच्या बालिशपणावर हसू येत होतं पण गीत पुन्हा "फ्रीज!" म्हणाली, तेव्हा कबीर जसा बाजूला बघून हसत होता तसाच उभा राहिला. तो अजिबात हलत नव्हता.

गीत त्याच्या अगदी जवळ गेली. तिने तिचे पाय, तळपायाच्या समोरच्या बोटांवर उंचावले आणि तिच्या टाचा हवेत गेल्या. नंतर तिने त्याच्या खांद्याभोवती स्वतःचे हात गुंडाळले. त्याच्या डोळ्यांत एकटक बघत राहिली. काही क्षणांत, त्याच्या थंडीमुळे गार पडलेल्या गालावर, स्वतःचे मऊ ओठ ठेवले.

पुन्हा दुसऱ्या गालावर तेच मखमली ओठ नंतर हनुवटीवरही. तो अलगद हसला, तेव्हा त्याच्या दोन्हीही गालांवर उमटलेल्या खळ्यांवरही, तिने किस केले. शेवटी त्याच्या डोळ्यांत तिने पुन्हा एकदा बघितले नि त्याच्या ओठांवर स्वतःचे ओठ टेकवले, तेव्हा तिचे डोळे आपोआप मिटल्या गेले.

तिथेच रस्त्याच्या कडेने असलेल्या बेंचवर बसलेल्या एका म्हाताऱ्या बाईने मोठ्याने, "वाव ! सो क्युट!" असं कौतुकाने जेव्हा म्हटलं, तेव्हा गीतने डोळे उघडले. गीत त्या बाईकडे बघून हसली आणि त्या बाईने गीतला हसून थम्प्स अप केलं. गीत नंतर मग कबीरला तसंच उभं ठेवून, वळून निघून जाऊ लागली. तेव्हा त्याच पोझमधे उभा असलेला कबीर मागून म्हणाला, "अरे रिलीझ तो बोलके जाओ|"

गीत गालातल्या गालात हसली आणि मागे वळून न बघता, एका हाताची दोन बोटे वर करून म्हणाली, "रिलीझ!".

पुढचे काही आठवडे, गीतने फक्त नि फक्त कबीरबद्दल बोलण्यात घालवले. अर्थातच ऐकणारा होता श्री. कबीर कसा जगावेगळा आहे, तो कसा जगतो, तो मोबाईल सुध्दा वापरत नाही, मी त्याला आधी वाईट समजलं होतं, पण तो तसा नाही, फक्त तो इतरांपेक्षा वेगळं आयुष्य जगतो, वगैरे वगैरे.

श्री गीतला त्याच्यापासून सावध रहा, दूर रहा असे सल्ले देत होता, पण ती काहीच ऐकण्यासाठी तयार नव्हती. तिचं आयुष्य कबीरमय झालं होतं. इतके दिवस वाट पहिल्यानंतर शेवटी ते दोघे डेट करत होते. पण डेटिंग सुरु करण्याआधी कबीरने गीतला सगळ्या गोष्टी स्पष्टपणे सांगितल्या होत्या जसं की, ह्या रिलेशनशिपमधे जास्त गंभीर व्हायचं नाही, ती भारतात चार महिन्यांनी परतली की हे नातंही त्याच दिवशी संपेल, नंतर कधीच एकमेकांना संपर्क करायचा नाही. त्यावर गीत एक हात तिच्या डाव्या बाजूला, जिथे हृदय असतं तिथे ठेवून शपथ घेतल्याप्रमाणे म्हणाली, "मैं गीत अ नॉर्मल ह्युमन बिईंग, कबीर दि एलियन से, अपने पुरे होशोहवासमें ये वादा करती हूँ की जैसे ही मैं इंग्लंडसे चली जाऊंगी वैसे ही इस रिलेशनशिप की व्हॅलिडिटी खतम हो जायेगी और मैं इसे फिरसे रिचार्ज करके सबस्क्राइब करने की कोशिश नही करुंगी| आय प्रॉमिस यू, व्हाट हॅपन्स इन इंग्लंड..स्टेझ इन इंग्लंड.. पक्का प्रॉमिस!"

त्यावर कबीर गोड हसला. नंतर गीतने ही त्याच्यासमोर एक अट ठेवली, "लेकिन आय डोन्ट वॉन्ट टु शेअर धिस सबस्क्रिप्शन विथ एनीवन एल्स. सो जब तक मैं इंग्लंड मे हूँ तब तक तुम किसी और लडकी के साथ रिलेशनशिप नही रखोगे|"

त्यावर कबीर खोडकरपणे म्हणाला, "ओके मॅडम, थँक यू अँड काँग्रॅच्युलेशन फॉर सक्सेसफुली सबस्क्राईबिंग धिस रिलेशनशिप. टू एन्जॉय युअर सबस्क्रिप्शन प्लीज प्रेस माय लिप्स विथ युअर लिप्स."

गीत गालातल्या गालात हसून त्याच्याकडे थोडी झुकली आणि गीतने तिचे ओठ कबीरच्या ओठांवर ठेवले.

कबीर आणि गीत सहसा, कबीरच्याच घरी भेटायचे. कबीरने आजपर्यंत कधीही भारतीय मुलीला डेट केले नव्हते, गीत पहिलीच होती. गीतचे केस लांब आणि कुरळे होते. डोळ्यांत मस्ती होती, नाक कोरियन मुलीसारखे चपटे होते आणि गाल गोबरे म्हणून चेहऱ्यावरून ती प्रचंड क्युट दिसायची, निरागस दिसायची, एखाद्या लहान मुलीसारखी, पण जेव्हा पहिल्यांदा कबीरने तिला पूर्ण बघितली, तिच्या शरीरावरून त्याची नजरच हटेना.

कबीर आणि गीत त्याच्या घरच्या सोफ्यावर बसलेले होते. त्याच्या घरात बऱ्यापैकी अंधार होता. फक्त साईड टेबलावरच्या, एका लॅम्पचा भुरकट प्रकाश तेवढा येत होता. त्या दोघांचे डोळे बंद आणि ओठांवर ओठ आणि त्यांची अलगद, हळुवार हालचाल सुरु होती. कबीर तिचा खालचा ओठ त्याच्या ओठांत कधी पकडायचा आणि मग वरचा ओठ, पुन्हा खालचा असं तो त्याच्या ओठांनी कितीतरी वेळ तो तिला छेडत होता. अगदी श्वास घेण्यासाठीही ते दोघेही थांबायला तयार नव्हते. ते किस कधी संपूच नये असं गीतला वाटत होतं. गीतने लावलेला लीपबाम हळूहळू कबीरच्या ओठांवरही लागत होता. नंतर जिभेला जीभ लागली, दोघांच्याही श्वासांची गती वाढली.

गीतचा एक हात कबीरच्या केसांतून फिरत होता, तर दुसरा तिने त्याच्या शर्टच्या आत घालून त्याच्या पाठीवरून फिरवण्यास सुरुवात केली. कबीर आणखी तिच्याकडे झुकला. त्याने तिच्या शर्टची बटणं, एक एक करून उघडण्यास सुरुवात केली. पुढे सगळं अगदी सहज घडत गेलं.

गीतच्या सुडौल शरीराने कबीरला वेड लावलं. त्याने अलगद तिचा स्कर्ट वर सरकवला आणि तिच्या मांसल मांड्यावरून त्याने हात फिरवला. तिच्या मांड्याना त्याने स्पर्श केला, तेव्हा त्याला तिच्या अंगावरचे शहारे जाणवले. तिला तो स्पर्श हवाहवासाही वाटत होता आणि सहनही होतं नव्हता. त्या त्याच्या स्पर्शाने तिचा नुसता छळ मांडला होता. ती तडफडत होती. तिने तिच्या हाताने, त्याचा मांड्यांवर फिरणारा तो हात घट्ट पकडून ठेवला. तेव्हा त्याने दुसऱ्या हाताने तिचा हात पकडून, त्याचा हात सोडवून घेतला आणि तिचे दोन्हीही हात तिच्या डोक्याच्या वर एका हाताने घट्ट पकडून ठेवले. पुन्हा त्याने तिच्या

मांड्याना अलगद स्पर्श केला, तेव्हा गीतने पाय हलवण्यास सुरुवात केली. तिच्या मांड्या दाबताना कबीर आणखीनच उत्तेजित होत गेला.

तिच्या चेहऱ्यावर कमालीची निरागसता आणि शरीरात अविश्वसनीय अशी सेक्स अपील होती. तिचा वर्ण गव्हाळ होता आणि तिच्या कांतीत एक वेगळंच तेज होतं. इंग्लिश मुली जरी शरीराने हिच्यापेक्षा बारीक होत्या पण त्यांची नुसती हाडं त्याला दिसायची, रुतायची. गीतच्या शरीराचा आकार एखाद्या सॅण्डग्लास क्लॉकसारखा होता. त्यांचा गोरा रंग गीतच्या गव्हाळ रंगाच्या तुलनेत, त्याला आता निर्जीव वाटायला लागला होता.

कबीरला तिच्याबद्दल प्रचंड ओढ वाटायची आणि ही ओढ फक्त शारीरिक नव्हती, ती ओढ भावनिकही होती. साध्या साध्या गोष्टीतून तिला होणारा आनंद, एखाद्या गोष्टीवर दिलखुलासपणे हसत राहणं, तिचं रुसणं, काहीतरी चविष्ट दिसलं की तिचं ओठांवरून जीभ फिरवणं, हे सगळंच त्याला भावलं होतं. कबीर अधूनमधून स्वतःला आवर घालण्यासाठी, मुद्दाम वेळ असला तरीही तिला भेटायचं टाळायचा, जाणूनबुजून. त्याला तिच्यात जास्त गुंतायचं नव्हतं आणि तिलाही त्याच्यात गुंतू द्यायचं नव्हतं.

गीतला तर कबीरची प्रत्येक गोष्ट जगावेगळी वाटायची आणि ह्या वेगळेपणामुळेच तिला दरवेळी त्याच्यावर नव्याने प्रेम जडल्यासारखं वाटायचं. इतर मुलं, मुलींना प्रभावित करण्यासाठी त्यांना महागीच्या भेटवस्तू, महागीच्या रेस्टॉरंटमधे जेवण, असलं काय काय करतात, पण कबीरचं सगळं सरळ आणि साधं होतं. कदाचित त्याचा हा साधेपणाच तिच्यावर प्रभाव टाकत होता. त्याने त्याची कमाई आधीच गीतला सांगितली होती, जी गीतच्या तुलनेत खूप कमी होती. कबीर सामान्य, साधं जगण्यातच खुश होता.

कधी कधी गीत गमतीत म्हणायची, "सिर्फ बातोंसे ही पेट नहीं भरता, कभी कभी कुछ खिलाया भी करो |"

"तुम्हारे पास पैसे है और मेरे पास बातें, और क्या चाहिए जिंदगीमें?", असं म्हणून तो अजून कुठलातरी किस्सा सांगत बसायचा.

एक दिवस मात्र त्याने स्वतःहून गीतला पार्टी देतो, असं म्हटलं. गीत फक्त शाकाहारी जेवायची. त्यातही तिला बाहेरही खायचं असलं, तरीही सहसा इंडियन रेस्टॉरंटमधेच जेवायची आणि इंग्लंडमधे इंडियन रेस्टॉरंट्स बऱ्यापैकी महाग असतात. टॉवरपार्कला नवीन इंडियन रेस्टॉरंट सुरु झालं होतं. 'ताज' असं त्याचं नाव होतं. ते दोघेही तिथे गेले, तेव्हा गीत ते रेस्टॉरंट बघून एकदम खुश झाली.

पहिल्यांदा तिने इंग्लंडमधे एवढं मोठं इंडियन रेस्टॉरंट बघितलं होतं, सहसा तिथले रेस्टॉरंट्स खूप छोटे छोटे असायचे. तिथे बुफे होता, वाट्टेल ते खा. इंडोचायनीज, साऊथइंडियन, नॉर्थ इंडियन, बेंगॉली, महाराष्ट्रीयन असे वेगवेगळे सेक्शन्स लागले होते. गीतसाठी तो स्वर्गच होता जणू. तो सगळा तामझाम बघूनच गीतला वाटलं की, हे सगळं खूप महाग असणार ते. ते बघून गीत कबीरला म्हणाली, "पहले बोलना चाहिए था ना, अनलिमिटेड बुफे है करके| सुबह का खाना स्किप करके आ जाती मैं, तो पेटमें अब जगह ही जगह होती|"

कबीर हसला आणि म्हणाला, "अभी जितना ठुस सकती हो ठुस लो | नेक्स्ट टाईम आयेंगे तो फास्ट करके आयेंगे|"

असं म्हणून कबीर वॉशरूममधे गेला. फोर्कने डोसा खाणारे इंग्रज बघून गीतला मजा वाटली. तिने टेबलवर ठेवलेल्या मेन्यू कार्डवर सहज एक नजर टाकली. त्यातल्या भारतीय पदार्थांची इंग्लिश नावं वाचून, तिला हसायला येत होतं. जसं की, साधीसुधी पाणीपुरी इथे 'हॉल्लोड सेमोलिना बॉल्स फिल्ड विथ पोटॅटो मॅश अँड स्पायची क्युमिन- टॅमरिंड वॉटर' ह्या फॅन्सी नावाने एखाद्या विदेशी मॉडेलसारखी वावरत होती. देशी डोसा इथे धर्म बदलवून क्रिस्पी, सेवरी पॅनकेक झाला होता.

ते मेन्यू कार्ड वाचताना, बसल्या बसल्या तिच्या डोक्यात एक आयडिया आली आणि तिने कबीरची गंमत करायचं ठरवलं. त्याचं ब्लेझर त्याने खुर्चीवर लटकवलं होतं. त्यातलं पाकीट तिने काढलं. त्यात बरीच कॅश होती, ती तिने बाहेर काढली आणि स्वतःच्या पर्समधे टाकली. नंतर पाकीट आणि ब्लेझर जसंच्या तसं खुर्चीवर ठेवून दिलं.

बुफे असूनही तिथे वेटरही अधूनमधून ड्रिंक्स किंवा आणखी काही पाहिजे असल्यास, त्याची चौकशी करत होते. कबीरने व्हिस्की ऑर्डर केली, पण गीतने मात्र फक्त साधं पाणी मागितलं. कबीर ते ऐकून तिला म्हणाला, "आर यू श्युअर? सिर्फ प्लेन वाटर?"

"यस. अल्कोहोल के नशे की जरुरत, तुम अंग्रेजोका टेस्टलेस खाना खाते वक्त होती है | वो इसलिये क्योंकि वो खाना निगला जा सके | इंडियन फूड पुरे होशोहवासमें खाया जा सकता है|"

त्यावर कबीर आणि गीत दोघेही हसले. जेवण खूपच चविष्ट होतं. गीतचं पोट भरलं होतं, पण मन मात्र भरत नव्हतं. शेवटी वेटर बिल घेऊन आला आणि ते खाली ठेऊन निघून गेला. मग कबीरने पाकीट काढलं. गीत त्याची गंमत पाहण्यासाठी मनातून उत्सुक होती, पण वरून तिने अगदी साळसूदपणाचे भाव

कायम ठेवले होते.

कबीरने त्यांच्या ब्लेझरच्या आतल्या खिश्यात हात घालून, पाकीट बाहेर काढले आणि जसे उघडले त्यांच्या चेहऱ्यावरचा रंग उडाला. त्याने एक दोनदा पुन्हा पुन्हा पाकीट चेक केलं, पण पैसे कुठे गेले ते काही कळेना. कार्डने पेमेन्ट करायला, त्याचं कार्डही ऍक्टिव्ह नव्हतं.

गीत जणू काही तिला माहितीच नाही असा आव आणून म्हणाली, "क्या हुआ? पैसे नहीं है क्या? रुको मैं देती हूँ|" असं म्हणत, तिने स्वतःच्या पर्समधले पैसे कबीरच्या हातात दिले.

कबीरने ते पैसे घेतले नाही आणि "अरे, नहीं, पैसे है| मैं दुसरी जगह ढूंढता हूँ|" असं म्हणत तो आणखी वेगवेगळ्या खिशांमध्ये शोधू लागला.

तसा कबीर पैश्याच्या बाबतीत बिनधास्त माणूस होता. तसे त्याचे काही पैसे हरवलेही असते, तरीही त्याने काही एवढा विचार केला नसता. पण पहिल्यांदा त्याने गीतसाठी काहीतरी करायचं ठरवलं, एस्डा सुपर मार्केटमधे थोडा ओव्हर टाईम करून, हे पैसे त्याने मिळवले होते आणि ऐन वेळेवर पैसे गायब, त्यामुळे तो गोंधळला होता.

गीतने पुन्हा तिच्या जवळचे पैसे त्याच्या हातात ठेवले. त्याने ते घेतले पण त्याचा चेहरा उतरला होता. त्याचा तो चेहरा बघून मात्र गीतला रहावले नाही नि ती हसून म्हणाली, "अरे ले लो, तुम्हारे ही है| मैने चुरा लिए थे|" शेवटी तिने त्याच्याकडे बघून, तिचा उजवा डोळा मारला आणि मोठमोठ्याने, न थांबता हसू लागली.

तिचं ते खोडकर हास्य, तिच्या डोळ्यांतील चमक, त्याला फसवल्याचा विजयी आनंद, हे सर्व बघून कबीरला वाटलं दोघे एकांतात असतो, तर हिला चांगली दाब दाब दाबली असती. तो तिच्याकडे एकटक बघतंच राहिला आणि नंतर त्याने अलगद स्वतःचा उजवा डोळा तिला मारला. गीत चक्क लाजली आणि तिने मान खाली घातली. थोड्यावेळाने तिने वर बघितले, तेव्हा कबीरने पुन्हा तिला डोळा मारला. गीत लाजूनच गोड हसून लाडात म्हणाली, "नको ना!"

तिच्या गालावर गुलाबी छटा आल्या होत्या. ते तिचं मराठीतलं "नको ना!" कबीरला अतिशय गोड वाटलं. मग तो डोळ्याच्या वरची एक भुवई उंचावून हसून म्हणाला, "तुम तो कहती थी की, तुम्हे शरमाना नहीं आता, तो ये क्या था?"

गीतने पुन्हा मान खाली घातली. ती पहिल्यांदा अशी लाजत होती. तिलाही लाजता येतं, हे तिला त्या दिवशी पहिल्यांदा कळलं होतं.

7

रोल प्ले

ह्या सगळ्यात श्री कुठे तरी एकटा पडला होता. ह्या आधीही गीतला बॉयफ्रेंड्स होते, तिने डेटिंग केलं होतं, पण तरीही ती त्यांना इतका वेळ देत नसे. कबीर, गीतच्या आयुष्यात आल्यापासून श्रीमधे बरेच बदल घडत होते. खरंतर ह्या बदलाची सुरुवात, श्री आणि गीत लग्न करून इंग्लंडला आले, तेव्हापासूनच झाली होती, पण तो बदल त्याला कबीर आल्यावर जास्त प्रकर्षाने जाणवू लागला होता. गीतवर श्रीचं एक मैत्रीण म्हणून, प्रेम होतंच पण आता ही, तिच्याविषयी वाटणारी भावना काहीतरी वेगळं रूप घेत होती.

वयात आल्यापासून, श्रीला कुठल्याच मुलीबद्दल कधीच आकर्षण वाटलं नव्हतं, त्यामुळे तो स्वतःला नपुंसक समजत होता. इतर मुलं, मुलींकडे बघायचे, पॉर्न बघायचे, चावट गोष्टी करायचे, तेव्हा श्रीला काहीच जाणवत नव्हतं, त्यामुळे आपण असेच आहोत, आपण नॉर्मल नाही असं त्याला वाटायचं. गीतला तर तो गे आहे अशी खात्री होती, पण श्रीला मुलांबद्दलही कधीच आकर्षण वाटलं नाही. गीतला तरीही तो काही बोलला नाही, तिला हे सगळं तो सांगणारही कसं होता? इंग्लंडला आल्यावर, जेव्हा ते दोघे एकाच घरात राहायला लागले, आणखी जवळ आले तेव्हा श्रीला हे बदल जाणवायला लागले. एकदा श्री सोफ्यावर बसून होता तेव्हा गीत, सोफ्या समोरचा कॉफी टेबल पुसण्याकरिता झुकली, तर तिच्या टॉपच्या गळ्यामधून तिच्या स्तनांची झलक त्याला दिसली. ती टेबल पुसताना जसजशी हलत होती, तस तशी तिच्या स्तनांची पण हालचाल होत होती आणि श्रीची त्यावरून नजरच हटत नव्हती. शेवटी तो स्वतःला सावरून, तिथून उठून त्याच्या बेडरूममधे निघून गेला.

सोफ्यावर टीव्ही बघताना, गीत कधी कधी त्याला चिटकून बसायची, त्यामुळे श्रीला अवघडल्यासारखं व्हायचं. ती घरात शॉर्ट्‌स घालायची. त्यातून तिच्या मांसल मांड्या दिसायच्या. त्याला त्या मांड्यांवर हात ठेवावा, असं वाटू लागलं होतं. हे दिवसेंदिवस वाढतच होतं. गीतकडे तो आकर्षित होत गेला. गीत विषयीच्या ह्या असल्या आकर्षणामुळे, त्याच्या मनात आनंद आणि भीती हे दोन्हीही भाव होते. त्याला बऱ्याचदा वाटलं की, गीतला सगळं सांगावं की, मी गे नाही, मी तुझ्याकडे अश्या नजरेने बघतो, वगैरे वगैरे पण मग मनातील भीती तोंड वर काढायची. जर मी गीतला शरीरसुख देऊ नाही शकलो तर.. फक्त प्रेम असून जमत नाही, तिच्या शारीरिक गरजाही भागवता यायला हव्या..” तो तासनतास ह्यावर विचार करत बसायचा.

त्याने ह्यासाठी एखाद्‌या सेक्सओलॉजिस्टची ट्रीटमेंट घेण्याचं ठरवलं. त्याची ट्रीटमेंट सुरुही झाली. त्याची हिस्ट्री ऐकून त्या डॉक्टरांनी, औषधापेक्षा त्याला काउन्सलिंगची जास्त गरज आहे, असं सांगितलं. तर त्याने हे दोन्हीही उपाय सुरु ठेवले. ज्या दिवशी आपण बरे होऊ, आपला आत्मविश्वास परत आपल्याला मिळेल, त्याच दिवशी गीतला सगळं सांगायचं, असं त्याने ठरवलं.

पण मग गीत कबीरमधे जास्त गुरफटत गेली. सुरुवातीला श्रीला गीतच्या मागच्या रिलेशनशिप्सच्या अनुभवावरून वाटायचं की, हे कबीर प्रकरण फार काळ टिकणार नाही. फार फार तर एक महिना. असे दोन महिने उलटले, तरी सुद्‌धा कबीर आणि गीत सोबतच होते. श्रीचं मन हे सगळं बघून कासावीस व्हायचं, पण त्याच्या स्वभावानुसार तो ह्याबद्‌दल गीतला काहीच बोलला नाही.

इंग्लंडमधे पावसाळा जणू बाराही महिने असल्यासारखा असतो. भारतात सगळे पावसाची आतुरतेने वाट पाहतात. पावसाळा हिरवळ आणि गारवा परत आणतो त्यामुळे भारतातील पावसाळा हवाहवासा वाटतो पण इंग्लंडचा पाऊस म्हणजे फारच वैताग आणणारा असतो. एकतर थंडी , त्यात हा पाऊस कोणत्याही ऋतूत अधूनमधून बरसतच राहतो. ह्या पावसाच्या गार थेंबात थंडीमुळे ओलं व्हावंसं वाटत नाही. परत हिवाळयात तर हा पाऊस वातावरणातील उदासीनता आणखीनच वाढवतो.

अश्याच एके शनिवारी, सकाळपासून नुसता पाऊस आणि वादळात वाहतो तसा जोरदार वारा बाहेर वाहत होता, त्यामुळे कबीर आणि गीत कबीरच्याच घरी बेडवर लोळत पडलेले होते. गीतने फक्त मरून रंगाची सॅटिनची शॉर्ट स्लीव्हलेस नायटी घातली होती आणि अंगावर डूवे पांघरले होते. तिने त्या डूवेचं दुसरं टोक ओढलं आणि बाजूला पडून असलेल्या कबीरच्या अंगावर टाकलं. कबीरने ते

अंगावरच डूवे फेकून दिलं नि म्हणाला, "ये डूवे चुभता है मुझे | मुझे मेरा डूवे चाहिए नरम और मुलायमवाला.."

"अच्छा खासा तो है ये | तुम्हारा डूवे यही तो है और दुसरा तो कभी नहीं देखा मैने |"

कबीरने बाजूला पडून असलेल्या, गीतला स्वतःच्या अंगावर ओढून घेतलं आणि तिच्या डोळ्यांत डोळे टाकून म्हणाला, "अब ये सही है | ये मेरा डूवे है नरम, मुलायमसा.."

असं म्हणून त्याने तिच्या उघड्या हातावरून, पाठीवरून अलगद स्वतःची बोटं फिरविली आणि तिला चांगलं दाबून, घट्ट मिठीत पकडलं.

गीत लाजून हसली आणि म्हटली, "नौटंकी! अभी के लिए ठीक है, पर दो महिनेमें ये डूवे इंडिया चला जायेगा फिर, फिर क्या करोगे?"

"दो महिने काफी है मेरे लिए | तबतक ये डूवे मेरा है, सिर्फ मेरा |"

त्याच्या उघड्या छातीवर तिने तिचं डोकं ठेवलं होतं. तो तिच्या केसांतून हात फिरवत होता. त्याच्या दुसऱ्या हाताच्या बोटांत, ती तिची बोटं अडकवत असताना, तिने कुतूहलतेने विचारलं, "व्हाट्स युअर फॅन्टसी?"

तो जरासा लाजल्यासारखा झाला आणि हलकंसं खट्याळ स्मित करत म्हणाला, "देअर आर मेनी."

"बताओ ना.."

"नहीं."

"प्लीज.. प्लीज.. प्लीज.. आय वॉन्ट टू नो."

काहीतरी विचार करून, "तुम ही गेस्स करो |"

"ओके. कुछ क्लू दो |"

"हम्मम्म.. बॉलीवूड सॉन्ग.."

"ओल्ड ऑर न्यू? इयर?"

"ओल्ड. ऐटीज.."

गीत लगेच उठून बसून उत्साहाने म्हणाली, "तो तुम्हारी फॅन्टसी को अब मैं रिअल बनाऊंगी | तुम बस देखते जाओ, माय सेक्सी एलीयन |"

त्यानंतर गीतने गुगलवर आणि युट्युबवर ऐटीजची गाणी शोधण्याचा सपाटा लावला.

एके दिवशी, गीत कबीरच्या घरी पोहोचली आणि त्याला जबरदस्ती घराच्या बाहेर काढलं आणि दार लावून घेतलं. कबीर दार ठोठावून कारण विचारू लागला पण गीतने त्याला काहीच सांगितलं नाही. कबीर बिचाऱ्यासारखा घराच्या

समोरच्या पायरीवर बसून राहिला. जवळजवळ अर्ध्या तासाने गीतने दार उघडलं आणि कबीरला पाच मिनिटांनी आत ये असं बजावलं. पाच सहा मिनिटांनी कबीर आत शिरला तेव्हा आतमधला माहोलच काही और होता.

सोफ्यासमोर बसण्यासाठी, डूवेची दुहेरी घडी घालून, त्यावर बेडशीट टाकून बैठक बनवली होती. त्याच्या बाजूला एका ट्रेमधे हूक्का पॉट सोबतच दारूची बॉटल आणि ग्लास ठेवला होता. आजूबाजूला थोड्या थोड्या अंतरावर सेन्टेड कॅण्डल्स लावल्या होत्या. त्या बैठकीच्या एकदम समोर फुलांची गोल मोठी रांगोळीसारखी आरास केली होती. आतून हळूहळू घुंगरांचा आवाज करत गीत बाहेर आली. तिचा चेहरा नेटच्या ओढणीने झाकला होता. तिने उमराव जानसारखा अनारकली ड्रेस घातला होता. डोक्यावर डाव्या बाजूला झूमर लटकत होते. कानात मोठे झूमके तिने घातले होते. गळ्यात कुंदनचा सेट होता. हातात हातफूल, नाकात मोठी गोल नथ होती. डोळ्यांत काजळ, गालावर लाली, ओठांवर लाल लिपस्टिक असा सगळा मेकअप तिने केला होता.

तिने कबीरकडे एक कटाक्ष टाकला आणि त्याचा हात पकडून त्याला त्या बैठकीच्या जागेवर बसवले. गीतने गुडघ्यावर बसून, त्याचा हात तिच्या हातात घेतला आणि त्याच्या हातावर अस्टरच्या फुलांचा हार बांधू लागली. तो हार बघून कबीरला हसू आवरले नाही आणि त्याचं हसणं बघून इतका वेळ गंभीर राहण्याचा गीतचा प्रयत्नही फसला आणि तीही हसू लागली आणि हसता हसता खाली

पडली. थोड्यावेळाने तिने स्वतःला सावरलं आणि उठून बसली. हसणं थांबवून स्वतःची ओढणी, कपडे नीट केले.

“अरे यार, यहाँ युकेमें मोगरेका गजरा कहाँ मिलेगा? इसलिये ये अस्टरके फुलोंकाही हार बनाया है|”

पुन्हा दोघेही हसायला लागले. शेवटी गीतने, स्वतःच्या हसण्याला, पुन्हा एकदा कसाबसा आवर घातला नि म्हणाली, “बस, अभी हसो मत | प्लीज बी सिरीयस.”

कबीर हसणं आवरण्याचा प्रयत्न करू लागला. मग गीतने मोबाईलवर गाणं लावलं,

“दिल चीज क्या है आप मेरी जान लीजिये..

बस एक बार मेरा कहा मान लीजिये..”

आणि मग पूर्ण गाणं संपेपर्यंत कबीरची नजर तिच्यावरून हटलीच नाही. गीतने चांगलं नाचण्याचा प्रयत्न केला होता पण नाचण्यापेक्षाही तिच्या चेहऱ्यावरचे हावभाव दिलखेचक होते. शेवटी ती कबीरला खेटून जाऊन बसली.

कबीरने तिच्या कानाजवळ त्याचे ओठ नेले. त्याचे उष्ण श्वास तिच्या कानावर तिला जाणवत होते.

एकदम कामुक आवाजात कबीर अलगद म्हणाला, "धिस इज सो सेक्सी!" त्याने तिच्या कानाखाली त्याचे ओठ टेकवले. तिच्या मानेवर स्वतःच्या ओठांनी, तिला तो प्रेमाने छेडत राहिला, तोपर्यंत जोपर्यंत तिच्या तोंडून, "आह!" असे उद्‌गार निघाले नाही.

त्याने तिच्या डोक्यावरची ओढणी काढली. केसांवरून अलगद हात फिरवत झूमर काढले. गालावरून स्पर्श करत नथ काढताना गीतचे अंग शहारले आणि तिने तिचे डोळे मिटले. कबीर तसाच तिच्या अंगावरचे दागिने हळूहळू काढत होता आणि त्याच्या स्पर्शाने गीत अजून अजून उत्तेजित होत होती.

नंतर कळलं की, कबीरची फॅन्टसी 'उमराव जान' नव्हतीच. म्हणजे गीतचा गेस चुकला होता पण कबीरला आणि तिला ह्या चुकीतूनही जो आनंद मिळाला होता, तो त्या दोघांनाही हवाहवासा वाटू लागला.

गीतचे, कबीरची फॅन्टसी ओळखण्याचे प्रयत्न चालूच होते. दर शनिवारी किंवा रविवारी ती कबीरला सरप्राईज करायला तयार राहत होती. हे सगळे कपडे, ज्वेलरी तिने एका बौर्नमाऊथमधल्या, एका भारतीय बाईच्या फॅन्सी ड्रेसचे रेंटल शॉपमधून मिळवले होते. बौर्नमाऊथमधे बऱ्यापैकी भारतीय लोकं राहत होते. तिच्या त्या रेंटल शॉपमधे स्पाईडरमॅन, नर्स, एवेन्जर्स, अवतार, झोंबी ह्या अश्या हॅलोवीनच्या कॉस्ट्यूम्ससोबत, ती भारतीय कपडे पण ठेवायची. मग दिवाळी, दसरा, नवरात्री, गणेशोत्सव असले काही सणवार असले आणि त्याचे कार्यक्रम असले की, तर त्या कार्यक्रमानुसार भारतीय लोकं हे कपडे भाड्याने न्यायचे. गीत दर आठवड्याला तिच्याजवळ जाऊ लागली. त्या बाईने तिला दर आठवड्याला हे कपडे कशासाठी नेतेस? असं कधीच विचारलं नाही, पण तिच्या नजरेत, तिला पडणारे प्रश्न, गीतला जाणवत होते. मग गीतने तिला एकदा गोष्टी गोष्टीत खोटंच सांगितलं, की ती इंस्टाग्रामवर डान्सचे विडिओ बनवते वगैरे वगैरे.

एकदा गीतने झिनत अमानचा, "आप जैसा कोई मेरी जिंदगीमें आये" मधला लाल डीप नेक असलेला ड्रेस घातला आणि कबीरच्या लिव्हिंग रूममधे डिस्कोसारखं वातावरण निर्माण केलं. नंतर कधीतरी, "काटे नहीं कटते ये दिन ये रात.." मधल्या श्रीदेवीसारखी पातळ शिफॉनची साडी घालून, लटकेझटके दाखवले. कबीर तिच्या प्रत्येक रूपावर फिदा होत होता, घायाळ होत होता.

एकदा तर तिने चक्क प्रियंका चोप्राच्या, "राम चाहे लीला.. लीला चाहे राम.." मधील ड्रेस घातला. वर पांढरी डीप नेक असलेली चोळी आणि खालून फक्त पांढरी

स्कार्फ बांधला. त्याचीही एक बाजू उघडी असल्यामुळे, त्यातून तिचा एक पाय पूर्ण उघडा दिसत होता. ते गाणं ऐटीज मधलं नव्हतं, पण तरीही फक्त इच्छा म्हणून, त्यावर तिने मोहक नाच केला. कधी ती खाली झूकायची, कधी कंबर एका बाजूला झुकवायची आणि तिचे नितंब बाहेर काढायची. कबीरने तर ते गाणं संपायची पण वाट बघितली नाही. ती नाचत असतानाच तो उठून तिच्याजवळ गेला आणि मधेच तिला उचललं आणि बेडवर नेलं. जेव्हा तो बेडच्या बाजूच्या टेबलवरचं कंडोमचं पॅक उघडू लागला,

तेव्हा गीत एकदम फिल्मी डायलॉग म्हणतात तसं म्हणाली, "रहने दो, हम दोनों के बीचमें कोई नहीं आ सकता.. ये कंडोम भी नहीं |"

जसं हे वाक्य गीतच्या तोंडून कबीरने ऐकलं. तसंच तो डोळ्यांत पाणी येईपर्यंत हसला आणि तिच्या बाजूला जाऊन पडला. हसताना त्याचं अख्ख शरीर गदागदा हलत होतं. गीतही त्याच्यासोबत हसू लागली आणि हसता हसताच अडखडत बोलली, "कल.. कल.. ही.. पिरियड खत्म हो गया इसलिये बोल दिया.."

तो स्वतःचं हसणं कसं बसं रोखून, डोळे पुसून अडखडत म्हणाला, "यार.. ऐसे टाईमपे ऐसे जोक मत मारा करो | आय लाईक युअर सेन्स ऑफ ह्युमर बेवकूफ लडकी, बट अभी मैं हंस हंसके टर्न ऑफ हो गया|"

आणि दोघेही नुसते गीतचे तेच वाक्य, पुन्हा पुन्हा म्हणत राहिले आणि त्यावर हसत राहिले.

एकदा गीत "तुम्हे जो मैंने देखा.." ह्या सुश्मिता सेनच्या गाण्यातील बॅकलेस चोळी आणि साडी घालून, ती कबीरची टीचर झाली आणि कबीर तिचा स्टुडन्ट झाला. कधी डॉक्टर आणि पेशंट असा रोल प्लेही त्यांनी केला. हे सगळं करत असताना, ते एकमेकांच्या आणखी आणखी जवळ येत होते.

इतक्या प्रयत्नांनंतरही गीतला काही कबीरची फॅन्टसी ओळखता आली नव्हती. शेवटी एक दिवस थकून, हरून ती म्हणाली, "अब सिर्फ 'मैं तेरी दुश्मन.. दुश्मन तू मेरा.. मैं नागिन तू सपेरा' ये ही बचा है| कहीं ये ही तुम्हारी फॅन्टसी तो नहीं? वैसे भी तुम एलीयन हो, तुम्हारी फॅन्टसी भी विअर्ड हो सकती है |"

कबीर हसला, "नहीं, नागिन नहीं है रे | अच्छा एक और हिंट देता हूँ, उस गाने में हिरोईन नहा रही होती है |"

गीतने पुन्हा विचार करायला सुरुवात केली. चार पाच दिवसांनी तिच्या डोक्याची ट्यूब पेटली.

"साला कबीर, चांगलाच चालू निघाला. व्हॉट अ फॅन्टसी? हे माझ्या आधी का नाही लक्षात आलं?" असा विचार करून ती स्वतःशीस हसली. झालं तर मग,

सगळी तयारी झाली. तिने कबीरला त्या दिवशी स्वतःच्या फ्लॅटवर बोलावून घेतलं. श्री त्या दिवशी त्याच्या ऑफिस टीमसोबत डिनरला जाणार होता म्हणून गीतला सगळं घर मोकळं मिळणार होतं. ती श्रीची बाहेर जाण्याची आतुरतेने वाट बघत होती.

श्री जसा तयार होऊन घराच्या बाहेर पडला, तसंच गीतने तयारी करण्यास सुरुवात केली. आधी कपडे घातले, केस एका बाजूने घेऊन बांधले आणि बाथरूममधे गेली. तेवढ्यात बेल वाजली. गीत लगेच बाथरूममधून बाहेर पडली आणि घाईघाईने तिने दार उघडलं. तिला माहिती होतं कबीरच असणार, पण तिला एकदम समोर श्री दिसला, ती गांगरली. समोर गीतला अश्या अवस्थेत बघून श्रीला काय करावे सुचत नव्हते. गीतने पांढरी शुभ्र साडी नेसलेली होती. तिने ती साडी गुडघ्यापर्यंतच नेसली होती. तिने ब्लॉउज घातलं नव्हतं, त्याऐवजी साडीचा एकेरी पदराने तिचा वरचा भाग तिने झाकलेला होता. ती केसांपासून पायांपर्यंत पाण्यात ओली झाली होती. त्यामुळे तिचा एकेरी पदर ओला होऊन तिच्या अंगाला चिकटला होता आणि त्या पदरातून तिचे स्तन स्पष्ट दिसत होते. श्रीच्या संपूर्ण शरीरात तिचे असले रूप बघून जणू एखादी वीज कडाडली. छातीचे ठोके वाढले. त्याने स्वतःच्या नजरेला आवर घालून मान खाली केली आणि अडखडत म्हणाला, "मी..मोबाईल..विसरलो..होतो म्हणून.."

गीत तिथून भरकन आत गेली. श्रीने चटकन त्याचा टेबलवरचा मोबाईल उचलला आणि तो निघून गेला. लिफ्टमधून जेव्हा ग्राउंड फ्लोअरवर उतरला तेव्हा बाहेर पडताना लिफ्टसमोर कबीर उभा होता. तेव्हा त्याच्या हा सगळा प्रकार काय आहे?, हे थोडं फार लक्षात आलं.

कबीर आत आला तेव्हा गीत थोडी बिथरली होती, कारण श्रीने तिला तसं बघितलं होतं पण जसं कबीरने तिला तसं बघितलं आणि म्हणाला, "फायनली, माय सेक्सी मंदाकिनी.." तेव्हा गीत एकदम खुश झाली. म्हणजे ही 'राम तेरी गंगा मैली' ह्या सिनेमातील मंदाकिनीच कबीरची फॅन्टसी होती, हे तिला कळून चुकलं. तिने कबीरचा हात धरला आणि त्याला बाथरूममधे घेऊन गेली. बाथरूममधल्या बाथटबमधे दोघेही उभे होते. तिने वरून शॉवर सुरु केला आणि कबीर आणि ती दोघेही त्या पाण्याखाली ओले झाले, एकमेकांना बिलगले. नंतर कितीतरी वेळ ते त्या बाथटबमधे बसून, ओले चिंब होऊन, एकमेकांच्या मिठीत, एकमेकांत सामावत गेले.

कबीर.. कबीर.. कबीर.. गीतच्या मनात, शरीराच्या नसानसात भिनला होता. दिवसातून एकदा तरी वेळ काढून ती त्याला भेटायची. त्याची काळजी घ्यायची,

चौकशी करायची. त्याच्यावर मिठ्या आणि चुंबनांचा वर्षाव करायची. इंग्लंडमधे असल्यामुळे रस्त्यावरही हे सगळं करता येत होतं. सुट्टी असली तेव्हा ती त्याच्या घरी किंवा तो तिच्या घरी असायचा. त्याला बऱ्याचदा त्याच्या पाठीमागून, मिठी मारून तो घरभर जिथे जिथे फिरायचा, तिथे तिथे त्याच्या मागोमाग ती सुद्धा फिरायची.

ती एकदा अशीच कबीरला मागून बिलगलेली असताना तो म्हणाला, "कॉफी बनाने जा रहा हूँ | अब तो छोड दो |"

"तो बनाओ ना, तुम्हे किसने रोका है |" असं म्हणून तशीच त्याला मागून पकडून त्याच्या मागून मागून एक एक पाऊल टाकत ती चालत होती. तिचं हे बालिश वागणं बघून कबीर गोड हसला. तो गॅसवर कॉफी बनवायला लागला, तरीही ती तशीच मागून त्याला बिलगलेली होती जशी नेहमी असायची.

"अब तो छोड दो, पागल लडकी |"

"नहीं छोडुंगी तुम्हे | भगवान के लिए भी नहीं |"

कबीर पुन्हा हसला.

"अभी सिर्फ एक महिना बचा है, उसके बाद तो छोड के जाना ही है, तो अभी जितना हो सके उतना पकडके रखुंगी |"

"तुम सचमे पागल हो |" आणि मग थोडावेळ शांत राहून तो तसाच शांतपणे उभा राहून, मागे वळला. तिचा चेहरा त्याने त्याच्या दोन्हीही हातांच्या ओंजळीत पकडला आणि तिच्या डोळ्यांत बघून गाणं म्हणू लागला,

"इतना न मुझसे तू प्यार बढ़ा..
कि मैं एक बादल आवारा..
कैसे किसी का सहारा बनूँ..
कि मैं खुद बेघर बेचारा.."

गीत मंत्रमुग्ध होऊन त्याचा तो हृदयाला भिडणारा आवाज, त्याचे डोळे, त्यात तिच्यासाठी दिसणारं प्रेम एकटक बघत राहिली.

सँडबँक्स हे इंग्लंडच्या दक्षिण दिशेला असल्यामुळे, लंडन किंवा मँचेस्टरपेक्षा तिथे थंडी कमी असते. सँडबँक्सला सहसा बर्फवृष्टीही होत नाही. चार पाच वर्षातून, एखाद्या वेळी, तेही एक किंवा दोनदा बर्फवृष्टी होते. नेमकी जानेवारी महिन्याच्या शेवटी एका रात्री, गीत कबीरच्या मिठीत झोपलेली असताना रात्रभर बर्फवृष्टी झाली. सकाळी उठल्यावर तिने जेव्हा खिडकीचा पडदा सरकवला, ती वेड्यासारखी जागेवरच आनंदाने उड्या मारू लागली. तिने कबीरला उठवले. कबीरने तो बर्फ बघून लगेच गीतला म्हटले, "चलो, आज पूल पार्क चलते है | बहोत

खूबसूरत दिखता है वो पार्क स्नो फॉल के बाद|"

नाश्ता करून, गीत आणि कबीरने सँडबँक्स ते पूल पार्क, असं पायी चालत जाण्याचं ठरवलं. रस्त्याने गीत डोळे भरून तो बाहेरचा नजारा बघतंच राहिली. सकाळी छान सूर्यप्रकाश पडला होता, त्यामुळे वातावरण एकदम आल्हाददायक झालं होतं. सगळ्या घरांच्या छतांवर, झाडांच्या फांद्यांवर, रस्त्यावर, गाड्यांवर सगळ्यांवर पांढरा शुभ्र बर्फच बर्फ पडलेला होता. एखाद्या सिनेमामधील सिन किंवा एखाद्या पेंटिंगमधला देखावा आपण बघतोय, असं गीतला वाटत होतं. एवढा बर्फ ती आयुष्यात पहिल्यांदाच बघत होती.

पबच्या बाहेर ठेवलेल्या टेबल आणि खुर्च्यांवरही बर्फ जमला होता. सगळं जणू बर्फाचं बनलंय असं वाटत होतं, टेबल, खुर्च्या, घरांची छतं, पार्कमधील मुलांची खेळणी, सगळंच. गीतने तिच्या हातातील ग्लव्ह काढून, कॅफेच्या बाहेर असलेल्या एका टेबलावर एक मोठा हृदयाचा आकार काढून त्यात गीत आणि कबीर असं लिहिलं. तेवढ्यात कबीरने तिच्या अंगावर बर्फाचा गोळा फेकला. गीत लगेच त्याच्यामागे धावली आणि धावता धावता, खाली झुकून एक बर्फाचा गोळा बनवून त्याच्याकडे फेकू लागली. असे हसत खेळत ते दोघे पूल पार्कमध्ये पोहोचले.

पूल पार्कमध्ये पोहोचल्यावर, तिथे लहान मुलं, मोठी माणसं असे सगळे त्या बर्फात खेळत होते. लहान मुलं स्नो मॅन बनवण्यात गुंतली होती. कुणी कुणी फोटो काढण्यात मग्न होतं. त्या पार्कच्या मधोमध एक मोठ्ठ तळ होतं. त्यातलं पाणी निळंशार आणि त्याच्या आजूबाजूला गोल आकारात जमिनीवर पांढरा शुभ्र बर्फ. गीत ते दृश्य स्वतःच्या डोळ्यांनी मनसोक्त टिपत होती. मग कबीरला तिचा कॅमेरामॅन व्हावं लागलं. गीतने नवीन आय फोन घेतला होता. तो तिने कबीरच्या हाती दिला आणि वेगवेगळ्या पोज देऊन त्याला "इस साईडसे निकालो, इस अँगलसे निकालो, झूम करो, क्लोझ अप लो|" अश्या सूचना देऊ लागली. तिच्या फोटोसेशनला कबीर वैतागला होता, पण गीत "एक और, एक और, प्लीज." असं त्याला म्हणत होती. कबीरने मात्र तिला स्वतःचा एकही फोटो काढू दिला नाही.

तिचा फोटो काढत असताना, त्या मोबाईलच्या कॅमेरातून झूम केल्यावर, त्याला दूरवर एका व्हीलचेअरवर उभा असलेला माणूस दिसला. त्याला बघून कबीरला आठवलं की, त्याने त्या माणसाला ह्या आधीही पाच सहा वेळा बघितलं होतं. त्याला जाणवलं की, तो माणूस त्याच्याचकडे बघतोय. कबीरने लगबगीने गीतचा मोबाईल तिच्या हाती दिला आणि "मैं अभी आया|" असं म्हणत, तो घाईघाईने त्या माणसाच्या दिशेने चालत जाऊ लागला. तो जाताना गीतने त्याच्या नकळत, त्याचा एक फोटो फोटो काढला, पण नंतर तिच्या लक्षात आलं

की, तो फोटो हलल्यामुळे अस्पष्ट आला होता. जसा त्या व्हीलचेअरवरच्या माणसाला, कबीर आपल्याच दिशेने येतोय, असं दिसलं. त्याने त्याच्या ड्राइव्हरकडे बघितलं. ड्राइव्हरने त्या माणसाला उचलून, कारच्या समोरच्या म्हणजेच ड्राइव्हरच्या बाजूच्या चेअरवर त्याला ठेवलं आणि व्हीलचेअर फोल्ड करून मागच्या डिक्कीत टाकली. ते बघून कबीरने त्याची चालण्याची गती वाढवली, पण तोपर्यंत तो माणूस, त्याच्या ड्राइव्हरसोबत कारमधे बसून निघून गेला होता.

कबीर जेव्हा गीत जवळ पोहोचला, तेव्हा तिने त्याला बऱ्याचदा विचारलं, अचानक त्याच्या निघून जाण्याबद्दल, पण कबीरने तिला काहीच सांगितलं नाही. गीतला मात्र, कबीर तिच्यापासून काहीतरी लपवतोय, हे त्यादिवशी जाणवलं होतं.

गीतला बऱ्याचदा प्रश्न पडायचा की, कबीरला का तिच्याबद्दल आणि श्रीबद्दल काहीच प्रश्न पडत नाही ते?

"श्रीके बारे में तुम कभी कुछ क्यूँ नहीं पूछते?" गीतने एकदा न राहवून त्याला विचारलं.

"मुझे क्या पूछना चाहिए उसके बारेमें?" स्वतःच्या गिटारच्या स्ट्रिंग्स कसताना, वर न पाहता कबीर म्हणाला.

"यही की वो मेरा कौन है? दोस्त, ऑफिसमेट, या जस्ट रूममेट? या फिर मैं उसके साथ क्यूँ एक ही घर में रहती हूँ?"

"मुझे नहीं लगती है, इस सबकी जरुरत| आय हॅव नथिंग टू डू विथ युअर पास्ट अँड फ्युचर | अभी तुम मेरे साथ हो, ये ही मेरे लिए मॅटर करता है बस | बेकार में लाईफ को कॉम्प्लिकेटेड करना मेरा स्टाईल नहीं है |"

गीत क्षणभर त्याच्याकडे बघत राहिली आणि मनोमन विचार करू लागली, 'खरंच हा किती जगावेगळा आहे! असंच प्रत्येकाला जगता आलं असतं तर सगळ्यांचंच आयुष्य किती सोपं झालं असतं!'

ह्या सगळ्या दरम्यान एके शुक्रवारी कबीर गीतला भेटायला आलाच नाही. गीत आणि कबीरचं ठरलं होतं. दर शुक्रवारी नेहमीच्याच पबमधे भेटायचं, मग तिथून पुढे वीकएंडला काय करायचं ते ठरवायचे? गीतने त्याची चांगली रात्री दहा अकरा वाजेपर्यंत वाट बघितली पण तो आलाच नाही. कबीर मोबाईल सुद्धा वापरत नव्हता त्यामुळे विचारपूसही करता आली नाही. त्याचा लॅंडलाईन नंबर सुद्धा तिच्याजवळ नव्हता.

गीतने आणखी थोडावेळ वाट बघितली आणि शेवटी काळजीपोटी ती त्याच्या घरी जाऊन पोहोचली. तिने दोन तीनदा बेल वाजवली पण कुणीच दार उघडत

नव्हतं. आत कुणी आहे असंही वाटत नव्हतं कारण लाईट्स बंद होते. तिने एक शेवटचा प्रयत्न म्हणून परत एकदा बेल वाजवली. दार उघडल्या गेलं नाही, म्हणून मान खाली टाकून ती परतण्यासाठी फिरली, तेवढ्यात दार उघडण्याचा आवाज आला. गीत वळली आणि समोर कबीर उभा होता. त्याचे केस अस्ताव्यस्त होते, डोळे लाल झालेले होते, ओठ कोरडे, रुक्ष दिसत होते. कांती निस्तेज आणि पांढरी पडली होती. तो तोंडावर हात ठेऊन खोकलत होता.

एकदम अशक्तपणे हळुवार आवाजात कबीर म्हणाला, "इतनी रातको क्यों आयी हो यहाँ? आय ॲम नॉट वेल. तुम जाओ अब|"

"तुमने खाना खाया? दवाई लियी?"

"नहीं, लेकीन खा लूंगा| यू डोन्ट वरी. जस्ट गो."

असं म्हणून त्याने दार लावून घेतलं. गीतला कबीर असं का वागतोय? ते कळतंच नव्हतं.

तिने दार ठोठावलं, "प्लीज दरवाजा खोलो कबीर|"

"अरे! तुमको भी हो जायेगा फिव्हर| जाओ तुम|"

गीत मग ठामपणे म्हणाली, "अगर तुम दरवाजा नहीं खोलोगे, तो मैं यही बाहर बैठी रहूँगी|" तिने तिची बॅग खाली ठेवली आणि दाराला टेकूनच ती बसून राहिली.

"ठीक है, बैठी रहो|" चिडक्या आवाजात कबीर बोलला आणि सोफ्यावर जाऊन पडला.

अर्ध्या तासाने गीत गेली का?, हे बघण्यासाठी तो दाराजवळ आला. त्या दाराच्या व्होलजवळ त्याने त्याचा डोळा नेला आणि त्या छिद्रामधून जमेल तितक्या दूर बघण्याचा प्रयत्न केला. जेव्हा त्याची खात्री पटली की, तिथे कुणीच नाही तेव्हा त्याने दार उघडले. जसे त्याने दार उघडले, तसे दाराच्या बाजूला लपलेली गीत एकदम चपळतेने आत शिरली.

"अरे! तुम जाओ! जाओ तुम!"

"तुम पागल हो गये हो क्या? ऐसे क्यूँ बिहेव कर रहे हो?"

कबीरमधे उभं राहण्याचा पण त्राण उरला नव्हता. तो सोफ्यावर जाऊन बसला. गीतने दार आतून बंद केलं.

खोकलत खोकलत कबीर थरथरत्या आवाजात म्हणाला, "मुझे ये सब पसंद नहीं है| किसी की हेल्प लेना वगैरा| आय कॅन हॅन्डल मायसेल्फ. मुझे किसीपे भी डिपेंडंट नहीं होना है| दो दिनमें ठीक हो जाऊंगा फिर मिलेंगे ना, तुम जाओ अब|"

"नहीं, मैं आज यही रहूँगी|"

गीतने त्याच्या गळ्याला हात लावला. तिला त्याच्या अंगाचा चटका लागला. ती किचनमधे गेली. एका बाऊलमधे थंड पाणी आणि एक कपडा आणला. तो पिळून त्याच्या कपाळावर ठेवला. नंतर गरम गरम खिचडी बनवून आणली. त्याच्यासमोर ठेवली. चमचा त्याच्या तोंडासमोर नेला, पण त्याने तिच्या हातातून तो चमचा घेतला आणि स्वतःच्या हाताने खाऊ लागला. त्याच्या ह्या जिद्दीपणामुळे तिने तिरकस नजरेने त्याच्याकडे बघितलं आणि स्वतःचा राग दर्शविण्यासाठी जोरात खुर्ची मागे ढकलून ती उठली. नंतर ती औषधं कुठे आहेत?, ते शोधू लागली. कबीर ते बघून म्हणाला, "मैं ले लूंगा दवाई| तुम सो जाओ|"

कबीर त्याचं ताट घेऊन उठला. ते किचनमधे ठेवलं. ड्रॉवरमधील औषध काढली आणि घेतली. नंतर तो बेडरूममधे झोपायला जाऊ लागला. गीतही त्याच्या मागोमाग गेली. तिला त्याला कुशीत घेऊन झोपायचं होतं, पण त्याला ते आवडलं नसतं. म्हणून ती त्या बेडच्या बाजूच्या खुर्चीत बसली. तो तिच्याकडे बघत होता. त्याने तिला डोळे बंद करून, डोळ्यांनीच झोपण्याचा इशारा केला. तिने मानेनेच नकार दिला. कबीरचा डोळा लवकरच लागला. तो गाढ झोपी गेलाय असं वाटल्यावर गीतने एकदा त्याच्या कपाळावर हात लावला. आधीपेक्षा ताप उतरल्यासारखा वाटत होता. ती त्याच्या बेडच्या एकदम जवळ खाली बसली. त्याचा हात हाती घेतला. दुसरा हात त्याच्या केसांतून फिरवत गेली. त्याला गोंजारताना सहजच गुणगुणायला लागली,

"थोड़े बदमाश हो तुम
थोड़े नादान हो तुम
हाँ, मगर ये सच है
हमारी जान हो तुम.."

गुणगुणताना गीतने कबीरजवळ डोकं टेकवलं आणि तिचे डोळे हळू हळू मिटू लागले.

एक मुलगा.. सात-आठ वर्षांचा जोरजोरात खोकतोय. बाजूला बसलेला एक गोरा माणूस दारूच्या नशेत काही तरी बरडतोय. मुलगा केविलवाण्या नजरेने त्याच्याकडे पाहतोय. त्याला खूप भूक लागलीय. खोकता खोकता तो मुलगा रडत रडत, "आय एम हंग्री. आय वॉन्ट समथिंग टू ईट." अशी याचना करतोय. त्याचा खोकला वाढतंच चाललायं. बाजूचा माणूस त्याला शिव्या मारतो आणि त्याच्या हातातील दारूची बाटली जबरदस्ती त्याच्या तोंडाला पूर्ण उलटी करून लावतो, "यू सन ऑफ ए बीच..स्टॉप कॉफिंग.." असं रागारागात त्याला म्हणतो. तो मुलगा

श्वास घेण्यासाठी धडपडतो. हात, पाय, मान, डोकं सगळं हलवतो, पण ती बाटली तशीच तो माणूस त्याच्या तोंडात निर्दयीपणे कोंबून ठेवतो. त्यातली दारू त्याच्या तोंडात मावत नाही म्हणून त्याच्या चेहऱ्यावरून गळ्याकडे, शर्टवरून वाहायला लागते. त्याच्या डोळ्यांतून घडाघडा अश्रू वाहत आहेत आणि अचानक त्याला वाटतं आता आपण मरणार तोच..

"नो... नो...नो!" कबीर मोठ्याने किंचाळला. खाडकन उठून बसला. तो जोरजोराने श्वास घेत होता. त्याला दरदरून घाम फुटला होता. हातपाय थरथरत होते. ओठ कापत होते. हृदयाचे ठोके वाढले होते. त्याच्या आवाजाने गीत उठली. उठून उभी झाली. कबीर भेदरलेल्या नजरेने इकडे तिकडे बघत होता. गीत लगेच त्याच्याजवळ जाऊन बसली. तिने त्याला मिठी मारली. त्याच्या पाठीवरून हात फिरवत गेली. कबीरने त्याचं तोंड तिच्या छातीमधे कोंबलं. थोड्यावेळाने भानावर आल्यावर कबीरला त्याने स्वप्न बघितल्याचं कळलं.

गीत त्याला गोंजारत होती. कबीर एखाद्या लहानमुलासारखा झोपी गेला. गीत मात्र त्याला थोपटत विचार करत होती. कबीरच्या आपण इतक्याजवळ असूनही, आपल्याला त्याच्याबद्दल बरंच काही माहिती नाही, हे त्या रात्री गीतला कळून चुकलं.

म्हणता म्हणता गीतचा भारतात परतण्याचा दिवस आला. रविवारी तिची फ्लाईट होती. शुक्रवारी श्री आणि गीतने त्यांच्या भाड्याच्या अपार्टमेंटची साफसफाई केली. शनिवारी सकाळपासून दोघेही पॅकिंग करू लागले. श्री उत्साहाने बॅग भरत होता. तो आनंदी होता, कारण गीतचं कबीर प्रकरण

संपणार होतं, त्याची ट्रीटमेंट, काउन्सलिंग सगळं यशस्वी झालं होतं आणि भारतात जाऊन गीतला प्रपोज कसं करायचं, हा विचार तो मनातल्या मनात करत होता.

गीत मात्र उदास होती. तिला वाटत होतं, काहीतरी जादू व्हावी. मॅनेजरचा फोन यावा आणि त्याने म्हणावं की, "आणखी काही महिने तू तिथेच थांब." असे अशक्य, अव्यावहारिक विचार तिच्या डोक्यात येत होते. तिने कशीबशी आपली बॅग भरली आणि श्रीला सांगून ती घराच्या बाहेर पडली अर्थातच कबीरला भेटायला. हिथ्रो एअरपोर्टसाठी ते रात्री नऊ वाजता निघणार होते. तोपर्यंत जो काही वेळ होता तो सर्व तिला कबीरसोबत घालवायचा होता.

कबीरने जसं दार उघडलं, तसंच गीत त्याला जाऊन बिलगली. कबीरने ही तिला घट्ट मिठी मारली. गीतचे डोळे भरून आले होते. बराच वेळ ते दोघेही तसेच

होते. नंतर कबीर थोडा मागे सरसावून, तिच्याकडे बघून, हसून म्हणाला, "आज तो तुम मुझे छोडोगीही नहीं| क्या करनेका इरादा है आज मेरे साथ?"

गीतचे डोळे पाणावलेले होते पण कबीरच्या अश्या बोलण्यामुळे त्याही अवस्थेत ती हसली, "काश ! मैं तुम्हे बॅगमें भरके ले जा सकती?"

"आज हमारी रिलेशनशिप का लास्ट डे है, तो डोन्ट बी सॅड| अच्छा, इमॅजिन करो, आज अगर हम दोनों की जिंदगीका आखरी दिन होता, तो हम दोनों क्या करते? तुम फिर भी क्या ऐसेही रोती? आज का दिन तो सेलिब्रेट करना चाहिये | आज आखरी बार, तुम सिर्फ मेरी हो और मैं सिर्फ तुम्हारा|"

असं म्हणून त्याने तिच्या ओठांवर त्याचे ओठ ठेवले.

कबीरचा निरोप घेऊन गीत तिच्या अपार्टमेंटमधे परतली. कॅबने गीत आणि श्री हिथ्रो एअरपोर्टकडे रवाना झाले होते. कबीर तिच्या अपार्टमेंटपर्यंतही, तिला निरोप द्यायला आला नव्हता. कबीरलाही कदाचित तिला निरोप देणं कठीण झालं असावं. ह्या आधी तो अश्या लॉन्ग टर्म रिलेशनशिपमधे, तो कुणाचं सोबत राहिला नव्हता. तसेच इतर मुलींपेक्षा गीत वेगळी होती, स्वतःला विसरून, त्याच्यावर जीवापाड प्रेम करणारी. कधी प्रेयसी बनून वेड्यासारखा प्रणय करणारी, कधी एखाद्या मैत्रिणीसारखी गदागदा हसवणारी, कधी हक्काच्या बायकोसारखी त्याच्याशी भांडणारी तर कधी आईसारखी मनापासून काळजी घेणारी अशी होती गीत, कबीरसाठी. गीत निघून गेल्यावर कबीर तिच्यासोबत घालवलेल्या क्षणांची आठवण करून स्वतःशीस हसत होता.

कॅबमधे बसल्या बसल्या, गीत मनोमन काहीतरी चमत्कार घडावा, अचानक एखादं वादळ यावं नि फ्लाइट कॅन्सल व्हावी किंवा फ्लाईटमधे काही तरी बिघाड व्हावा नि प्लेन उडूच नये, किंवा कॅब बंद पडावी आणि हिथ्रो एअरपोर्टवर पोहोचेपर्यंत प्लेन निघून जावं, अश्या प्रकारची प्रार्थना देवाला करू लागली. पण सगळ्या प्रार्थना, इच्छा पूर्ण होत नसतात.

8

अन्न, वस्त्र, निवारा आणि कबीर

'इंग्लंडवरून भारतात परतल्यावर, तिथे बेरंग झालेलं आयुष्य इथे भारतात आल्यावर रंगीबेरंगी झाल्यासारखं वाटतं. एअरपोर्टच्या बाहेर निघाल्या निघाल्याच हा बदल जाणवायला लागतो. सूर्याचा लख्ख प्रकाश, वातावरणातील ऊबदारपणा मनावरचे उदासीनतेचे मळभ काढून टाकतो. गाडी रस्त्यावर लागताच गाड्यांचे हॉर्न्स, वेगवेगळ्या वस्तूंची, खाद्यपदार्थांची दुकाने आणि लोकांची गर्दी ह्यामुळे भारत देश जिवंत वाटतो. इंग्लंडमधल्या शांततेचे, साधेपणाचे सुरुवातीला कौतुक वाटते पण नंतर हीच शांतता कंटाळवाणी वाटायला लागते.

भारतात सतत सणवार येत राहतात आणि त्याप्रमाणे दुकानांतील सामाने, रस्त्यावरची सजावट, लोकांचा उत्साह बदलताना दिसतो. जसं की, दहीहंडी फोडण्यासाठी गोविंदा रस्त्यावर नाचतात, थर रचतात, एकच धुमाकूळ असतो. मग गणेशोत्सव आला की, रस्त्यावर गणपती बाप्पा, त्यासाठी लागणारे मखर, फुलांची, फळांची दुकाने, मंडळाचे गणपती, ढोल ताशा. ते नाही होत तर लगेच नवरात्रीचा गरबा नऊ दिवस चालतो नि मग दसरा आणि त्यातलं रावणदहन. मग कोजागिरीनंतर दिवाळी. हे दिवस तर श्वास घेतल्याप्रमाणे भरभर जातात. एवढंच काय, ख्रिस्ती लोकांची संख्या जास्त नसूनही ख्रिसमससुद्धा इंग्लंडपेक्षाही भारतात जास्त उत्साहाने साजरा होतो, असं म्हटलं तरी अतिशयोक्ती होणार नाही. भारतीय लोकांना स्वतःचे सण काही कमी नाहीत पण तरीही फ्रेंडशिप डे, वॅलेंटाईन्स डे ही साजरा करण्यात आम्ही मागे नसतो. ह्या देशात हजारो समस्या

आहेत, पण हजार सण, हजार डेज आणि ते साजरे करण्याच्या हजारो पद्धतीही आहेत. म्हणून आपला देश जिवंत आणि हॅपनींग वाटतो.' कॅबच्या खिडकीतून बाहेर बघत, श्रीच्या डोक्यात हे विचार येत होते.

ह्या सगळ्यांचा विचार करताना, त्याला इंग्लंडमधला त्याचा पहिला ख्रिसमस आठवला. गीत आणि श्री दोघांनाही वाटलं होतं की, इंग्लंडमधे हा सण भारतापेक्षाही धूमधडाक्यात साजरा होत असेल, कारण तिथे ख्रिस्ती लोकं जास्त होते, पण संध्याकाळी चार पाच नंतर रस्ते पूर्णपणे निर्मनुष्य झाले होते, म्हणजे बाकी दिवसांपेक्षाही हा दिवस भयाण वाटत होता. रस्ते निर्मनुष्य होते, कारण सगळे लोकं आपआपल्या घरात ख्रिस्तमस साजरा करत होते. तर ह्या दिवशी बाकी दिवसांपेक्षाही त्या दोघांना उदास वाटत होते.

त्या दिवशी कबीर कुठेतरी बाहेर जाणार होता, म्हणून गीत घरीच होती. श्री आणि गीत दोघांनीही मिळून स्वयंपाक करून, जेवण करून एखादा चांगला सिनेमा लॅपटॉपवर बघायचे ठरविले होते. त्या आधी, गीत म्हणाली, "मी जरा वॉक करून येते." श्रीने मान हलवत 'ठीक आहे.' असं दर्शवलं. श्री उत्साहाने भाजी वगैरे चिरायला लागला. आज बऱ्याच दिवसांनी गीत त्याच्या वाट्याला येणार होती. नाहीतर सहसा ती कबीरकडेच पडून असायची. त्याला तिच्यासोबत खूप गप्पा मारायच्या होत्या जसे ते आधी मारायचे. शाळेतल्या, कॉलेजमधल्या, ऑफिसच्या.. सगळ्या आठवणींना पुन्हा जिवंत करायचं होतं. त्या दोघांतील मैत्रीला पुन्हा फुलवायचं होतं. श्रीला काय करू नि काय नको असं झालं होतं. आधी त्याने घरभर वॅक्यूम क्लीनर फिरवलं. एअर फ्रेशनरचा स्प्रेही जागोजागी मारला. डायनिंग टेबलवर पांढरा टेबलक्लॉथ अंथरला. त्यावर लाल रंगाची एक मोठी सेन्टेड कॅण्डल ठेवली. नंतर तो गीतची वाट बघू लागला. घड्याळ पुढे पुढे सरकत होतं. गीत अजूनही आलेली नव्हती म्हणून श्रीने तिला फोन केला. तिचा फोन वाजत होता पण ती उचलत नव्हती. नंतर त्याला कळलं की तिचा फोन तिच्या बेडरूममधेच बेडवर पडून होता.

नऊचे दहा वाजले, दहाचे बारा पण गीतचा पत्ता नव्हता. श्रीला रहावले नाही आणि तो तिला शोधायला घराच्या बाहेर पडला. त्याने घराच्या आजूबाजूला बघितले, हाय स्ट्रीटवरही शोधले पण ती नव्हती. गीत कुठे जाऊ शकते? ह्याचा त्याने आणखी थोडा विचार केला आणि त्याचे पाय आपोआप एका दिशेने वळले आणि चालत राहिले. तो एका झाडाजवळ येऊन थांबला. तिथून त्याला कबीरच्या घराची खिडकी दिसत होती. आतमधले लाईट्स सुरु होते, त्यामुळे त्याला खिडकीजवळचा सजवलेला ख्रिसमस ट्री स्पष्ट दिसत होता. थोडा वेळ तो तसाच

थांबला.

घरात काही हालचाल दिसली नाही. त्याला वाटलं कदाचित आत कुणीच नाही, म्हणून तो परतण्याचा विचार करू लागला. तेवढ्यात आतून म्युझिक ऐकू आलं. तो पुन्हा त्या खिडकीकडे एकटक बघू लागला आणि त्याला गीत दिसली. डोक्यात सांताची लाल टोपी घातलेली. हसत, नाचत असलेली ती कबीरच्या मिठीत होती. श्रीचा, त्यांच्या डिनर प्लॅनचा तिला पूर्णपणे विसर पडला होता. प्रेमात पडलेली व्यक्ती, ही कळत नकळत, तिच्यावर प्रेम करणाऱ्या इतर कितीतरी व्यक्तींना दुखावत असते. श्री नुसताच बघत होता आणि नंतर त्याची मान खाली गेली.

तो तिथेच थोडावेळ खाली बसून राहिला. त्याच्या पूर्ण शरीरातील ताकद कुणीतरी शोषून घेत आहे, असं त्याला त्या क्षणी वाटत होतं. जॅकेट घातलेलं असूनही ओठ, हातपाय थरथरत होते. डोळयांतून अश्रू ओघळायला लागले, तेव्हा तो ते रोखण्याचा, अडवण्याचा अतोनात प्रयत्न करत होता पण ते थांबले नाही. श्रीने कसेबसे ते अश्रू पुसले. एका क्षणी त्याला वाटलं की झपझप पाय टाकत त्या घराजवळ जावं. पूर्ण ताकदीने, धाडधाड असा आवाज करून, ते दार ठोकावं. दार उघडल्या वर गीतला जाब विचारावा की, "ह्या कबीरच्या काही महिन्यांच्या डेटिंगपुढे, तुला आपल्या लहानपणापासूनच्या मैत्रीचाही कसा विसर पडू शकतो? काय आहे ह्या कबीरमधे जे माझ्यात नाही? का मला डावलून, तू ह्याच्या मागे लागली आहेस?" पण त्याने तसं काहीच केलं नाही. ते श्रीच्या स्वभावातच बसत नव्हतं. त्याने आपल्याला भावनांना आवर घातला.

संपूर्ण शक्ती एकवटून उठून उभा राहिला आणि मागे वळून न बघता, माघारी चालायला लागला. "गीतसाठी मी फक्त एक मित्र आहे. गीत त्याच्यासोबत खुश आहे. मीही तिच्या आनंदात आनंद मानायला हवा.." रस्त्याने चालत जात असताना, असं तो स्वतःलाच पटवून देत होता. तिथून चालत चालत घरी जाताना, त्याला त्याच्या लहानपणी गीतच्या आजीने सांगितलेली एक गोष्ट आठवली.

एकदा श्री आणि गीत आजीसोबत अंगणातल्या खाटीवर बसलेले होते. बाहेर मस्त चंद्राचं चांदणं पडलं होतं. "गोष्ट सांग. गोष्ट सांग." म्हणून गीत आजीच्या मागे लागली होती. आजीला कुठलीच गोष्ट आठवत नव्हती. गीतला रोज नवीन गोष्ट ऐकायची असे. रोज रोज नवीन गोष्ट कुठून आणणार? पण गीत हट्टालाच पेटली होती. शेवटी आजीने तिच्या लहानपणीचा एक प्रसंग सांगण्यास सुरुवात केली.

"मी तेव्हा सात वर्षांची असेल तेव्हाची ही गोष्ट. आमच्या घरात मी सगळ्यात लहान होते, माझे दोनही भाऊ मोठे होते माझ्यापेक्षा खूप. शेजारीपाजारी पण कुणालाच मुली नव्हत्या, त्यामुळे माझ्यासोबत खेळायला कुणीच नव्हते. माझ्या मैत्रिणी आमच्या घरापासून दूर रहायच्या, त्यामुळे आई रोज त्यांच्याकडे जाऊ देत नसे. एके दिवशी, सकाळी सकाळी आमच्या अंगणात एक पांढऱ्या रंगाचं आणि त्यावर काळे ठिपके असलेलं लहानसं गोंडस कुत्र्याचं पिलू आलं. ते पिलू बघून मला काय करू नि काय नको असं झालं. त्याला मी एका वाटीत दूध प्यायला दिलं. मस्तपैकी त्याच्यासाठी कापसाची गादी बनवून मी त्यावर एक कापड टाकलं. त्याच्यासोबत मी दिवसभर खेळायचे. घरभर त्याला घेऊन फिरायचे. मी त्याचं नाव मोती ठेवलं होतं. मोतीलाही माझा खूप लडा लागला होता. मी दुरूनच येताना दिसले की, जोरजोराने तो त्याचं शेपूट हलवायचा, त्याच्या जिभेने माझे हात पाय चाटायचा. एके दिवशी, एक मोतीसारखीच दिसणारी एक मोठी कुत्री आमच्याकडे घरासमोर आली. तिच्यासोबत आणखी चार लहान पिल्ले होती. जसा तिला मोती दिसला, तशी ती मोठमोठ्याने भुंकू लागली. मोतीही धावत धावत तिच्याजवळ गेला. ती कुत्री त्याला तिच्या जिभेने प्रेमाने चाटू लागली. मोती त्या बाकी पिल्लांच्या अंगावर लोळू लागला. शेवटी मोती त्या सगळ्यांसोबत निघून जाऊ लागला. मी लगेच मोतीला त्या सगळ्यांजवळून आणायला धावले तेव्हा बाबांनी मला पकडले आणि मला म्हणाले, "जाऊ दे त्याला.". मी म्हटलं, "मोती माझा आहे. तो मला पाहिजे." आणि मी रडायला लागले.

बाबा म्हणाले, "बघ मोतीकडे, किती खुश आहे तो! ती त्याची आई आहे. तुला जर तुझ्या आईबाबाशिवाय, दादाशिवाय दुसऱ्या कुणाकडे रहा म्हटलं तर तुला आवडेल का? प्रेम म्हणजे हक्क गाजवणं नसतं बेटा. प्रेम म्हणजे समोरच्याच्या सुखात सुख मानणं असतं, मग ते सुख त्यांना आपल्यापासून दूर का घेऊन जात असेना."

तरीही मी रडत राहिले. तेव्हा बाबा काय बोलले ते एवढं कळलं नव्हतं पण आता त्यांचं म्हणणं पटतं."

श्री आणि गीत कान लावून तो किस्सा ऐकत होते. त्या गोष्टीचा श्रीवर चांगलाच परिणाम झाला होता. त्यालाही वाटायचं की, गीत कधीच आपल्यापासून दूर जाऊ नये, पण त्याने स्वतःच्या आनंदासाठी तिला कबीरपासून दूर करण्याचा प्रयत्न कधीच केला नाही.

हे सगळं आठवल्यावर श्रीचे हृदय भरून आले. डोळ्यांतही थोडे पाणी तरळले पण ते सगळे त्याने लपवले आणि परत खिडकीतून बाहेर बघत तो दुसऱ्या गोष्टींचा विचार करण्याचा अतोनात प्रयत्न करू लागला. बऱ्याच दिवसांनी भारतात परतल्यामुळे गीतला बाहेरचा वारा आपलासा करावा वाटला म्हणून तिने एसी सुरु असतानाही गाडीच्या खिडकीची काच खाली केली आणि स्वतःचा चेहरा जरा बाहेर काढला होता. मुंबईच्या छत्रपती शिवाजी आंतरराष्ट्रीय एयरपोर्टवरून श्री आणि गीत पुण्याकडे कॅबने जायला निघाले होते.

पुण्यात पोहोचेपर्यंत अंधार पडला होता. एका फ्लायओव्हर वरून खाली उतरताना समोर डिव्हायडरच्या दोन्हीही बाजूंनी गाड्या मंदगतीने सरकत होत्या. डाव्या बाजूला पुढे जात असणाऱ्या गाड्यांचे मागचे लाल लाईट्स आणि उजव्या बाजूचे पांढरे लाईट्स तेवढे चमकत होते. असं वाटत होतं की एका बाजूने लाल तर दुसरीकडे पांढरी नदी वाहत आहे. वाहनांचा पूर आला होता जणू. गीत कबीरला विसरून त्या बाहेरच्या दृश्यात स्वतःचं मन रमवण्याचा प्रयत्न करत होती.

गीत आणि श्री दुसऱ्या दिवशी लगेच अमरावतीला निघून गेले. गीत श्रीच्या घरी चार पाच दिवस होती. मुलगा आणि सून आले आहे म्हटल्यावर, श्रीच्या आईच्या आनंदाला पारावार नव्हता. काय करून खाऊ घालू दोघांना आणि काय नाही, असं तिला झालं होतं. कधी गुलाबजाम तर कधी पुरणपोळी, कधी रोडगे आणि वांग्याची तर्रीवाली भाजी तर कधी कढीगोळे नि भाकरी. दोन दिवसांत तिने दोघांना त्यांचं पोट बिघडेपर्यंत खाऊ घातलं होतं.

गीत वरून दाखवत नव्हती पण ती उदास होती. तिचं शरीर भारतात होतं पण मन मात्र इंग्लंडमधेच कबीरच्या अवतीभोवती रेंगाळतंय असं तिला सतत वाटायचं. ती तिच्या घरी गेली. तिच्या घरी फक्त तिचे बाबा, तेही दिवसभर ऑफिसमधे असायचे. त्यामुळे तिला तिथे दिवसभर एकांत मिळायचा. अधूनमधून आत्या तिच्यासाठी कधी लाडू, कधी फणसाची भाजी असं काहीतरी घेऊन यायची पण ती ही आता आधीसारखी जास्त मोकळी बोलायची नाही की जास्त वेळ बसायचीही नाही. गीतने प्रथमेशसोबत लग्न केलं नाही, हा राग तिच्या मनात कुठेतरी होताच. गीत, तिची आजी आणि ती ज्या कोपऱ्यातल्या पलंगावर झोपायचे, त्या पलंगावर आजीची गोधडी घेऊन दिवसदिवसभर पडून राहायची.

गीतची आई गेली, तेव्हा ती फक्त चार वर्षांची होती. घरात तिचं प्रेत पडलं होतं आणि गीत बाहेर मुलांसोबत खेळत होती. शेजारच्या बाईने तिला घरात आणलं. तिचे बाबा एका कोपऱ्यात, शून्यात नजर लावून हरवल्यासारखे, सुन्न झाल्यासारखे बसले होते. इतर बायकांचे डोळे ओले होते आणि सतत रडत

असल्यामुळे त्यांच्या नाकातून 'फुर्र..फुर्र..' असले आवाज येत होते. गीतच्या आजीने तिला जवळ घेतले आणि कापऱ्या आवाजात म्हणाली, "गोलू, आई जयजयकडे गेली." तिच्या पाठीवरून हात फिरवताना तिच्या आजीची बोटं थरथरत होती. गीतने क्षणभर त्या प्रेताकडे पाहिलं आणि निरागसतेने म्हणाली, "कुठे गेली? इथेच तर आहे. ती झोपली आहे." हे वाक्य ऐकून तिथे जमलेल्यांचे डोळे आणखीनच पाणावले.

गीतची आई नेहमीच आजारी असायची. नक्की कशाने गेली, हेही कळलं नाही. कुणी म्हणे टीबीने गेली, कुणी तापाने तर कुणी डोक्यात ताप गेल्याने. समजायला लागल्यापासून गीतने तिला पलंगावर सतत पडलेलंच बघितलं होतं. तिला आता तिचा चेहराही नीट आठवत नव्हता. फक्त तिचे खोल गेलेले डोळे आणि त्या डोळ्यांभवतीची काळी वर्तुळ तेवढी आठवायची. तिच्या आईच्या मरणानंतर तिचे बाबाही फक्त श्वास सुरु होते, म्हणून जगत होते. त्यांना जगण्यात विशेष रस उरला नव्हता. ह्या सगळ्यामुळे आजीलाच गीतची आई व्हावं लागलं. गीतचं सगळं तीच बघायची. गीतला रोज रात्री झोपताना गोष्टी ऐकायच्या असत, रोज नवीन नवीन गोष्टी. कधी कधी आजी काहीही मनाने जोडून तिला गोष्टी सांगायची. रोज रोज नवीन गोष्टी सांगणार तरी कुठून? हा प्रश्न तिच्या आजीला पडायचा.

'आजीने बऱ्याच गोष्टी सांगितल्या होत्या. राजा आणि राणीच्या, एक राजा, त्याचा दोन राण्या, एक आवडती तर दुसरी नावडती राणी अश्या प्रकारच्या. पण आजीने एक होता राजा आणि त्याच्या भरपूर राण्या, त्याही सगळ्या आवडीच्या, अशी गोष्ट कधीच सांगितली नाही. ही गोष्ट माझी होती. काळाप्रमाणे गोष्टीही आता अपग्रेड करायला हव्यात.' पडल्या पडल्या असले काहीतरी विचार, गीतच्या डोक्यात येत होते. कबीरचं आपल्याला व्यसन जडलंय की काय?, त्याच्या आपण आहारी गेलोय की काय?, असं तिला वाटू लागलं. सतत त्याचे विचार जेव्हा तिच्या डोक्यात यायला लागले, तेव्हा तिने सुट्टी कॅन्सल करून, पुण्यात जाऊन, ऑफिस जॉईन करण्याचा निर्णय घेतला. ती जाणार म्हटल्यावर श्रीही तिच्यासोबत जायला निघाला.

ऑफिस जॉईन केलं, तरीही विशेष काही फरक पडला नाही. कामात असतानाही कबीरचं भूत गीतच्या डोक्यावरून, मनातून उतरत नव्हतं. तिचं मन आणि शरीर दोन्हीही कबीरसाठी व्याकुळ होत होतं. जशी रोज भूक लागते, रोज झोप येते, तशीच रोज कबीरच्या गोष्टींची, कबीरच्या स्पर्शाची तिला गरज

वाटू लागली. अन्न, वस्त्र, निवारा ह्याप्रमाणेच तिला आता कबीरचा सहवासही जीवनावश्यक वाटू लागला होता. मनाने आपण एखाद्याच्या किती जवळ आलोय, हे त्या व्यक्तीपासून दूर गेल्यावर खऱ्या अर्थाने समजतं. जवळ राहून ते कधीच लक्षात येत नाही. बस, हाच अनुभव गीत कबीरपासून दूर झाल्यावर घेत होती.

ह्या सगळ्या अवस्थेतून जाताना तिच्या मनात वेगवेगळे विचार येऊ लागले आणि ती ते तिच्या डायरीत लिहून काढू लागली.

"शिकायत ये नहीं कि
अब तुम मेरे न रहे...
शिकायत ये है कि
तुमने मुझे मेरा भी न छोड़ा.."

एकदा मोबाईल मध्ये सेल्फी काढताना तिच्या मनातून आपोआप ओळी निघाल्या आणि त्या लगेच तिने तिच्या इंस्टाग्रामवर पोस्ट केल्या.

"काश ये कॅमेरा,
मन की भी तस्वीर
खींच पाता..
तो मेरी हर फोटो में
हम दोनों
हरदम साथ दिखते.."

त्यावर बऱ्यापैकी लाईक्स आले. गीतला त्याचं काहीच वाटत नव्हतं. हे असे सगळ्या जगाचे ही लाईक्स आले असते आणि ते तराजूच्या एका पारड्यात आणि हे वाचल्यावर कबीरची फक्त एक स्माईल एका पारड्यात टाकून तिच्या मनाच्या तराजूत तोलले असते तर कबीरच्या स्माईलचच पारडं धाडकन खाली झुकलं असतं. 'एखाद्या व्यक्तीला आपल्या मनातील भावना सांगता ही न येणं, ह्यापेक्षा मोठं दुःख नाही', असा विचार गीत त्या लाईक्सकडे बघत मनोमन विचार करत होती.

श्रीने बऱ्याचदा स्वतःच्या मनातील भावना गीतला त्याच्या कृतीतून दाखवण्याचा प्रयत्न केला, पण गीतला स्वतःच्या विचारात, स्वतःच्या दुःखात इतकी गुंतली होती की तिला श्रीचे प्रेम त्यापुढे जाणवत नव्हते. गीतच्या नजरेत कबीर आणि कबीरच बसला होता, त्यामुळे आता तिला श्रीच्या चेहऱ्यावरचे भाव दिसत नव्हते, कळतही नव्हते.

कबीरचा विसर पडावा, म्हणून नंतर नंतर गीतने दारू पिण्यास सुरुवात केली. म्हणजे आधीही ती ड्रिंक्स घ्यायची पण प्रमाणात घ्यायची. गीतला दारू झेपत नसे, म्हणून ती दोन किंवा तीन पेगच्या वर घेत नसे. एकदा श्री ऑफिसमधून उशीला आला आणि समोरच दृश्य बघून स्तब्ध उभा राहिला. गीत दारू पिऊन चांगलीच नशेत होती. एक दोन पेगच्या वर न पिणाऱ्या गीतने पूर्ण जॅक डॅनीयलची बॉटल संपविली होती. धडपडत, अडखडत ती गाणं म्हणत होती, "तुझे भुला.. दिया..

तू.. तू.. तुझे भुला दिया.." स्वतःभोवती गिरक्या घेत होती, गाणं म्हणत होती, खाली पडत होती, पुन्हा उठत होती. श्रीला ते दृश्य बघून आणि गीतचा आवाज ऐकून हसू आवरत नव्हतं. ती अगदी मनापासून गात होती असं तिलाच वाटत होतं. तिच्या कबीरसाठीच्या भावना जरी खऱ्या असल्या तरीही गीतच्या गाण्यात सूर आणि ताल मुळीच नव्हते. गीत खूप वाईट गायची.

श्री समोर गेला, तिचे दोन्हीही दंड पकडले आणि तिला चेअरवर बसवले. तिच्या अंगाचा दारूचा वास येत होता. गीत बडबड करत, तुटकतुटक बोलत, श्रीला काहीतरी सांगत होती आणि ते कबीरबद्दल होतं. काही श्रीला समजत होतं तर काही अजिबात समजत नव्हतं. बोलता बोलता गीत हुंदके देत देत रडू लागली. रडून रडून तिचं नाकही भरून आलं. त्याने स्वतःचा रुमाल तिला अश्रू पुसायला दिला, पण तिने त्यावर फर्रकन नाकात साचलेलं दुःख शिंकरलं. "डोळ्यांबरोबर नाकही भरून आलं तर समजून जावं जख्म गहरा है|" असा शोध त्यादिवशी श्रीला लागला.

तो रुमाल पुन्हा कधीही श्रीने वापरला नाही. त्यानंतर जेव्हा जेव्हा गीतचा रडण्याचा कार्यक्रम त्याच्यासमोर झाला, तेव्हा तेव्हा श्री न विसरता टिश्यू जवळ ठेवायचा.

एक दोनदा गीतने दारू पिऊन राडा केला. श्रीने ती गोष्ट हसण्यावरी नेली, पण दोन तीन महिने गेल्यावरही गीत काही सुधारत नव्हती. आता तिचं हे नेहमीचंच झालं होतं. दारू प्यायची आणि रात्री तीन तीन चार चार वाजेपर्यंत कबीरपुराण श्रीला सांगत सुटायचं. त्या दोघांत घडलेले प्रसंग श्रीच्या आता तोंडपाठ व्हायला लागले होते. त्याच्याबद्दल बोलायचं, हसायचं, रडायचं शेवटी स्वतःच स्वतःला समजावून सांगून झोपी जायचं.

एक दिवस रात्री, नशेत ती श्रीसमोर तिच्या गुडघ्यावर बसली आणि रडत रडत त्याला म्हणू लागली, "श्री, मला वेड लागलंय का रे? मी आता नेहमी अशीच राहील का रे? प्लीज, प्लीज तू शोध ना कुठेतरी, काही ट्रीटमेन्ट असेल ना विसरण्याची

नाहीतर एखादी गोळी, औषध काहीतरी असेल तर दे ना मला. आय वॉन्ट टू फर्गेट हिम. प्लीज हेल्प मी. प्लीज..” स्वतःचे हात जोडून “प्लीज.. प्लीज..” म्हणत ती तशीच जमिनीवर पडून राहिली. श्री हतबल नजरेने दुरूनच तिच्याकडे बघत होता.

श्रीला गीतच्या इंस्टाग्राम पोस्ट बघून तिच्या मनात काय चाललंय ह्याची थोडी फार कल्पना येऊ लागली.

“जब भी कुछ नया लिखना चाहा..

लफ्जोनें फिर एक बार आप ही को चाहा..”

किंवा

“रोज ढूंढती हूँ

वजह तुमसे नफरत करने की..

रोज उसी वजह से

मोहब्बत कर बैठता है ये बेवकूफ दिल..”

ह्या पोस्ट वाचून श्रीही गंभीर व्हायचा. तेव्हा श्रीने ठरवलं, एकदा हिच्या मनातलं साचलेलं सगळं बाहेर काढायला हवं, म्हणजे ही मोकळी होईल. त्याने गीतला त्याच्यातल्या प्रियकरापेक्षा सध्या तिच्या मित्राची जास्त गरज आहे, हे ओळखलं होतं. त्यासाठी एके संध्याकाळी त्याने दारूच्या बॉटल्स विकत आणल्या. गीत घरी होती. तो तिला म्हणाला, “मला आज तुझ्यासोबत महत्वाचं बोलायचं आहे.”

“प्लीज श्री, आता तू लेक्चर देऊ नकोस. त्याला विसरून जा, तुला दुसरा कुणी चांगला मिळेल. मूव्ह ऑन वगैरे वगैरे. मलाही नव्हतं पडायचं ह्या प्रेमाच्या लफड्यात पण झालं यार! आय नो, तो काही जगातला शेवटचा मुलगा नाही आहे. त्याच्यापेक्षा चांगले मुलं आहेत ह्या जगात. कदाचित मला मिळेल ही त्याच्यापेक्षा चांगला, पण त्याच्यापेक्षा चांगला हवाय कुणाला? नाऊ, आय थिंक आय कान्ट मूव्ह ऑन. आय कान्ट.” अगदी मनापासून गीत हे सगळं बोलत होती.

तिचं बोलणं लक्षपूर्वक ऐकल्यावर, लगेच श्री त्यावर उत्तरला, “अय पोट्टे, मी नाही देणार आहे लेक्चर बिक्चर तुला. माझं डोकं तुझ्यासारख्या मंदबुद्धीवर खर्च करायला मी काय पागल आहे? मी तर आलोय व्हिस्की घेऊन. आज अपन पार्टी करेंगे, ब्रेकअप पार्टी.”

श्री उत्साहाने पार्टीची तयारी करत होता. मसाल्याचे काजू आणि शेव वगैरे टी टेबलवर ठेवले. काचेचे दोन ग्लासेस आणि बॉटलही बाजूला आणून ठेवली. गीत सोफ्यावर बसून ते सगळं बघत होती. श्रीने बॉटल ओपनरने उघडली. ग्लासमधे आईस क्युब्स टाकले. बॉटलमधली व्हिस्की त्याने त्या ग्लासमधल्या क्युब्सवर

ओतली. ग्लास हातात घेऊन गीतच्या समोर नेऊन म्हणाला, “चिअर्स! लेट्स पार्टी.” गीतने तो ग्लास तिच्या हातात घेतला.

श्रीने मोबाईलमधल्या ॲप वरील सगळ्या सॅड गाण्यांची प्ले लिस्ट स्पीकरवर लावली.

बॅकग्राऊंडमधे

“पास आये..

दूरियां फिर भी काम ना हुई..

एक अधूरी सी हमारी कहानी रही..

आसमां को ज़मीन ये ज़रूरी नहीं जा मिले.. जा मिले..

इश्क़ सच्चा वही जिसको मिलती नहीं मंज़िलें मंज़िलें..” सुरु होतं आणि श्री व्हिस्कीचे पेग वर पेग बनवत होता. अरिजीतची गाणी आणि तुटलेलं हृदय, खतरनाक कॉम्बो असतं.

त्या गाण्याने गीत अजूनच दुःखी झाली. तिच्या उदास चेहऱ्याकडे बघत श्रीने टेबलवरचा ग्लास तिच्याकडे सरकवला आणि म्हणाला, “आज पाहिजे तेवढं रडून घे. पाहिजे तेवढी अरिजीतची रडकी गाणी ऐकून घे. पाहिजे तेवढी पिऊन घे पण उद्यापासून नो टीअर्स, नो सॅड सॉंग्स, नो व्हिस्की.”

जीभ चावत परत म्हणाला, “व्हिस्की चालेल अधूनमधून फक्त बेवडी नको होऊ एकदम. मी काही तुला काही मूव्ह ऑन वगैरे करायला सांगत नाही आहे, पण लर्न टू लिव्ह विथ धिस लव दॅट यू ह्यव फॉर कबीर. चेरीश द मेमोरीज बट डोन्ट लिव्ह इन देम.”

श्रीच्या बोलण्याने गीतला थोडा धीर आला होता. रात्रीचे तीन वाजत आले होते, तरीही गीत फक्त आणि फक्त कबीरबद्दलच बोलत होती, अधून मधून रडत होती. शेवटी श्रीच्या खांद्यावर डोकं ठेवून झोपी गेली. श्री कितीतरी वेळ तसाच बसून होता. त्याचे डोळे पाणावलेले होते. ‘हिचं त्याच्यावर एवढं प्रेम आहे की त्याची प्रत्येक बारीकसारीक गोष्ट, प्रत्येक सवय, प्रत्येक क्षण हिला जसाच्या तसा आठवतोय. अगदी तशीच जशी मला हिची प्रत्येक गोष्ट आठवते. चुकीच्या सवयीही हव्या हव्याश्या वाटायला लागल्या आहेत हिला. तरीही कबीर आणि हिचं ब्रेकअप झालं आणि मला मात्र आनंद झाला होता. हाऊ कॅन आय बी सो सेल्फिश? बट आय लव्ह हर. आय एम अल्सो अ नॉर्मल ह्यूमन बिईंग लाईक गीत. इथे प्रत्येकजण आपआपला विचार करतो, मग मी केला तर त्यात काय वाईट आहे. मी माझ्या भावना किती दिवस अश्या माझ्या मनात ठेवू शकेल? वन साईडेड लव एवढं खरंच काहीही वाईट नाही.’

मनातले कल्लोळ थांबवून श्रीने गीतकडे बघितलं. गीतचं त्याच्या खांद्यावर असलेलं डोकं खाली त्याच्या मांडीवर ठेवलं. तिच्या चेहऱ्याकडे बघितल्यावर त्याला तिच्या ओठांवर किस करावंसं वाटलं. तसं करण्यासाठी तो झुकलाही पण तेवढ्यात गीत झोपेतच “कबीर..” असं पुटपुटली. श्रीला त्याच्या हृदयावर आघात झाल्यासारखं वाटलं. तो भानावर आला. स्वतःला सावरून त्याने तिच्या कपाळावर स्वतःचे ओठ टेकवले.

एकदा कृष्ण रागावून जंगलात निघून गेला. त्याच्या तीनही बायकांच्या भांडणामुळे, तो कंटाळून निघून गेला होता. रुक्मिणी, सत्यभामा आणि जाम्बवंती ह्या तिघीही सतत भांडायला लागल्या होत्या. “कृष्ण माझ्या वाट्याला कमी येतो नि तुझ्या वाट्याला जास्त.” ह्या कारणावरून, त्यांचे नेहमी वाद व्हायचे. कृष्ण कुणाही एकीजवळ गेला, की लगेच बाकी दोघींचं रडगाणं सुरु व्हायचं, “तुमचं माझ्यावर जास्त प्रेम नाही, त्या दोघींवर जास्त आहे.” ह्या असल्यामुळे सततच्या कटकटीपासून पिच्छा सोडवण्यासाठी, कृष्ण दूर जंगलात निघून गेला. बरेच दिवस झाले तरी देखील परतला नाही.

मग त्याच्या तीनही राण्यांना आपल्या वागणुकीचा पश्चाताप झाला. त्या तिघींनी एकत्र जाऊन कृष्णाची शोधाशोध सुरु केली. “कृष्ण दिसेनासा झाला. तो जंगलात गेला तर परतलाच नाही.” ही गोष्ट उडत उडत गोकुळातल्या राधेच्याही कानावर गेली आणि मग ती सुद्धा त्याला शोधायला जंगलात गेली. शेवटी त्या घनदाट जंगलात, तिला एका झाडाच्या आडव्या पडलेल्या खोडावर कृष्ण दिसला आणि सोबतच त्याला मिठी मारून असलेल्या त्याच्या तीनही राण्यासुद्धा दिसल्या. त्या सगळ्या रडत होत्या. प्रत्येकजण, “मला तुमची किती आठवण आली! असं कधीच निघून जाऊ नका, मी मरून जाईन.” वगैरे वगैरे बोलून आपआपलं प्रेम आपआपल्या परीने कृष्णाला सांगत होत्या. नंतर मग त्यातील प्रत्येक राणी, ‘मलाच कृष्णाची आठवण जास्त आली.’ ह्यावरून दुसऱ्या दोघींशी भांडू लागली. कृष्णाने एक कटाक्ष त्या तिघींवर टाकला, तेव्हा त्यांनी भांडण थांबवलं. मग पुन्हा कृष्ण निघून जाईल, ह्या भीतीने त्या शांत झाल्या आणि भरलेल्या डोळ्यांनी त्याची माफी मागू लागल्या. कृष्ण, त्यांचं हे असं प्रेम आणि बालिशपणा बघून हसू लागला.

त्यांची ती अवस्था बघून कृष्णाचा राग पळून गेला. त्याने त्या तिघींचेही अश्रू पुसले. पण ते पुसताना दूरवर उभी असलेली राधाही त्याच्या नजरेतून सुटली नाही. कृष्ण सापडला आहे आणि तो सुखरूप आहे, हे बघून राधा सुखावली.

राधा तिथून वळून माघारी जाऊ लागली, तेव्हा कृष्णाने तिच्या खांद्यावर हात ठेवला. राधा वळली, समोर मनाला मोहणारा हसरा कृष्ण उभा होता. त्याने लगेच विचारलं, "इतक्या कमी दिवसांत ह्या माझ्यासाठी इतक्या कळवळल्या, पण राधे तुझ्यापासून तर मी कधीपासून दूर गेलोय, तुला नाही का गं आली आठवण माझी कधीच?"

राधा किंचित हसून म्हणाली, "नाही. मुळीच नाही."

"पण का?" कृष्णाने कळवळून विचारलं.

जरा गंभीर होत राधा उत्तरली, "कान्हा, तुला कधी स्वतःचीच आठवण येते का रे?"

कृष्ण हे ऐकून स्तब्ध होऊन, नुसता राधेकडे बघतच राहिला. पुढे अजून राधाच बोलायला लागली.

"तुला माझ्यापासून कुणीच हिरावून घेऊ शकत नाही, इतकंच काय? तू सुद्धा तुला माझ्यापासून दूर करू शकत नाहीस, इतका तू माझ्यात वसलेला आहेस रे, मोहना." असं म्हणून राधा तिथून निघून गेली.

हे उत्तर ऐकून कृष्ण डबडबलेल्या डोळ्यांनी राधेच्या पाठमोऱ्या आकृतीकडे बघत, मनोमन विचार करत राहिला, 'आठवण येण्यासाठी आधी विसरावं लागतं, पण राधा आपल्याला कधीच विसरली नव्हती. किंबहुना मी तिच्या आत इतका खोलवर रुजलो आहे की, तिला आता मी तिचाच एक भाग आहे, सदैव तिच्याच सोबत आहे, असं वाटायला लागलं आहे. मग तिला आठवण कशी येईल माझी?'

कृष्णाचे डोळे भरून आले होते आणि अश्रू.. अश्रू मात्र, घरी जात असलेल्या राधेच्या गालावरून ओघळायला लागले होते.

ही गोष्ट कधीतरी आजीने गीतला सांगितली होती. आताच्या परिस्थितीनुसार ती गोष्ट आता तिला खरी वाटायला लागली होती. तेव्हाच तिने मोबाईलमध्ये लिहिण्यास सुरुवात केली,

"कुछ इस तरह से जुड़ गया हूँ मैं तुझसे..
के सारी दुनिया से जुदा हो गया हूँ...
कुछ इस तरह से बंध गया हूँ मैं तुझसे..
के सारी दुनिया से आझाद हो गया हूँ..
कुछ इस तरह से घुल गया हूँ मैं तुझमे..
के अब मैं तुम हो गया हूँ.."

गीतच्या मनातून कबीर जातंच नव्हता. दिवसभरात काहीही घडलं तरीही तिला कधी एखाद्या वस्तूवरून, गोष्टीवरून एकतर त्याची आठवण यायची नाहीतर तो ह्या गोष्टीवर कसा हसला असता?, तो काय बोलला असता? तो कसा रिऍक्ट झाला असता हेच तिच्या डोक्यात यायचं इतक्या दूरदेशी कबीर असूनही तिला तो तिच्याच जवळ असल्याचा भास व्हायचा. कबीरची आठवण खरंतर तिच्यासाठी श्वास घेण्याइतकी सहज झाली होती. त्यालाही कधीतरी तिची आठवण येईल, ह्या आशेवर ती जगत होती. त्या दोघांच्या एका आठवणीतूनच तिने एक कविता लिहिली होती.

"सर्दीयों की वो आलसी दोपहर
आज भी याद है मुझे,
जब तुम रजाई फेंक देते थे
और कहते थे ये चुभती है मुझे..
और फिर..
रजाई की तरह,
तुम ओढ लेते थे मुझे..
कहते थे अब ये सही है
नरम मुलायम है ये मेरी रजाई..
और ये सिर्फ मेरी है..
मुझे वैसीही सर्दीकी दोपहर
का इंतजार है..
चाहती हूँ बहोत ठंड पडे एक दिन,
और तुम ढुंढते रहो,
सिर्फ तुम्हारी मुलायमसी रजाई को..
इसी बहाने शायद मैं तुम्हे याद आ जाऊं..
कमबख्त, ये मौसम जल्दी क्यूँ नहीं बदलते?"

गीतने ड्रिंक्स घेणं कमी केलं होतं, मात्र कबीर काही तिच्या डोक्यातून जात नव्हता. श्रीने इतक्या प्रकारे समजावून सांगूनही गीतमधे काहीच फरक पडत नव्हता. महिन्यांमागून महिने उलटले पण ऑफिसमधे तिचं थोडंही लक्ष लागत नव्हतं. श्रीसोबतही तिने बोलणं कमी केलं होतं. भूक लागायची म्हणून जेवायची, झोप यायची म्हणून झोपायची. कसे तरी दिवस ढकलायचे म्हणून ढकलायची. कबीरच्या आठवणीत रमायची. कुठल्या अनोळखी नंबरवरून कॉल आला की, तिला वाटायचं कबीरचाच फोन असेल पण मग फोन उचलल्यावर जेव्हा दुसऱ्याच

कुणाचातरी आवाज ऐकून अस्वस्थ व्हायची. कसंबसं बोलून फोन कट करून रडायची. स्वतः त्याच्या लॅंडलाईनवर कॉल करायचा प्रयत्न करायची पण तो नंबर बंद पडलेला आहे, असा मॅसेज दर वेळी त्यातून ऐकू यायचा. तरीही आशेने पुन्हा पुन्हा कॉल करायची. फेसबुक, इंस्टाग्राम, गुगल वगैरे वगैरे वर त्याचं नाव टाकून त्याला शोधण्याचा प्रयत्न करायची पण तो कुठेच सापडला नाही. कबीर कुठल्याच सोशल मीडियावर नाही, त्याच्याजवळ स्मार्टफोनही नाही, हे माहिती असूनही त्याला शोधत बसायची. 'कुठे असेल तो? कसा असेल तो? माझी आठवण नसेल येत का त्याला?' ह्या विचारांनी गीतचा जीव कासावीस व्हायचा.

श्री सगळे प्रयत्न करून थकला होता. कुठलाही कॉमेडी सिनेमा आला की, तिला तो आग्रह करून सिनेमाला घेऊन जायचा. ती जायची ही, काही सिन्स बघून हसायची ही, पण थोड्यावेळाने पुन्हा तिचा चेहरा उदास व्हायचा. श्री तिच्या आवडीचं जेवण बनवायचा. तिलाही मन गुंतवण्यासाठी मदत करायला सांगायचा पण तिचं जणू कशातच लक्ष लागत नव्हतं. एक दोनदा तर भाजी कापताना तिचं बोट चांगलंच कापल्या गेलं, म्हणून नंतर श्रीने तिला स्वयंपाक करण्यात ही गुंतवणं बंद केलं.

९

लव ई-मेल्स

ऑगस्ट महिना सुरु झाला होता, म्हणजे इंग्लंडमधे उन्हाळा होता. उन्हाळ्यात इंग्लंडमध्ये सूर्योदय सकाळी सव्वा पाचच्या जवळपास आणि सूर्यास्त रात्री नऊ वाजता होतो. म्हणजे रात्रीचे नऊ वाजले तरीही रात्र झाल्यासारखी वाटत नाही, अंधार पडत नाही. जणू हिवाळ्यातली कसर सूर्य उन्हाळ्यात ओव्हरटाईम करून काढून टाकतो. उन्हाळ्यात इंग्लंडचं वातावरण एकदम हॅपनिंग होऊन जातं. सूर्याचा लख्ख प्रकाश, निळंशार आकाश आणि तसाच निळा समुद्र, त्याचं स्वच्छ पाणी नि किनाऱ्यावरची पांढरी शुभ्र, स्वच्छ वाळू.

सँडबँक्समधे तिथल्या समुद्रकिनाऱ्यामुळे तर पर्यटकांची रेलचेल सुरु होती. बीचवर गर्दीच गर्दी आणि सगळीकडे उत्साहाचं वातावरण होतं. समुद्रकिनाऱ्यावर खाली मॅट टाकून, हातापायाला सनस्क्रीन लावून पुरुष शॉर्ट्स घालून, शर्ट न घालता पडलेले होते तर स्त्रिया बिकनी घालून. लहान मुलं समुद्राच्या लाटांसोबत पकडपकडी खेळत होते तर मोठी मुलं त्यांच्या गर्लफ्रेंडसोबत पकडापकडी खेळत होते. कुणी स्कुबा डायव्हिंगची तयारी करत होतं तर कुणी पॅरासेलिंगची. बीचवर असलेल्या रेस्टॉरंटचे धंदे मस्त चालू लागले होते. फिश अँड चिप्सचे बॉक्स, बिअरच्या कॅन सगळ्यांच्या हाती दिसत होते. एकूणच सगळं वातावरण एकदम प्रफुल्लित करणारं होतं. उन्हाळ्यात हा देश जिवंत होतो, असं म्हटलं तरीही वावगं ठरणार नाही.

कबीर बीचवर एकटाच वाळूवर बसून चिल्ड बिअर पित होता. समुद्राच्या लाटा थोड्या थोड्या वेळाने त्याच्या पायांना स्पर्शून जात होत्या. समोर एक तरुण आणि तरुणी, हातात हात घेऊन, समुद्राच्या पाण्याच्या आत धावत जात होते. त्या तरुणीने निळ्या रंगाची बिकिनी घातली होती तर तरुण फक्त शॉर्ट्स घालून

होता. ते दोघे बरेच आत गेल्यावर थांबले. त्यांच्या कमरेपर्यंत पाणी होते. तिथे जाऊन ते एकमेकांना किस करत होते. त्या दोघांना तसं बघून कबीरला गीतची आठवण आली. त्याच्या फँटसीच्या बहाण्याने, तिने घेतलेली वेगवेगळी रूपंही त्याला आठवली. मग उगाचच त्याच्या मनात आलं की, गीतला बिकिनीत आपण कधीच बघितलं नाही. ती हिवाळ्यातच भेटली आणि हिवाळ्याच्या अखेरीस आयुष्यातून निघूनही गेली. ती आता इथे असती तर तिला बिकिनीत बघता आलं असतं. डोळे मिटून ती बिकिनीत कशी दिसेल, ह्याची कल्पना तो करत होता आणि स्वतःच गालातल्या गालात हसत होता.

कबीरलाही गीतची अधूनमधून आठवण यायची पण तो त्या आठवणीमध्येच गीतसारखं जगत नव्हता. त्या आठवणी त्याला आनंद द्यायच्या, हसवायच्या आणि मग पुन्हा तो आपल्या वर्तमानकाळात जगायचा. गीतचं तसं नव्हतं. गीत हावरट होती. प्रेम मिळतंय, मजा येतेय, आनंद मिळतोय मग तो तसाच अजून मिळत रहायला हवा, असं तिला वाटायला लागलं होतं. सातासमुद्रापार गीत फक्त आपल्या आठवणीमध्येच जगतेय, आपल्यासाठी रडतेय, ह्याचा कबीरला मागमूसही नव्हता. असेलही कसा? गीत भारतात परतल्यावर, ती तिच्या रस्त्याने आणि कबीर कबीरच्या रस्त्याने जाणार, असं त्या दोघांनीच ठरवलं होतं.

गीतचा विचार थांबवून, कबीरने डोळे उघडले. त्याला भूक लागली होती, म्हणून तो उठून उभा झाला. त्याने त्याच्या शॉर्ट्सवर लागलेली वाळू हाताने झटकली आणि फिश अँड चिप्सच्या दुकानाकडे चालत जाऊ लागला. त्याला सनसेट टेक अवेचे फिश अँड चिप्स आवडायचे. सनसेट हे टेकअवेचं छोटंसं दुकान होतं. थोडं मेन बीचपासून लांब होतं, तरीही तो त्या वाटेने जाऊ लागला. बीच संपला आणि रस्ता लागला.

तेवढ्यात रस्त्याच्या दुसऱ्याकडेने असलेल्या एका झाडाजवळ त्याला परत तोच व्हील चेअरवरचा माणूस दिसला. कबीरने खात्री करून घेण्यासाठी, पुन्हा त्याच्याकडे निरखून बघितलं. तो तोच होता, ज्याला कबीरने सात आठ वेळा तरी ह्यापूर्वी बघितलं होतं. कबीरला दरवेळी असं जाणवायचं की, तो त्याच्याकडेच बघत असायचा आणि अचानक जेव्हा कबीरची नजर त्याच्याकडे जायची तेव्हा तो इकडेतिकडे बघायचं नाटक करायचा. त्या दिवशीही त्याने तसंच केलं. कबीर जिथे असायचा तिथेच तो माणूस असणं, हा एक दोनदा योगायोग असू शकतो, पण कबीरला तो माणूस आपला पाठलाग करतोय, ह्याची आता खात्री झाली होती.

त्या व्यक्तीचे केस वयोमानानुसार विरळ झाले होते. केस, मिश्या आणि दाढी पांढरे होते. त्याचा गोरा चेहरा उन्हामुळे लाल बुंद झाला होता. डोळे निळे

होते. त्याच्या दिसण्यावरून तो ब्रिटिश वाटत होता. कबीरने जसं त्याच्याकडे बघितलं, तसाच तो त्याची व्हीलचेअर फिरवून दुसऱ्या दिशेने जाऊ लागला. कबीरने मनोमन ठरवलं, आज काहीही झालं तरीही ह्याला गाठायचं. तो झपझप पावलं टाकत त्याच्या दिशेने निघाला. तो व्हीलचेअरवरचा माणूस मागे वळून वळून बघत होता आणि त्याच्या व्हीलचेअरची बटण जोराने दाबत होता पण व्हीलचेअरची स्पीड खूप कमी होती.

कबीरने थोडी चालण्याची गती कमी करत रस्ता क्रॉस केला. मग पुन्हा रस्त्याच्या दुसऱ्या बाजूने गेल्यावर तो भरभर चालायला लागला. तो माणूस हतबल झाल्यासारखा समोर समोर व्हीलचेअरने जात होता, पण कबीर त्याच्या इतक्या जवळ पोहोचला होता की, 'आता हा आपल्याला पकडणार.' ही भिती त्याच्या चेहऱ्यावर स्पष्ट दिसत होती. कबीर त्याच्यासमोर जाऊन उभा ठाकला. कबीर त्याच्यासोबत बोलण्यासाठी जरा खाली झुकला,

"व्हाय आर यू फॉल्लोविंग मी?"

"नो.. नो..आय ऍम.. नॉट...फोल्लोविंग.." अडखडत अडखडत कबीरकडे न बघता तो माणूस बोलू लागला.

"आय हॅव सीन यू मेनी टाइम्स, ऍट टॉवरपार्क, पूल, बोर्नमाऊथ अँड सँडबॅंक्स. धिस कान्ट बी जस्ट अ कोईन्सीडंस अँड व्हेनएव्हर आय फॉल्लोड यू, यू रॅन अवे. एव्हन टुडे यू वेअर ट्राइंग टू एस्केप."

तो म्हातारा माणूस त्यावर काहीच बोलला नाही. मान खाली घालून तसाच व्हिलचेअरवर बसल्या बसल्या, दोन्हीही हात एकमेकांवर घासत होता. कबीर त्याचा सहजासहजी पिच्छा सोडणार नव्हता. त्याने त्याला प्रश्नामागून प्रश्न विचारले. पोलीस कम्प्लेंट करण्याची धमकी सुद्धा दिली. शेवटी त्या माणसाने कबीरला त्याच्या घरी चलण्याचा आग्रह केला. कबीर त्याच्यासोबत पार्किंगमध्ये गेला. त्याच्याजवळ महागडी रेंज रोव्हर कार होती. त्या कारमधे ड्राइव्हर होता. ह्या सगळ्यावरून समजत होतं की, तो माणूस चांगलाच श्रीमंत होता.

ते दोघेही कारमधे बसले. बसल्या बसल्या कबीरने विचारलं, "व्हेअर डू यू लिव्ह?"

"पूल." एवढं बोलून तो माणूस गप्प बसला.

पूलच्या हार्बरसमोर, एकदम मेन एरियात, एका बंगल्याच्या आत गाडी थांबली. त्या माणसाचं घर खूप मोठं होतं. कबीरने पहिल्यांदा इतक्या भव्य आणि पॉश घरात पाय ठेवला होता. जागोजागी भिंतीवर मोठमोठ्या पेंटिंग्स, दिव्यांचे झुंबर आणि इतर सजावटीच्या वस्तू होत्या. ते दोघेही लिव्हिंग

रूममधे आले. तिथे एक मोठा लेदरचा सोफा होता. त्यावर कबीर बसला. तो बसला त्या जागेच्या अगदी समोर, एक मोठं काचेचं कपाट होतं. त्यात खूप सारी पारितोषिकं होती, जसं की शिल्ड्स, ट्रॉफीज, सर्टिफिकेट्स होते. तो माणूस आत गेला, तसा कबीर उठला आणि त्या कपाटाजवळ गेला. त्याला त्या सर्टिफिकेटवरचा मजकूर वाचायचा होता. त्याने त्यावर काय लिहिलं आहे, हे बघण्यासाठी स्वतःची मान त्याने थोडी झुकवली, “जर्नलिस्ट ऑफ द इयर..जेम्स विल्सन”, सगळे अवॉर्ड्स पत्रकारीतेशी संबंधित होते. बीबीसीचाही उल्लेख होता. म्हणजे हा माणूस पत्रकार होता, तोही नामांकित पत्रकार, एवढं स्पष्ट झालं होतं.

‘ये इतना अमीर और फेमस आदमी मेरे पीछे क्यूँ पडा है?’ असा विचार कबीर करत असताना, त्याला मागून आवाज आला, “टी ऑर कॉफी?” त्याच्या आवाजाने कबीर थोडा दचकला. त्याच्या जागेवर पुन्हा जाऊन बसला. समोरच्या सेंटर टेबलवर त्या माणसाच्या नोकराने सँडविचेस, मफिन्स, वेगवेगळी फळं आणून ठेवली होती. कबीरला बीचवरच खूप भूक लागली होती. त्याने “कॉफी.” म्हटलं आणि बाकीचे प्रश्न सध्या तरी मनात ठेवले. आधी खाण्यावरच ध्यान केंद्रित केलं. त्याचं पोट भरल्यावर तो मुद्द्यावर आला,

“सो, व्हाट्स द मॅटर?”

त्या रिपोर्टरने म्हणजे जेम्सने जे काही सांगितलं, त्यामुळे कबीरला त्याचं शरीर, मन सगळं सुन्न झाल्यासारखं वाटत होतं. तो त्याच्या घरातून बाहेर पडला होता. त्याने सांगितलेलं सगळं खोटं असावं असं त्याला वाटत होतं, पण त्याच्याजवळ पूर्ण पुरावे होते. रस्त्याने पाय घासत घासत तो चालला होता. रात्रीचे नऊ वाजले होते. सूर्य मावळतीकडे चालला होता. रस्त्यावर बऱ्यापैकी गर्दी होती. कबीर मात्र आपल्याच तंद्रीत चालला होता. त्याला जणू आजूबाजूचं काहीच दिसत नव्हतं, ऐकू येत नव्हतं. त्याला अजूनही असं वाटत होतं की, हे एखादं वाईट स्वप्नं असावं, हे स्वप्न संपावं आणि आपल्याला दचकून जाग यावी पण तसं झालं नाही. ते सगळं खरं होतं. जेम्सने त्याला त्याच्या गाडीत ड्राइव्हरसोबत जायला सांगितले होतं, पण त्यानेच नकार दिला आणि कबीरने जेम्सला ह्यापुढे कधीही मला भेटू नकोस, माझ्या समोरही येऊ नकोस, असं बजावलंही.

कसाबसा तो बस स्टॅन्डपर्यंत पोहोचला आणि बसमध्ये बसला. सँडबँक्सला पोहोचला, तेव्हा अंधार झाला होता. घरी गेला आणि तसाच त्याच्या बेडवर तो जाऊन पडला. पडल्या पडल्या तो एकटक घराच्या छताकडे बघू लागला. त्याच्या

कानात अजूनही जेम्सचे शब्द घुमत होते. त्याने स्वतःचे कान बंद केले पण जेम्सचा आवाज बंद होत नव्हता. कबीरचे डोळे भरून आले. अश्रू गालावरून ओघळू लागले. वयात आल्यापासून कबीर पहिल्यांदा असा रडत होता. रात्रभर कानावर उश्या ठेवून झोपण्याचा प्रयत्न तो करत होता. 'मला कुणीही दुखावू शकत नाही' असं म्हणणारा कबीर त्या दिवशी जेम्सच्या शब्दांनी घायाळ झाला होता आणि अक्षरशः रडत होता. का कुणास ठाऊक पण त्यादिवशी त्याला त्याच्या इतक्या गर्लफ्रेंड्सपैकी फक्त गीतची अत्यंत तीव्रतेने आठवण येत होती.

भारतात पावसाळा सुरु झाला होता. सगळीकडे हिरवेगार, ओलेचिंब वातावरण झाले होते. गीतच्या मनात मात्र, कबीरअभावी तिच्या आयुष्यात आलेला दुष्काळ अजूनही संपला नव्हता. असं नाही की, कबीरनंतर गीतला कुणी आवडलाच नाही. कधी कुणी ऑफिसमधला, कधी एखाद्या पार्टीमधला कुणी, ह्यावर तिला क्रश व्हायचा पण ते तात्पुरत असायचं. हे म्हणजे असं होतं जसं की, समोर नाचण्यासाठी एकापेक्षा एक डीजे, ढोलताशे, नगाडे लागलेले असताना आत मात्र एकच एक गझल, रात्रंदिवस तिचा पिच्छा सोडत नव्हती, तसं तिचं झालं होतं. डोळ्यांसमोर एकापेक्षा एक खाद्यपदार्थांचा बुफे लागलेला असताना, मन मात्र फक्त साध्या खिचडीसाठी सदैव भुकेजलेलं रहावं, अशी तिची परिस्थिती झाली होती. काही जणांनी गीतवरही ट्राय केला. गीतनेही त्यांच्याशी फ्लर्ट केलं, पण त्यापुढे जाणं तिला जमलंच नाही. 'इतर अनेकांशी फ्लर्ट करत असताना, मनापासून सतत कुणा एकाचीच आठवण येणं, हेच कदाचित प्रेम असावं', असा विचार ती मनात करायची.

अशीच कॅलेंडरची पाने एकामागून एक परतली गेली आणि हिवाळा आला. एक डिसेंबरला, गीतचा वाढदिवस होता, त्यामुळे सकाळी उठून श्रीने तिला आवडतो तसा आलू पराठा बनवला. ती जशी लिव्हिंग रूममधे गेली तसंच श्रीने "हैप्पी बर्थडे" ची ट्यून स्पीकर वर ऑन केली. गीत हसली. श्रीने हसत तिला "हॅपी बर्थडे रे!" असं म्हटलं. तेव्हा तिने त्याला मिठी मारत "थँक यू" म्हटलं. कामात लक्ष लागत नाही म्हणून, काही दिवसांपूर्वीच गीतने जॉब सोडला होता. श्रीने सुटी टाकली होती. गीतने त्याला म्हटलं, "जा ऑफिसला. माझ्यासाठी घरी थांबू नकोस." पण श्रीने तिचं ऐकलं नाही.

दोघांनीही घरी बसूनच, नेटफ्लिक्सवर फ्रेंड्स सिरीजचे एपिसोड बघितले. शो बघताना गीत हसतेय हे बघून श्रीला बरे वाटले. श्रीने गीतच्या ऑफिसमधल्या मैत्रिणीला नैनाला बोलावून घेतले. कॉलेजपैकी अदिती आणि काव्या फक्त पुण्यात होत्या. प्रियंका जॉबसाठी हैद्राबादला शिफ्ट झाली होती. काव्या आली

पण अदितीने येण्याचं टाळलं होतं. गीतने केक कापला नंतर ड्रिंक्स, गप्पागोष्टी झाल्या. गीत वरून वरून सगळं नॉर्मल आहे, असं दाखवत होती. त्या दोघी निघून गेल्या. श्री त्याच्या रूममधे गेला. गीत सोफ्यावर बसून मोबाईलमधे तिचे फोटो बघत होती. तेवढ्यात तिला तिच्या मागच्या वाढदिवसाची आठवण झाली.

इंग्लंडमधे असताना श्रीने त्यांच्या अपार्टमेंटमधे पार्टी ठेवली होती. गीतने कबीरलाही आवर्जून बोलावले होते पण तो आला नाही. पार्टी संपली, सगळे निघून गेले पण कबीर फिरकलाही नाही, त्यामुळे गीतचा हिरमोड झाला. रात्रीचे पावणे बारा वाजत आले होते, तेवढ्यात बेल वाजली आणि गीत दार उघडायला धावली. दारात कबीर, नेहमीच्याच त्याच्या साध्या अवतारात. दार उघडल्या उघडल्या गीतने त्याला मिठीत घेतलं. त्याने तिच्या ओठांचं एक दीर्घ चुंबन घेतलं, नंतर तिच्या डोळ्यांत बघत, “हॅप्पी बर्थडे, गीतू.” म्हणाला. गीत हसली आणि त्याचा हात पकडून त्याला घरात घेऊन गेली. तो सोफ्यावर बसला.

“व्हाय आर यू सो लेट? अँड व्हेअर इज माय बर्थडे गिफ्ट?”

“अगर मैं भी टाइमपे आता, तो बाकियोंमें और मुझमे क्या फरक रह जाता| यू नो आय ॲम डिफरंट.” त्याने त्याचा उजवा डोळा मिचकावत तिला स्वतःच्या जवळ ओढले.

“और मेरा गिफ्ट?” गीतने त्याच्याकडे अपेक्षेने बघत प्रश्न केला.

“गिफ्ट तो सभीने लाया होगा| तो मैं भी लाता, तो तुम्हे याद कैसे रहता पगली| अभी तुम जब भी तुम्हारा ये बर्थडे याद करोगी, तो तुम्हे याद रहेगा की, हाँ, इस बर्थडेपे कबीरने गिफ्ट नहीं लाया था|”

तो मोठ्याने हसणार तेवढ्यात, गीतने त्याच्या पोटात जोरात ठोसा मारला आणि तो खोकलायला लागला.

“एलीयनके बच्चे, सचमें तू बहोत बडा कमीना है|”

आणि कबीर मोठमोठ्याने हसायला लागला. नंतर थोड्यावेळाने म्हणाला,

“मैं गिफ्ट विफ्ट नहीं देता| बस तुम कल छुट्टी ले लेना ऑफिस से|”

“मैं नहीं लुंगी| मुझे रिझन तो पता होना चाहिए, क्यूँ लेनी है छुट्टी?”

“ओके, मत लो|”

“अरे, बताओ तो सही!” गीतने कुतूहलाने विचारलं.

“बता दिया तो मजा नहीं आयेगा| मैं बस स्टॉपपे कल सुबह आठ बजे आ जाऊंगा| तुम आयी तो ठीक, नहीं तो मैं अकेलाही निकल जाऊंगा| चलो, बाय|”

असं म्हणून तो निघून गेला. गीत मात्र झोप लागेपर्यंत तडफडत होती. काय प्लॅन केला असेल ह्याने? ह्या विचारामुळे काही तिला लवकर झोप लागली नाही.

सकाळी चार वाजताच्या जवळपास तिचा डोळा लागला. सकाळी जाग आली. तिने मोबाईलमधे बघितलं तर सव्वा सात वाजले होते. ती खाडकन बेड वरून उठली. अलार्म कधी वाजला? कधी बंद पडला? कळलंच नाही, असा विचार करत ती घाई घाई फ्रेश झाली.

पुन्हा घड्याळात वेळ बघितली. साडे सात झाले होते. पाच मिनिटात फक्त अंगावर पाणी घेऊन साबण न लावता अंघोळ केली. होस्टेलमधे ग्रहण केलेल्या पाच मिनिटात अंघोळ करण्याच्या विद्येचा त्यादिवशी तिने उपयोग केला. वर जे जीन्स आणि टॉप हाताला लागले ते अंगावर चढवले. केसांचा क्लचरने जुडा बांधला. तिचे लांब कुरळे केस विंचरत बसली असती, तर सहज पंधरा मिनिटे गेली असती. अंगावर जॅकेट चढवलं. स्लीन्ग बॅगमधे मोबाईल, कंगवा कोंबला. शूज घातले आणि डोक्यात टोपी घालत धावत बस स्टॉपकडे निघाली. तरी बरं, सँडबॅक्स फार मोठं नव्हतं. बस स्टॉप तिच्या घरापासून पंधरा मिनिटांच्या अंतरावर होतं. ती धावत पळत बारा मिनिटांतच तिथे पोहोचली. आठला पाच मिनिटं बाकी होती. कबीर बसमध्ये बसला होता. गीत धापा टाकत टाकत त्याच्या बाजूच्या सीटवर जाऊन बसली. कबीरने काहीच न बोलता तिला त्याच्याजवळची पाण्याची बॉटल दिली.

थोडं श्वास घेणं सहज झाल्यावर ती म्हणाली,

"अच्छा खासा दौडा दिया यार तुमने आज|"

तो नुसताच हसला.

ते दोघे बसमधून पूलला उतरले आणि तिथून लगेच स्टेशनला पोहोचले. गीतला अजूनही माहिती नव्हतं की, ते दोघेही कुठे जात आहेत ते? मग समोरून एक लंडनला जाणारी ट्रेन दिसली आणि नंतर त्यात ते दोघे बसले. तेव्हा तिला एवढं कळलं की, ते लंडनला जात आहेत. गीत ट्रेनच्या वॉशरूममधे गेली. तिच्या कंगव्याने तिने केस विंचरले. थोडा चेहरा नीट धुतला.

कबीरच्या बाजूला पुन्हा जाऊन बसली नि म्हणाली,

"अब तो बतादो कहाँ जा रहे है?"

"लंडन."

"अबे, लंडन क्या छोटासा गांव है? इतना बडा है| वहाँ पे कहाँ?"

"व्हॉट डू यू लव मोस्ट?"

"टेस्टी फूड."

"बसं, तो आज फिर हम यही करेंगे दिन भर | आज बेस्ट खाना खिलाने जा रहा हूँ मैं तुम्हे| बस देखती जाओ, आय मीन खाती जाओ|" असं म्हणत तो ट्रेनच्या

खिडकीबाहेर बघायला लागला.

लंडनची ट्रेन त्यांनी मधेच एका स्टेशनवर सोडली आणि दुसरी ट्रेन पकडली. ते दोघेही साऊथॉलला पोहोचले. साऊथॉलच्या स्टेशनवर उतरल्या उतरल्याच, सगळ्यात आधी नजर गेली ती स्टेशनवरच्या फलकांवरती. त्या फलकांवरती इंग्रजीसोबतच, त्याच्या खाली पंजाबीमधेसुद्धा सगळ्या सूचना लिहिल्या होत्या. उगाचंच साऊथॉलला मिनी इंडिया म्हणत नाहीत. रस्त्याच्या आजूबाजूला दुकाने होती. जिलबीचे, पाणीपुरीचे ठेले होते. गीतला एकदम भारतात आल्यासारखं वाटलं. हे सगळं बघून तिच्या तोंडाला पाणी सुटलं होतं, पण कबीर ते सगळं सोडून समोर समोर जात होता.

थोडावेळ चालत गेल्यावर, ते एका भव्य गुरुद्वारा समोर जाऊन उभे होते. आत जाण्याआधी दोघांनीही आपआपले शूज काढून स्टॅन्डवर ठेवले. तिथे एका सरदाजींनी, कबीरला डोक्यावर बांधायला एक केशरी रंगाचा रुमाल दिला तर गीतला डोक्यावर ठेवायला ओढणी दिली. दोघेही आत शिरले तेव्हा,

'इक ओंकार सतनाम करता पुरख
निर्मोह निरवैर अकाल मूरत
अजूनी सभम
गुरु परसाद जप आद सच जुगाद सच
है भी सच नानक होसे भी सच..' अशी मनाला शांत करणारी प्रार्थना त्यांच्या कानी पडली. समोर उंचावर, एका आसनावर शिखांचा पवित्र ग्रंथ 'गुरु ग्रंथ साहब जी' ठेवलेला होता. एक सरदारजी तिथे हाताने पंखा हलवत होते. त्याच्या समोर काही पुरुष आणि स्त्रिया बसलेले होते. कबीर त्याच्या गुडघ्यांवर बसला आणि त्याने त्याचं कपाळ समोर, जमिनीवर टेकवलं. गीतनेही त्याला तसं करताना बघून, तश्याच प्रकारे नमस्कार केला. त्या वातावरणात वेगळंच सुख, वेगळीच पवित्रता होती.

थोडावेळ तिथे बसून, दोघेही लंगर हॉलमधे गेले. तिथे सेल्फ सर्व्हिस होती. दोघेही लाईनमधे उभे राहिले. त्या बुफेमधे एक एक करून सरसोचा साग, मकईची रोटी आणि शेवटी भरभरून टाकलेल्या तुपाने माखलेला आट्याचा शिरा होता. दोघेही पंगतीत जाऊन बसले. गीतला गोड जास्त आवडायचं म्हणून तिने शिऱ्यापासून सुरुवात केली. जसा तिने तो शिरा तोंडात टाकला, तिने डोळे बंद केले आणि तिच्या तोंडातून, "म्मम्म!" असा आवाज येऊ लागला. कबीर आणि आजूबाजूचे लोकं त्यावर थोडं हसले. सगळं जेवण इतकं चविष्ट होतं की, गीत एकदम खुश झाली होती आणि मनसोक्त जेवत होती. कबीर हळूच तिच्या

कानजवळ म्हणाला, “देखा मेरा सरप्राईज! इतना अच्छा व्हेज खाना, वो भी इतनी अच्छी जगह पे..”

“और वो भी फ्री ऑफ कॉस्ट.. मान लिया तुम्हे..” असं म्हणत गीत हाताच्या बोटाचं तूप चाटून चाखू लागली. ते बघून कबीर हलकेच हसला. जेवण झाल्यावर सेवा करण्यासाठी, ते दोघे किचनमधे भांड्यातलं उरलेलं अन्न काढून ते भांडे घासायला लागले. गीतची ही पहिलीच वेळ होती, एखाद्या गुरुद्वाऱ्यात यायची, तिथे सेवा द्यायची. तिला त्यातून खूप समाधान मिळत होतं.

गुरुद्वाऱ्यातून निघाल्यावर ते दोघे बस पकडून दुसऱ्या ठिकाणी जायला निघाले. कबीरने गीतला विचारले, “खाने के बाद तुम्हारी दुसरी फेव्हरेट चीज क्या है?”

“ऑफकोर्स, मुव्हीज!”

“ऍज यू विश मॅडम.” असं म्हणत तो बस मधून उतरू लागला. गीतही त्याच्या मागोमाग उत्साहाने उतरली. थोडावेळ चालल्यानंतर कबीर एका ठिकाणी थांबला. समोर लिहिलं होतं, 'हिमालया पॅलेस'. तो एक सिनेमा हॉल होता. बाहेरून त्या इमारतीचा आकार एखाद्या चिनी मंदिरासारखा होता. त्यावर पोस्टर लागलं होतं, ‘आर आर आर’ ह्या सिनेमाचं. गीत ते बघून इतकी खुश झाली की डायरेक्ट कबीरच्या गळ्यात पडून उड्या मारू लागली. कबीर तिला बिलगून म्हणाला, “पागल लडकी!”

तिने त्याच्या गालावर प्रेमाने स्वतःचे ओठ टेकवले नि म्हणाली, “इंडियामे मैं हर मंथ कमसे कम दो मुव्हीज देखती थी| यहाँ आके चार महिने हो गये, यार| सँडबॅक्स और पूलमे तो मल्टिप्लेक्सही नहीं है और हिंदी मुव्ही देखनी हो, तो डायरेक्ट साउथहैंपटन या लंडन जाना पडता है| इसलिये एक्सायटेड हूँ|”

“आय नो, इसीलिये तो हम यहाँ आये है| चलो अभी अंदर|”

दोघेही सिनेमा संपल्यावर त्या इमारतीच्या बाहेर पडले.

“नाचो नाचो नाचो नाचो.. क्या मुव्ही थी यार! मजा आ गया! मान लिया राजामौली की इमॅजिनेशन को|” गीत एकदम उत्साहाने बोलली.

“रिऍलिस्टिक नहीं थी बट..”

“बट एंटरटेनिंग तो बहोत थी|इट वाझ अ ट्रीट फॉर आईज!” गीत सिनेमा बघून जाम खुश झाली होती.

मग रस्त्यावर जिलबी, पाणीपुरी वगैरे खाल्ली. नंतर कबीरला म्हणाली, “अभी कहाँ? वापस, पूल की गलियोंमे?”

“अभी आधा दिन बाकी है मॅडम| इतनी भी क्या जल्दी है|”

पुन्हा ते दोघे साऊथॉलच्या स्टेशनवर आले आणि तिथून एका ट्रेनमधे बसले. नंतर त्यांनी ट्यूब म्हणजे अंडरग्राउंड ट्रेनने ऑक्सफोर्ड स्ट्रीटपर्यंत प्रवास केला. पायऱ्या चढून ते अंडरग्राउंड ट्रेन स्टेशनच्या बाहेर आले. थोडावेळ ऑक्सफोर्ड स्ट्रीटवर चालत राहिले. ऑक्सफोर्ड स्ट्रीटवर दोन्हीही बाजूला एकापेक्षा एक ब्रँडेड दुकानांची लाईन होती. लवकरच ख्रिसमस येणार होता, म्हणून पूर्ण रस्त्यावर रोषणाई केली होती. प्रत्येक दुकानाच्या डिस्प्ले वर ख्रिसमस ट्री, स्नोमॅन, कापसाचा स्नो, स्नोफ्लेक्स, लाल रंगाच्या फादर ख्रिसमसच्या टोप्या, रेनडिअर अशी सजावट केलेली होती. रात्रीचे आठ वाजले होते. रस्त्यावर चालणाऱ्या लोकांची भरपूर गर्दी होती. सँडबँक्स किंवा पूलमधील लोकं अगदी शांततेने, एकमेकांकडे स्मित करत, हळूहळू चालत असत. इथे लंडनमधे मात्र लोकांना मरणाची घाई वाटत असे. कुठल्याही मेट्रो सिटीप्रमाणे इथे लोकांची खूप गर्दी होती. लोक चालत कमी आणि पळत जास्त होते. कुणालाच कुणाकडे बघायला सुद्धा वेळ नव्हता.

कबीर आणि गीत हातात हात घेऊन चालत होते. त्या गर्दीतून वाट काढत ते दोघेही सोहो स्ट्रीटकडे वळले. थोडं चालत आल्यावर रस्त्याच्या बाजूने 'राधा-क्रिष्ण टेम्पल' असं लिहिलेलं त्यांना दिसलं. ते दोघेही आत शिरले. तिथे पायऱ्या चढून वर गेल्यावर राधा कृष्णाची मूर्ती होती. हसरी, फुलांच्या अलंकारांनी सजवलेली. दोघांनीही त्या मूर्तीसमोर हात जोडले. गीत कबीरला म्हणाली, “मुझे पता नहीं था की, तुम इतने रिलिजियस हो|”

“मैं ज्यादा नहीं हूँ, लेकीन तुम हो ये मैं जानता हूँ|”

त्यावर गीत हसली. ‘कधी कधी वर्षानुवर्षे आपण काही लोकांच्यासोबत काम करत असतो, राहत असतो पण त्यांच्याबद्दल आपल्याला खूप कमी माहिती असतं आणि ह्याने मला दोन महिन्याच्या कालावधीत एवढं ओळखलंय, माझ्या आवडीनिवडी वगैरे वगैरे..’ हा विचार तिच्या मनात डोकावला.

पुन्हा एकदा नमस्कार करून, ते दोघेही उठले आणि खाली उतरून अगदी मंदिराच्या बाजूला असलेल्या गोविंदाज प्युअर व्हेज रेस्टॉरंटमधे गेले. लंडनमधे प्युअर व्हेज रेस्टॉरंट असेल, असं गीतला स्वप्नातही वाटलं नव्हतं. दुपारी पोट भरून जेवल्यामुळे जास्त भूक नव्हती, म्हणून गीतने फक्त इडलीच ऑर्डर केली. कबीरने पूरी भाजी खाल्ली. शेवटी गीत पाणी पित कबीरला म्हणाली, “थँक यू फॉर धिस वंडरफुल डे. आय विल नेव्हर फर्गेट..”

“अरे रुको. अभी भी बहोत कुछ करना है|”

गीतने हसून विचारलं, “अब और क्या बाकी है?”

“तुम देखती जाओ बस|” असं म्हणत कबीर काउन्टरवर गेला आणि परत आला. थोड्यावेळात तिथल्या वेट्रेसने टेबलवर दोन पेस्ट्री आणून ठेवल्या. त्यावर एक छोटीशी कॅन्डल होती.

“तुमने कल ही केक कट किया था, ये मुझे पता है पर तुमने वो खाया नहीं होगा, ये भी पता है|”

कबीर जे बोलला ते अगदी खरं होतं. गीत अंडीसुद्धा खात नव्हती. सँडबँक्समधे एगलेस केक मिळत नव्हता. म्हणून गीतने ऑफिसमधल्या लोकांनी आणलेला केक कट केला होता पण खाल्ला नव्हता.

“अरे, ये लो नाईफ, कट करो और ये एगलेस है, तो तुम खा भी सकती हो|”

गीतचा आनंद तिच्या चेहऱ्यावर स्पष्ट दिसत होता. ‘कबीर खरंच तू खूप खूप वेगळा आहेस, तू जगावेगळा आहेस, तुझ्यासारखं कुणीच नाही, असूच शकत नाही..’ हे असं सगळं तिला म्हणावंसं तिला वाटत होतं, पण ती नाही म्हणू शकली. नुसतीच त्याच्याकडे बघून गालातल्या गालात हसत राहिली. त्याने नजरेनेच तिला ‘केक कट करो|’ असं खुणावलं. तिने हसत हसत पेस्ट्री कापण्यास

सुरुवात केली. तो हाताने टाळ्या वाजवत, नजर गीतकडे खिळवून ठेवत, हळुवार आवाजात, “हॅपी बर्थडे टू यू.. हॅपी बर्थडे टू यू.. हॅपी बर्थडे डिअर गीतू.. हॅपी बर्थडे टू यू..”

तिने केकचा तुकडा त्याच्यासमोर धरला. त्याने तो खाताना मुद्दाम त्या केकच्या तुकड्यासोबत तिचं बोटंही चावलं. ती ओरडून म्हणाली, “बदमाश!”

दोघेही वॉटरलू स्टेशनवरून परतीच्या प्रवासासाठी निघाले. रात्रीचे अकरा वाजले होते. ट्रेनमधे मुळीच गर्दी नव्हती. एकतर वीकडे होता आणि दुसरं म्हणजे ट्रेन खूप उशिराची होती. दोघेही ज्या बोगीत कुणीच नव्हतं, त्या शेवटच्या बोगीत जाऊन बसले.

दोघेही दिवसभर फिरून फिरून खूप थकले होते. गीतने तर कबीरच्या खांद्यावर स्वतःचे डोके टेकवून दिले. पूल येईपर्यंत मस्त ताणून द्यायची, असं तिने ठरवलं होतं. तिने कबीरचा हात तिच्या हाती घेतला. दोन्हीही डोळे मिटले आणि त्याच्या खांद्यावर डोकं टेकवून निवांत पडून राहिली. तेवढ्यात कबीरने गाण्यास सुरुवात केली,

“गुणगुणावे गीत वाटे, शब्द मिळू दे थांब ना..
हूल कि चाहूल तू, इतके कळू दे थांब ना..
गुंतलेला श्वास हा, सोडवू दे थांब ना..
तोल माझा सावरू दे, थांब ना.. थांब ना.. थांब ना..”

गीतने आश्चर्याने डोळे उघडले आणि अवाक होऊन बघत राहिली, ऐकत राहिली. कबीर चक्क मराठी गाणं गात होता. त्यात थोड्या चुका होत्या, उच्चारात, शब्दांत, पण तो मनापासून गात होता. कधीतरी गीतने ते गाणं कबीरला तिच्या लॅपटॉपवर ऐकवलं होतं आणि सांगितलं होतं की हे माझं मराठीतील सगळ्यात आवडीचं गाणं आहे ते. ते त्याने लक्षात ठेवून पाठ केलं होतं. तो म्हणत राहिला, गीत त्याच्या चेहऱ्यावरून नजर न हटवता ऐकत राहिली. गाणं संपल्यावर ती त्याच्या गालाचे, ओठांचे, नाकाचे, कपाळाचे, हनुवटीचे मुके घेत घेत आनंदाने म्हणाली, "थँक यू.. थँक यू... थँक यू.. धिस वॉझ द बेस्ट गिफ्ट एव्हर."

कबीर त्यावर छानशी स्माईल देत म्हणाला, "ना! मैं गिफ्ट विफ्ट नहीं देता|"

"सही कहाँ, तुम मेमरीज देते हो, वो भी लाईफ लॉन्ग." असं म्हणत तिने त्याच्या ओठांचे दीर्घ चुंबन घेतले आणि त्यानेही.

ह्या आठवणीने गीतच्या चेहऱ्यावर हसू उमटलं. तिला कबीरची खूप तीव्रतेने आठवण झाली. तिने झटकन मोबाईलमधे कबीरचं नाव गूगल केलं. कबीर कुठे तिला कुठल्या सर्च इंजिन किंवा सोशल मीडिया वर सापडणार होता पण तरीही ती अधूनमधून त्याला शोधत रहायची. ती त्याला सर्च करत असतानाच, मागून श्री आला आणि त्याला ते दिसलं. श्री काहीही न बोलता, उदास मनाने, चुपचाप

तिथून निघून आपल्या रूममधे परतला. त्याला आता कळून चुकलं होतं की, ह्या जन्मात तरी गीत कबीरला विसरू शकणार नव्हती.

त्या दिवशीही कबीर गीतला कुठल्याच सोशल मीडियावर सापडला नाही. ती तिच्या रूममधे जाऊन, झोपण्याचा प्रयत्न करू लागली. रात्री बारा वाजता, तिच्या मोबाईलवर ई-मेलचे नोटिफिकेशन आल्यामुळे त्यातील लाईट चमकला. गीतच्या मोबाईलवर एक ई-मेल आला. पाठवणाऱ्याच्या ई-मेल आयडीमधे कबीर नाव वाचून गीतने लगेच मेल उघडला. त्यात जे लिहिलं होतं ते वाचून, एकाच वेळी गीतच्या चेहऱ्यावर हसू आणि डोळ्यांत पाणी आलं.

"हे पागल,
हैप्पी बर्थडे!!
कैसी है?
नॉर्मली, आय डोन्ट मॅसेज माय एक्स बट..
टुडे फेल्ट लाईक विशिंग यू..
एनीवेज एन्जॉय.
युअर्स,
एलीयन.."

गीतला थोडा वेळ वाटलं की, आपल्याला वेड लागलंय की काय?, एवढी ती आनंदी झाली होती. आधी तो ई-मेल तिने न जाने कितीदा पुन: पुन्हा वाचला. मग त्याला रिप्लाय केला.

"कैसे हो? आय मिस्ड यू सो मच. पता नहीं क्यूँ, लेकिन मुझे लग ही रहा था की, तुम आज मुझे विश जरूर करोगे|" असं बरंच काही तिने त्या मेलमधे लिहिलं आणि रिप्लायची वाट बघू लागली. पण रिप्लाय आला नाही.

तिला वाटलं, ह्याने ई-मेल केला हेच नशीब समजावं, कारण कबीर ई-मेल, मॅसेज, पत्र वगैरे लिहिणाऱ्यांपैकी नव्हता. जे आज आहे, जे त्याच्यासोबत आहे, त्याच क्षणात तो जगणारा होता. त्याच्याजवळ साधा एक स्मार्टफोनही नव्हता. तो आहे त्या क्षणात, समोर असेल त्या व्यक्तीसोबत खुश असायचा. आठवणीत वगैरे रमत बसायचा नाही. खरोखरच तो एलीयन सारखाच होता, जगावेगळा. सामान्य माणसासारखे कुठलेच गुण त्याच्यात नव्हते. त्याच्याबद्दल विचार करत करत गीतला रात्रभर झोपच लागली नाही.

कबीरच्या एका मेलने गीतचं आयुष्य जणू ब्लॅक अँड व्हाईटचं, एकदम रंगबेरंगी झालं होतं. श्रीला तर तिने सकाळी सकाळी उठवून, कबीरच्या मेलबद्दल सांगितलं. तिचा आनंद बघून श्री देखील तिच्यासोबत हसत होता, पण त्या हसण्यात कुठेतरी उदासीची छटा होती.

गीतमधे एक नवी उमेद जागली होती. त्याच दिवसापासून तिने वेगवेगळ्या साईट्सवर जॉब शोधणं सुरु केलं. दिवसांमागून दिवस जात होते गीतने काही इंटरव्हिव दिले आणि तिला नोकरीही मिळाली. कबीरचे मेलही यायचे अधूनमधून, पण कबीरपेक्षा गीतच त्याला जास्त ई-मेल करायची. कबीरचे रिप्लाय कमी आणि मोजक्या शब्दांत असायचे. त्याच्या प्रत्येक मेलमधे कुठेतरी गीतला समजावून सांगण्याचा प्रयत्न होता. एक दोनदा तर त्याने स्पष्ट लिहिलं होतं की, "मानलो की हम दोनो ने शादी कर ली, पर उसके बाद क्या होगा सोचा है? सबसे पहला प्रॉब्लेम, हम दोनों का इनकम|तुम अच्छा खासा कमा लेती हो और मैं.. मेरा तो दिनभर का गुजारा हो जाये उतना मेरे लिए काफी है| ठीक है, तुम इंडिपेंडन्ट हो, तो शायद ये इतना बडा इश्यू नहीं होगा, लेकिन तुम्हे पता है मैं एक जगह पे ज्यादा दिन नहीं ठहर सकता ना ही एकही रिश्तेमें| शादीके बाद एक्सपेक्टेशन बढ जाती है और फिर प्यार फिका पड जाता है, वो कहते है ना आटा-करी का भाव पता चल जाता है|"

त्यावर हसून गीतने त्याला रिप्लाय लिहायला सुरुवात केली, "फर्स्ट ऑफ ऑल, आटा-करी नहीं आटे-दाल का भाव बोलते है| दुसरी बात मैने कब कहाँ की,

तुमसे शादी करनी है? मुझे सिर्फ तुम्हारा साथ चाहिए कबीर और कुछ नहीं| और हाँ, तुम जब भी किसी और के साथ रिलेशनशीपमे होते हो, तो ऑफकोर्स थोडा बुरा लगता है, पर तुम्हे खोने से बेहतर है तुम जैसे हो वैसे तुम्हे ऍक्सेप्ट करना| आय लव्ह यू फॉर व्हॉट यू आर. आय डोन्ट वॉन्ट टू चेंज एनीथिंग अबाउट यू..”

ह्यावर कबीर निरुत्तर होत असावा, म्हणून तो काहीच रिप्लाय करत नव्हता.

गीत, कबीरला ई-मेल करून, त्यात जुन्या आठवणी लिहून पाठवत होती. कबीर त्यावर एखादी स्माईल करणारी इमोजी पाठवून, “चेरीश मेमरीज बट डोन्ट लिव्ह इन देम.” असा रिप्लाय पाठवायचा. त्याच्या ई-मेलमधे कधीच जास्त शब्द नसायचे. कबीरचा स्वभाव बघता, तो ई-मेल करतो, हेच एखाद्या चमत्कारापेक्षा कमी नव्हतं. कबीर मुळात लॉन्ग डिस्टन्स रिलेशनशीप वगैरेच्या फंदात पडणारा नव्हताच, म्हणूनच गीत भारतात परतण्याआधीच त्याने तिला सर्व स्पष्ट सांगितलं होतं. गीतलाही वाटलं होतं की, एकदा ती भारतात गेली की, सगळं पुन्हा आधीसारखंच नॉर्मल होऊन जाईल, ती ही कबीर सारखीच कूल आहे वगैरे वगैरे, पण नंतर सगळं चित्र बदललं होतं. त्यामुळेच गीत त्याच्या मोजक्या शब्दांच्या ई-मेलनेही खुश व्हायची.

एकदा गीतला काही मेल्स पाठवायचे होते. ती तिचा लॅपटॉप घेऊन सोफ्यावर बसून लॅपटॉप सुरु करत होती. लॅपटॉप सुरु झाला पण दोन मिनिटातच हँग झाला, त्यात काहीच होत नव्हतं. गीत क्लिक करून बघत होती, पण उपयोग होत नव्हता. म्हणून चिडून तिने तो लॅपटॉप समोरच्या सेंटर टेबलवर ठेवला. श्रीच्या रूममधे जाऊन त्याचा लॅपटॉप आहे का?, हे बघण्यासाठी गेली. श्रीचा लॅपटॉप त्याच्या बेडवर पडून होता. श्री बाहेर गेलेला होता. तिने त्याच्या लॅपटॉपवर काम सुरु केलं.

थोड्यावेळाने तिने तिचा मोबाईल चेक केला. तिला वाटलं कबीरला मॅसेज टाकावा, म्हणून तिने तिच्या मोबाइलवरूनच, ई-मेल टाईप करायला सुरुवात केली आणि ई-मेल सेंड केला. जसा तिने मेल सेंड केला, त्याच वेळी श्रीच्या लॅपटॉपवर नोटिफिकेशन आलं, “यू हॅव रिसिव्हड ऍन ई-मेल.” त्यावर तिने क्लिक केलं तेव्हा, जे डोळ्यांसमोर आलं ते खरं आहे की खोटं, हेच तिला कळेना. तिने दोनदोनदा एकसारखं लॅपटॉप स्क्रीनकडे बघितलं. तिचा मेल श्रीच्या लॅपटॉपमधे जसाच्या तसा आला होता.

“हॅलो एलीयन,

क्या कर रहे हो? तुम्हे याद है, अपना वो फँटसीवाला किस्सा? तुम बताने को तैयार ही नहीं थे|

कितना सताया था तुमने मुझे!

आखिरमें गेस्स करकरके मैने पता लगाया था|

क्या दिन थे वो! अगर मैं फिरसे इंग्लंड आ जाऊ, तो मुझसे मिलोगे ना कबीर, फिरसे?

फिरसे हम दोनों एक नयी कहानी लिखेंगे, हम दोनो की, हम दोनो के अंदाजमें..

ओन्ली युअर्स,

पागल गीत..”

तोच मेल होता हा, जसाच्या तसा. मग तिने ई-मेल आयडी चेक केला, तर कबीरचाच ई-मेल आयडीच होता तो, सेम. आता तिच्या सगळं लक्षात येत होतं. मुळात कबीर तिला मेल करतंच नव्हता. श्री त्याच्या नावाचं फेक ई-मेल अकाउंट काढून, गीतला मॅसेज करत होता. गीतचे डोळे गचकन भरून आले. तिला वाटलं होतं की, जशी तिला कबीरची आठवण येते, तशी नाही परंतु थोडी फार तरी, कबीरला तिची आठवण येत असावी, म्हणून तो तिला ई-मेल करतो. पण आता तो भ्रम तुटला होता. आतापर्यंत तिचे मन ज्या आनंदाच्या झुल्यावर झुलत होते, हवेत इतके उंच तरंगत होते की, तिचे पायही जमिनीला टेकत नव्हते, तो झोका अचानक एक भ्रम निघाला होता, अकस्मात गायब झाला होता आणि खाडकन ती जमिनीवर आदळली होती. हे आदळणं तिच्यासाठी मनाचा घात करणारं होतं.

‘श्री, का केलंस तू असं? का?’ असं तिचं मन श्रीला विचारण्यासाठी तडफडत होतं. काय करावं तिला काहीच कळत नव्हतं. तिचे हातपाय थरथरत होते. श्वास घेणंही जड जात होतं. मुसळधार पावसासारखे अश्रू डोळ्यांतून कोसळत होते. संपूर्ण शरीरातला त्राण निघून गेल्यासारखं तिला झालं होतं. ती इतकी रडली, इतकी रडली की, तिच्या पोटात खडबडून आलं. आपल्याला उलटी येतेय असं तिला वाटलं. ती धावत वॉशरूममधे गेली. सगळं पोटातलं पाणी, अन्न बाहेर पडलं. ती पुन्हा तशीच रडायला लागली आणि वॉशरूममधेच बसून राहिली.

श्री घरी आला, तेव्हा थोडावेळ त्याला वाटलं घरात कुणीच नाही. तो फ्रेश होण्यासाठी जेव्हा वॉशरूममधे शिरला, तेव्हा तिथे खाली मान घालून बसलेल्या गीतला बघून क्षणभर दचकला. त्याने तिला आवाज दिला, “गीत, इथे काय करत आहेस?”

त्याच्या आवाजाने गीत भानावर आली. तिचे डोळे लालबुंद झाले होते आणि सुजलेही होते. ती तशीच उठली आणि एकही शब्द न बोलता वॉशरूमच्या बाहेर आली. श्रीही तिच्या मागोमाग बाहेर आला. श्री म्हणाला, “काय झालं, सांगशील का मला?”

"काय झालं! काय झालं! हे तर मी तुला विचारायला पाहिजे. काय झालंय तुला? का केलंस तू असं?" गीत चिडून म्हणाली.

"काय केलंय मी?" श्री आपल्याकडून असं काय घडलंय, ह्या विचारात पडला.

त्याच्या डोळ्यांत डोळे टाकून गीत म्हणाली, "कबीरडॉटफ्रीस्पिरीटऍटजीमेलडॉटकॉम.. व्हाय डिड यू डू धिस?"

श्रीची मान एकदम खाली गेली. गीतला कसं कळलं असेल हे सगळं?, हेच त्याला कळेना. आज ना उद्या तो स्वतःहून तिला हे सगळं सांगणार होताच, पण ती ह्या धक्यातून आधी बाहेर निघावी, असं त्याला वाटत होतं. तिला नेहमीसाठी गमावून बसण्याची भिती त्याला वाटत होती, म्हणून त्याने हा मार्ग निवडला होता. तिला हे सगळं अश्याप्रकारे समजल्यामुळे सगळं बिनसलं होतं.

ती त्याच्या आणखी जवळ येऊन त्याला म्हणाली, "का केलंस तू हे? इज धिस सम काइन्ड ऑफ प्रॅन्क? इट्स नॉट फनी. तुला माहिती होतं की मी सिरीयस आहे कबीरबद्दल, तरीही तू त्याचा फेक आयडी बनवून माझ्याशी बोलत राहिलास. मी न जाने काय काय लिहिलंय त्या मेल्समधे आणि ते सगळं तू वाचत होतास आणि वरून रिप्लायही करत होतास. का?"

श्रीजवळ बोलण्यासाठी काहीच नव्हतं. गीतचं चिडणं स्वाभाविक होतं पण श्रीचा उद्देश वाईट नव्हता. त्याला वाटत होतं की, आपली सफाई द्यावी, आपल्या अश्या वागण्यामागचं कारण तिला सांगावं पण तरीही तो मौन राहिला.

गीतचे डोळे भरून आले, ते पुसून तिने पुन्हा विचारलं, "का केलंस तू श्री असं? तुझ्यासोबत कुणी असं केलं असतं तर चाललं असतं का तुला?" थोड्यावेळाने तीच म्हणाली, "तुला कसं कळेल रे, कुणाबद्दलतरी मनापासून इतकं प्रेम, इतकी जवळीक वाटणं की, त्या प्रेमावर स्वतःलाच ताबा न मिळवता येणं, स्वतःपेक्षाही ते प्रेम जास्त मोठं होणं, इतकं की स्वतःलाच त्याचा त्रास होऊ लागतो मग, पण तुला नाही कळणार? तुला तर कुठल्याच रिलेशनशिपमध्ये इंटरेस्ट नाही.. तुला प्रेम काय कळेल?"

श्रीचा संयमाचा बांध आता तुटला नि आवेशात तो म्हणाला, "तुला काय वाटतं, का केलं असेल मी हे? मजामस्ती म्हणून की, मला दुसरे कुठले काम नव्हते म्हणून टाईमपास म्हणून. नाही बघवत होतं मला तुला असं त्या कबीरसाठी वेडं होताना. तुझं त्याच्यावर इतकं प्रेम आहे की, तुलाच त्याचा त्रास होतो, राईट? माझं पण तसंच आहे. नाही बघता आलं मला तुला असं कबीरसाठी झूरताना,

म्हणून केलं मी हे सगळं. आय ऍम सॉरी बट आय नेव्हर लाईक्ड कबीर. तुझ्यासाठी मी कबीर बनून तुला मेल्स केले, त्याच्या गोष्टी, त्याची प्रेमाची

फिलॉसॉफी पटत नसतानाही. मला तर वाटायचं की, एकदा तो मेल्याची तरी बातमी यावी. म्हणजे तू ऍटलीस्ट मूव्ह ऑन तरी करशील. आय डोन्ट रिग्रेट अबाऊट धिस अँड आय डीड धिस बिकॉज आय लव यू, आय लव यू विथ ऑल ऑफ माय हार्ट अँड नॉट जस्ट ऍज अ फ्रेंड."

"वेट, व्हॉट! व्हॉट डीड यू सेड? यू लव मी? बट यू आर इंटरेस्टेड ओन्ली इन बॉईज. हाऊ कुड यू?"

"मी कधीच तुला सांगितलं नाही की, मी गे आहे म्हणून. ते तुझं तू अझ्यूम केलंस. मीच माझ्या सेक्स्युऍलिटीबद्दल शुअर नव्हतो. वयात आल्यापासून मला कधीच कुठल्या मुलीबद्दल आकर्षण वाटलं नाही. जेव्हा मला फील झालं की, माझं तुझ्यावर प्रेम आहे तेव्हापासून मी एका डॉक्टरकडे कन्सल्ट केलं पण हे सगळं होईपर्यंत आणि हे सगळं तुला सांगेपर्यंत कबीर तुझ्या आयुष्यात आला होता. कबीरला विसर, गीत. तो नाही आहे तुझ्या लायक. मी तुला खूप खुश ठेवेल. सेक्स मॅटर्स, राईट? आता तर मी सेक्स्युअली पण ऍक्टिव्ह आहे. आय लव यू, गीत." अतिउतावळेपणाने गीतने आपल्याला स्वीकारावं ह्या उत्कंठेने, श्रीने तिला मिठीत घेतले आणि तिच्या ओठांवर ओठ टेकवण्यासाठी त्याने आपला चेहरा आणखी समोर झुकवला.

गीतने त्याला दूर लोटण्याचा प्रयत्न केला पण त्याने आपली पकड अजून घट्ट केली. तो तिला भान हरपून, "प्लीज, प्लीज, लेट मी.." असं म्हणून विनवण्या करत होता. तिला अक्षरशः स्वतःकडे ओढत होता. शेवटी तिने सर्व शक्तीनिशी त्याला दूर ढकलले. तो दूर ढकलल्या गेला आणि गीतही तिच्या अंगातील शक्ती संपल्याप्रमाणे खाली बसली. ती रडू लागली.

श्री जेव्हा भानावर आला तेव्हा त्याला कळलं की, आपल्या हातून खूप मोठी चूक झाली आहे.

तो बसल्या बसल्याच गीतकडे सरसावला आणि तिच्या डोक्यावरून हात फिरवून म्हणाला, "आय ऍम सॉरी, गीत."

तेव्हा गीत मागे सरकली आणि द्वेषाने म्हणाली, "डोन्ट टच मी, प्लीज. तू जा इथून. आय डोन्ट वॉन्ट टू टॉक विथ यू."

तिच्या डोळ्यांतील द्वेष बघून श्रीला मेल्याहून मेल्यासारखं झालं. आपण हे काय करून बसलो आहोत, ह्याचा त्याला खूप पश्चाताप होत होता, पण त्याचा आता काहीच उपयोग नव्हता. तो तसाच मान खाली घालून उठला आणि त्याच्या रूममधे निघून गेला. त्यादिवशी श्रीला वाटलं की, प्रेम हा एक आजार आहे. हा आजार त्रास देतो, बुद्धी भ्रष्ट करतो. धड जगूही देत नाही की मरू ही देत

नाही. ह्या आजारामुळे आपल्याला, आपल्या आजूबाजूच्या लोकांनाही त्रास होतो. काहीही केलं तरीही हा आजार पिच्छाही सोडत नाही.

10

मिसिंग!

जेव्हापासून ते मेल्स कबीर नाही, श्री पाठवत होता हे गीतला कळलं, तेव्हापासून तिने श्रीसोबत बोलणं बंद केलं होतं. ती तासनतास एकाच ठिकाणी बसून, शून्यात नजर खिळवून रहायची. तिचे हातपाय तिला बधिर पडल्यासारखे वाटायचे. डोकं सुन्न झाल्यासारखं वाटायचं. रात्री झोपायला गेलं की, तिला तासनतास तास झोपच येत नव्हती. उशीवर डोकं ठेवलं की, थोड्यावेळाने उशी ओली झालेली असायची, तिच्या आसवांमुळे.

तिला वाटायचं सकाळ होऊच नये. अशीच रात्र रहावी, नेहमीसाठी. काळोखाने भरलेली. कुणीच कुणाला दिसू नये. कुणीच कुणाशी काही बोलू नये. ती कुणालाच दिसू नये. तिच्याशी कुणीच बोलू नये. अंधाराने गिळून टाकावे तिचे अस्तित्व. हे दुःख संपतच नव्हतं. सुखाला एक्सपायरी डेट असते, दुःखाला नसते कदाचित. उलट ते काळासोबत अजून अजून स्ट्रॉंग होत जातं ओल्ड वाईनसारखं.

त्या रात्री नंतर श्री आणि गीत मध्ये काहीच संवाद होत नव्हता. अचानक एके रात्री गीत घरी आलीच नाही. श्री चांगलाच कासावीस झाला. तिच्या मोबाईलवर कॉल केले, पण मोबाईल स्वीच्ड ऑफ येत होता. तिच्या मैत्रिणींना फोन लावले, पण कुणीच काहीच सांगत नव्हतं. शेवटी श्रीला गीतने लिहिलेलं एक पत्र त्याच्या टेबलवर सापडलं.

"श्री, काय लिहू काही कळत नाही आहे. हे सगळं काय होऊन बसलंय रे श्री? असं वाटतंय पुन्हा लहान होता आलं असतं आणि सगळ्या चुका पुन्हा दुरुस्त करता आल्या असत्या तर.. किती बरं झालं असतं ना! हो, माझं कबीरसोबत इन्व्हॉल्व्ह होणं एक चूक होती आणि त्याचे परिणाम मी आता भोगत आहे आणि तू माझ्यावर प्रेम करणं, ही तुझी चूक आहे. खरं तर यू डिझर्व मच बेटर दॅन मी.

आता तर मला वाटतं की, मी तुझी फ्रेंडशिप पण डिझर्व करत नाही. मी खूप त्रास दिलाय तुला श्री आणि आताही देत आहे. काश, तू माझ्यावर जेवढं प्रेम करतोस तेवढंच मलाही तुझ्यावर करता आलं असतं, पण तूच म्हणायचास ना श्री, खरं प्रेम हे फक्त एकदाच होतं, आता मला ते पटायला लागलंय. मी अशी कबीरची वाट बघत नाही जगू शकत रे. म्हणून मी इंग्लंडला जात आहे, कबीरजवळ. पुन्हा पूलमधेच, आपल्याच अपार्टमेंट मध्ये राहणार आहे. शक्य असेल तर मला माफ कर.."

श्री ते पत्र हातात घेऊन तसाच कितीतरी वेळ चेअरवर बसून होता. हे सगळं त्याला स्वीकारायला खूप कठीण जात होतं पण कुठेतरी त्याला वाटलं कदाचित हे जे काही होत आहे ते चांगल्यासाठीच होत असावं. गीत पासून दूर राहिल्याने कदाचित त्याच्या आत होत असलेली बेचैनी कदाचित कमी होईल, असं त्याला वाटलं. गीतने त्याला इंग्लंडला पोहोचल्यावर व्हाट्सऍप वर पिंग केला. श्रीने त्यावर 'ओके' एवढाच रिप्लाय केला. श्रीने काही दिवस गीतपासून दूर राहण्याचा निर्णय मनोमन घेतला. पण त्याच्या नशिबाने पुन्हा एकदा त्याला ऑनसाईट मिळालं फक्त ह्यावेळी सॅंडबॅंक्सऐवजी त्याला लंडनला रहावं लागणार होतं. जुनाच विझा अजून संपला नव्हता, त्यामुळे सगळं कसं लवकर लवकरच झालं आणि तो लंडनला पोहोचला.

त्यावेळी लंडनमधे बऱ्यापैकी थंडी पडली होती. गीतला युकेमधे येऊन जवळसपास दीड महिना उलटला होता. श्रीचं ऑफिस कॅनरी व्हार्फमधे होतं. भारतातून लंडनला जाताना श्रीने ठरवलं होतं की गीतला भेटायला जायचं नाही, ज्यामुळे त्याला स्वतःला त्रास होईल अश्या गोष्टी करायच्या नाही पण शेवटी त्याचं त्याच्या हृदयाने ऐकलं नाही. पहिल्या दिवशी ऑफिसमध्ये जॉईन झाला आणि दुसऱ्याच दिवशी त्याने व्हायरल इन्फेक्शनचा खोटा बहाणा मारून ऑफिसला दांडी मारली. त्याने लवकरात लवकरच बसने सॅंडबॅंक्स गाठलं. मागच्या वेळी सॅंडबॅंक्स सोडलं तेव्हा, पुन्हा कधी आपण ह्या शहरात येऊ, ते ही अश्या मनस्थितीत, असं त्याला कधीच वाटलं नव्हतं. दुपारचे चार वाजत आले होते आणि वातावरणातील गारवा वाढत होता.

बस स्टॉपपासून गीत जिथे राहत होती, तो ट्यूलिप प्लाझा फार काही दूर नव्हता, म्हणून श्री पायीच तिकडे जायला निघाला. दहा मिनिटात तो ट्यूलिप प्लाझा समोर पोहोचला. आता त्याला फ्लॅट नंबर दाबून, गेटवरच्या व्हिडीओ सेक्युरिटी फोनवरून कॉल करावा लागणार होता, कारण कॉल केल्यावर गीतने त्याला तिच्या घरात येण्यासाठी अनलॉकचं बटण दाबलं, तरंच त्याला आत

शिरता येणार होतं. इंग्लंडच्या सोसायटीजमधे मेन गेटवर सहसा वॉचमॅन नसतो, त्याऐवजी अशी सेक्युरिटी सिस्टीम करून ठेवलेली दिसते. ज्याचं घर आहे त्याला त्याच्या पाहुण्यांचा व्हिडीओ दिसतो आणि त्याच्याशी फोनवरून बोलताही येतं आणि मग दार अनलॉक करण्याचं बटण दाबल्यावरच ते काचेचं दार उघडतं. त्याला कॉल करू की नको असं झालं. पुन्हा परत लंडनला निघून जावं असं वाटलं. तरीही त्याने शेवटी फ्लॅट चा नंबर ६०२ दाबला आणि कॉलचं बटन दाबलं. कॉल लागला पण तिने उचलला नाही.

श्रीने पुन्हा एक दोनदा प्रयत्न केला, पण तिने कॉल उचलला नाही. श्रीने विचार केला की, कदाचित गीत बाहेर गेली असेल. तो गेटच्या बाहेरच्या पायरीवर तसाच बसून राहिला. साडे चार वाजताच्या दरम्यान चांगलाच अंधार पडला होता. त्यामुळे वातावरणातील गारवा अजूनच वाढला होता. श्री मनातल्या मनात विचार करत होता, इंग्लंडमधला उन्हाळा जेवढा हॅपनिंग, तितकाच हिवाळा उदास आणि नको नकोसा वाटतो. साडे चार वाजताच अंधार होणार. हाय स्ट्रीटवरची दुकानं चार वाजताच बंद होतात. संध्याकाळी सहापर्यंत तर रस्त्यावर कुणीच दिसत नाही. हाताची बोटं गारठली होती म्हणून, पुन्हा त्याने त्याचे तळहात एकमेकांवर घासले. थंडी वाजत होती म्हणून दोन्हीही हात पोटाभोवती गुंडाळले आणि रस्त्याकडे एकटक बघू लागला.

थोड्यावेळाने दूरवर सिग्नलवर कुणीतरी त्याला रस्ता क्रॉस करण्यासाठी, रस्त्याच्या कडेला असलेल्या एका खांबावरचे, बटण दाबताना दिसलं. चेहरा स्पष्ट दिसत नव्हता पण बांधा गीतसारखाच होता.

सिग्नलवर गाड्या थांबल्या आणि तिने रस्ता क्रॉस केला. ती जसजशी जवळ येऊ लागली तशी श्रीची खात्री झाली की, ती गीतच होती. तो तिच्याचकडे बघत होता. ती मात्र मान खाली घालून

चालत होती. जेव्हा तिला जाणवलं की, ती ट्यूलिप प्लाझाजवळ पोहोचली आहे, तेव्हा तिने मान वर केली. तिला समोरच्या पायऱ्यांवरती श्री बसलेला दिसला. तिला बघताच श्री उठून उभा झाला.

दोघांची नजर एकमेकांना भिडली. दोघांचेही डोळे पाणावलेले होते. गीतने त्याला मिठी मारली.

दोघेही स्वतःला सावरून, गेट मधून आत शिरले. अपार्टमेंटमधे गेल्यावर श्रीने गीतला विचारले, “कबीर कसा आहे?”

तर ती म्हणाली, “त्याच्या घरी गेले बरयाचदा जाऊन आले पण कित्येक दिवसांपासून कुलूप आहे. त्याच्या लॅंडलॉर्डला कॉन्टॅक्ट केला तर त्यालाही माहिती

नाही, तो कुठे गेलाय? आम्ही ज्या पबमधे भेटायचो तिथेही चौकशी केली, बऱ्याचदा तासनतास तिथे बसूनही काहीच समजलं नाही. इथे मी रोज रस्त्यावरच्या लोकांनाही विचारते, पण कुणालाच त्याच्याबद्दल माहिती नाही की तो कुठे गेलाय? मला कळत नाही आहे की, मी आता काय करू तर काय करू?" तिच्या ह्या प्रश्नाचं उत्तर श्रीजवळ पण नव्हतं. थोडावेळ दोघेही शांत बसून होते.

थोड्यावेळाने श्री म्हणाला, "आपण पोलिसांची मदत घेतली तर?" श्रीचा विचार गीतला पटला. तिने दुसऱ्या दिवशी सकाळीच पोलीस स्टेशनला जाण्याचे ठरवले.

त्याच रात्री श्री लंडनसाठी पुन्हा निघाला, कारण आल्या आल्या लगेच सुट्ट्या घेणं बरं दिसलं नसतं आणि सुट्टी मिळाली ही असती तरीही त्याने ती घेतली नसती. ह्या वेळी श्रीने मनाशी गाठ बांधली होती की गीतची मदत तर करायची पण तिच्यापासून दूर राहून. तिच्याजवळ जाऊन अजून स्वतःला त्रास करून घ्यायचा नाही, हे त्याने ह्यावेळी ठरवलं होतं.

श्री इंग्लंडला आल्यावर गीतला थोडा धीर आला. दुसऱ्या दिवशी ती पुन्हा बाहेर पडली, नव्या जोमाने, कबीरला शोधण्यासाठी. भारतात कधी पोलीस स्टेशनमधे पाऊलही टाकायची तिच्यावर वेळ

आली नव्हती, पण सिनेमात वगैरे बघून थोडीफार कल्पना होती. त्यामानाने इंग्लंडमधलं पोलीस स्टेशन पॉश आणि नीटनेटकं होतं. इथले पोलीस बऱ्यापैकी उंच आणि फिट दिसत होते. गीतने चौकशी करून मिसिंग कंप्लेंट कुठे करायची?, हे विचारले. तिला एका लेडी पोलीसने बोट दाखवून, तिथे कंप्लेंट करायची असं सांगितलं. गीत तिला "थँक यू." म्हणून पुढे सरसावली. जेव्हा तिने मिसिंग कंप्लेंट करायला सुरुवात केली, तेव्हा तिच्या लक्षात आलं की, कबीरबद्दल तिला बरंच काही माहिती नव्हतं.

समोरच्या पोलिसाने तिला नाव विचारले, तर कबीर एवढंच तिला माहिती होतं. त्याचं आडनाव वगैरे काहीही तिला माहिती नव्हतं. उंची पण अंदाजानेच सांगावी लागली. फोटो मागितला तर मोठ्या मुश्किलीने एक फोटो सापडला त्याचा. तो ही थोडा हललेला असल्यामुळे स्पष्ट नव्हता. त्याचे मित्रमैत्रिणी ह्यांच्याबद्दलही तिला विशेष काहीच माहिती नव्हतं. कधीतरी एखादा मित्र, एखादी एक्स गर्लफ्रेंड तो तिच्यासोबत असताना भेटलेही होते, पण तेही काही मिनिटांपुरतेच. त्याला ज्यांनी वाढवलं त्या व्यक्तीची नावं, मित्रांची नावं आणि गावं ह्याबद्दल गीतने विचारलंही नव्हतंआणि कबीरनेही सांगितलं नव्हतं.

पोलीस स्टेशनमधून बाहेर पडताना, तिने बराच वेळ कबीरबद्दल तिला आणखी काही आठवत का?, ह्याचा विचार केला. चालत चालत ती एका चर्चसमोर येऊन उभी राहिली. तिथे एक नुकतंच लग्न करून आलेले जोडपे उभे दिसले. त्या मुलीने सुंदर असा व्हाईट गाऊन घातला होता, तर मुलाने डार्क ब्लू कलरचा सूट घातला होता. ते बघून गीतला एकदम कबीरच्या एक्स गर्लफ्रेंडचं लग्न आठवलं.

कबीर आणि गीत बोर्नमाउथमधे उगाचच असेच फिरत असताना, मागून कुणीतरी ब्रिटिश ऍक्सेन्टमधे "कबीर.. कबीर.." अशी हाक मारली. कबीर आणि गीत दोघांनीही मागे वळून बघितलं तर समोरून एक पिवळसर केसांची, बार्बीसारखी दिसणारी मुलगी येत होती. तिने 'ब्राईड टू बी' असं लिहिलेला सॅश घातला होता. तिच्यामागे तिच्याचसारखे लाल रंगाचे ड्रेस घातलेल्या पाच सहा मुली उभ्या होत्या. भारतात जसं होणाऱ्या नवरीचं केळवण वगैरे करतात अगदी तसंच नाही पण इंग्लंडमधे होणारी नवरी आणि तिच्या मैत्रिणी लग्नाच्या आदल्या दिवशी असे सारखे सारखे कपडे घालून फिरतात, खातात, पितात आणि मजा करतात, त्याला ते लोक हेन्स पार्टी म्हणतात. तर ह्या मुलीही हेन्स पार्टी करायला निघाल्या होत्या.

तिला पाहताच कबीरने त्याचे हात पसरवून, "मारिया!" म्हणत तिला आलिंगन दिले. नंतर 'ब्राईड टू बी' च्या सॅशकडे बघत कबीर म्हणाला, "वॉव! गेटिंग मॅरीड, आय ऍम हॅपी फॉर यू." मारियाने त्यावर थोडं स्मित केलं. नंतर कबीरने तिला गीतची ओळख करून दिली. मारियाचं लग्न दुसऱ्याच दिवशी होतं. तिने लगेच आपल्या बॅग मधलं एक इन्व्हिटेशन कार्ड काढून कबीरच्या हाती ठेवलं आणि "यू बोथ हॅव टू कम." आणखी असं बरंच काही बोलली. तिचं बोलणं संपत नाही आहे हे बघून शेवटी कबीरनेच जाण्यासाठी तिचा निरोप घेतला. जेव्हा गीत आणि कबीर पुढे जाऊ लागले. गीतने पुन्हा मारियाला बघण्यासाठी, थोडं वळून बघितलं तेव्हा मारिया दुरून कबीरला बघत होती. कबीरने मात्र एकदाही मागे वळून बघितलं नाही.

कबीर मारियाच्या लग्नात जायला तयारच नव्हता, पण गीतच त्याच्या मागे लागली होती, कारण ह्या आधी तिने एकदाही ब्रिटिश पद्धतीचं लग्न बघितलं नव्हतं. कबीर कसाबसा तयार झाला. कबीरने ब्लॅक सूट घातला होता, तर गीतने ग्रे कलरचा कॉकटेल ड्रेस घातला होता. गीत स्थूल होती तरीही तिला तो शोभून दिसत होता. ती तिच्या कानातले टॉप्स आरश्यासमोर उभी राहून घालत असताना, अचानक मागून कबीर आला आणि त्याने तिला मागून घट्ट पकडले. गीत गोड हसली. कबीरने त्याचा चेहरा तिच्या खांद्यावर ठेवला आणि त्याचे

ओठ तिच्या कानावर ठेवले. त्याचे गरम श्वास तिच्या अंगावर शहारा आणत होते. "यू आर लूकिंग सो.." असं म्हणत त्याने तिचे केस अलगद पकडून तिचा चेहरा स्वतःकडे वळवला आणि तिच्या ओठांवर एक डीप किस केला. गीतने मोह टाळून त्याला "नॉट नाऊ." असे म्हटले, पण कबीरने तिचं बोलणं ऐकूनही न ऐकल्यासारखं केलं.

त्या दिवशी कबीरने एक छोटी कार रेंटवर घेतली होती. मारियाचं लग्न जरा दूरवर असलेल्या एका गावात होतं, जिथे खूप कमी बसेस जात होत्या. ते दोघेही लग्नाला उशीरा पोहोचले. गीत उशीर झाल्यामुळे कबीरकडे रागाने बघत होती. कबीर मात्र तिच्याकडे बघून हसत होता. ते दोघेही चर्चमधे पोहोचले, पण अजून सोहळा सुरु झालेला नव्हता, हे बघून गीतला बरं वाटलं. चर्च पांढऱ्या रंगाच्या लिलीच्या फुलांनी सजवलेला होता. जागोजागी सेंटेड कॅण्डल्स लावलेल्या होत्या.

कबीर आणि गीत दोघेही मारियाच्या रूममधे गेले. मारिया एका मोठ्या आरश्यासमोर तयार होत होती. तिच्या मैत्रिणी, तिला तिच्या डोक्यावर, ख्रिश्चन नवरीला जी पांढऱ्या रंगाची नेटची वेल लावतात, ते लावण्यास मदत करत होत्या. गीत आणि कबीर रूमच्या आत शिरल्यावर, तिच्या मैत्रिणी बाहेर निघून गेल्या. मारियाने लग्नासाठी पांढऱ्या रंगाचा गाऊन घातला होता. त्या गाऊनमधे ती इतकी सुंदर दिसत होती की, गीतला तिच्याबद्दल ईर्षा वाटली.

मारिया जशी वळली, तशीच तिची नजर कबीर वर खिळली होती. कबीरसोबत गीतही उभी होती, ह्यावर तिचं लक्षही नव्हतं. ती हसत हसत कबीरला बिलगली. कबीरही मनापासून तिला बिलगला, त्यामुळे गीतचा थोडा जळफळाट झाला. नंतर मारियाने स्वतःभोवती गोल फिरत कबीरला विचारलं, "हाऊ ऍम आय लूकिंग?"

कबीरने, "स्टनिंग." म्हटलं. गीतने त्याच्याकडे तिरकस कटाक्ष टाकला.

नंतर मारिया म्हणाली, "सो, लेट्स रन अवे."

कबीर नुसताच हसला.

गीतला हे काय चालू आहे? हे कळतंच नव्हतं.

मारिया गंभीर होऊन म्हणाली, "आय ऍम सिरीयस." असं म्हणत तिने पटकन दार लावलं.

मारिया गीतकडे बघून आधी म्हणाली, "आय होप देअर इज नथिंग सिरीयस बिटविन यू बोथ." गीत काही बोलणार, तेवढ्यात मारिया कबीरला म्हणाली, "रिमेंबर अस, द वे वी वेअर टुगेदर. वी आर बॉर्न फॉर इच अदर. वी आर सोलमेट्स. आय डोन्ट वॉन्ट टू मॅरी विथ जॉन. जस्ट कम विथ मी कबीर." अश्याप्रकारे मारिया, घाईघाईने बोलून कबीरला पटवून सांगण्याचा प्रयत्न करत होती.

हे सगळं ऐकून कबीर भांबावला. कबीरला सुरुवातीला वाटलं की मारिया गम्मत करतेय पण ती गंभीर होती. थोडावेळ काय बोलावं, त्याला काहीच सुचत नव्हतं आणि मारिया खिडकीतून उतरण्यासाठी इकडे तिकडे काहीतरी शोधत होती. गीत बाजूला उभी राहून अवाक होऊन हे सगळं बघत होती.

तेवढ्यात कबीरने मारियाला पकडून एका चेअरवर बसवलं आणि तिच्यासमोर तो गुडघ्यावर बसून तिला समजावून सांगू लागला, "मारिया, स्टॉप धिस मॅडनेस. थिंक वाइजली. आय ऍम नॉट गोइंग टू रन अवे विथ यू. यू नो मी. जॉन विल टेक केअर ऑफ यू. ही इज... (आठवण्याचा प्रयत्न करत).. व्हॉट डझ ही डू फॉर लिव्हिंग?"

मारिया म्हणाली, "ही इज अ बँकर."

कबीर एकदम जोशमधे म्हणाला, "यस, अ बँकर. ही हॅज अ ब्राईट फ्युचर, सो इव्हेंच्युअली यू विल हॅव अ बेटर फ्युचर अँड देन युअर किड्स विल हॅव अ बेटर लाईफ. आय डोन्ट इव्हन वॉन्ट अ मॅरेज ऑर किड्स. अँड यू आर टोटली अवेयर ऑफ माय अनप्रेडिक्टेबल करिअर, सो.."

मारिया जीव तोडून म्हणाली, "बट आय लव यू अँड आय कॅन कॉम्प्रोमाईज.."

"आय लव यू टू, बट आय लव गीत अल्सो अँड ऑल माय प्रिव्हीयस गर्लफ्रेंड्स अल्सो. आय डोन्ट वॉन्ट धिस लव्ह टू फेड अवे, दॅट्स व्हाय आय नेव्हर वॉन्ट टू बी इन लॉन्ग टर्म रिलेशनशीप. आय डोन्ट वॉन्ट यू टू मेक एनी कॉम्प्रोमायझेस फॉर मी."

मारियाने मान खाली घातली. कबीरने तिला आलिंगन दिले आणि तिच्या कानात काहीतरी कुजबुजला. नंतर गीतचा हात त्याने हाती घेतला आणि मागे वळून न बघता तिथून निघून गेला.

रस्त्याने गाडीमधे गीतने लग्नातल्या प्रसंगाचा विषय काढला. गीत तावातावात बोलू लागली, "ये सब तुम्हारी वजह से हुआ है| उसके गले क्या मिले, उसको कॉम्प्लिमेंट क्या दिया, स्टनिंग, ब्ला, ब्ला, ब्ला. यू वेअर हिटिंग ऑन हर ऑल द टाइम."

"मेरी वजह से हुआ ये? मैं तो वहा जाने के लिए भी मना कर रहा था| तुम्हे देखनी थी अंग्रेजो की शादी, देख ली अब|" एका वळणावर स्टेअरिंग फिरवत कबीर म्हणाला.

"हाँ देख ली| खाना तो दूर साला किसीने नाश्ता भी नहीं खिलाया उपर से ये मारिया| आय ऍम सो हंग्री नाऊ|"

"यहाँ पे दूर दूर तक कुछ नहीं मिलेगा मॅडम| ये कन्ट्रीसाईड है और जो मिलेगा वो तुम खा नहीं पाओगी|"

"आय डोन्ट नो, मुझे भूक लगी है| मुझे खाना दो|"

"अरे यार! तुम छोटी बच्ची हो क्या? तुम्हारा बॉयफ्रेंड हूँ मैं के मम्मी? अगली बार बच्चो के लिए जैसे पेरेंट्स खाना लेके घुमते है, वैसे मैं भी डब्बा लेके घूमुंगा |"

"पर मुझे अभी खाना चाहिये |"

"ऐसा करो तुम मुझे खा लो|"

गीत रागारागात समोर झुकली आणि त्याच्या कानावर तिने चावा घेतला, कबीरने लगेच ब्रेक मारून गाडी थांबवली, तिच्याकडे बघितले आणि दुसऱ्याच क्षणी दोघेही हसायला लागले.

शेवटी गीत पुन्हा कबीरकडे झुकली आणि म्हणाली, "यू फ्लर्ट एलियन!" आणि त्याच्या ओठांवर तिने तिचे ओठ ठेवले.

गीत आठवणीतून बाहेर निघाली, तेव्हा ते चर्चमधले न्युली वेडेड कपल एका पांढऱ्या रंगाच्या विन्टेज व्हीडब्ल्यू कॅम्पर व्हॅनमधे बसून निघून गेले. कबीरच्या आठवणींनी पुन्हा एकदा गीतच्या ओठांवर हसू आणि डोळ्यांत पाणी आणले.

मारिया आता कुठे आहे?, हे गीतला माहिती नव्हतं आणि असतंही तरीही त्याचा काही उपयोग झाला नसता, कारण तिच्या लग्नाच्या दिवसानंतर कबीरने ठरवलं होतं की, तो मारियाला कधीही भेटणार नाही. त्यामुळे तिला कबीर कुठे असेल?, हे माहिती असण्याची दूर दूर पर्यंत शक्यता नव्हती.

कुठेच कुणीच असं आठवत किंवा सापडत नव्हतं की, ज्याला कबीरबद्दल काही माहिती असेल. एखादा त्याचा मित्र भेटलाही तर म्हणायचा, "ही इज कबीर, अनप्रेडिक्टेबल. जस्ट डोन्ट वेस्ट युअर टाइम." अश्याच संदर्भातील काहीतरी सगळेजण बोलत होते पण गीतला काही चैन पडेना. ती रोज प्रयत्न करायची. रोज त्याला शोधायला निघायची, आज तो सापडेल ह्या आशेने सकाळी उठायची आणि पुन्हा तो न सापडल्याच्या निराशेने तिची रात्र व्हायची.

इकडे गीत सॅंडबॅंक्समधे कबीरला शोधत होती पण कबीरने सॅंडबॅंक्स सोडून तीन महिन्याच्या वर होऊन गेले होते. कबीरने सॅंडबॅंक्स सोडून, बरेच दिवस झाले होते. थंडी वाढत होती आणि कबीर जवळ असलेले पैसे संपत आले होते. बऱ्याचदा तो बेशुद्ध होऊन पडलेला असायचा. उठला की, कुणीतरी त्याच्या अंगावर वार केलेले त्याला दिसायचे. कुणीतरी त्याचा सतत पाठलाग करतंय आणि त्याला मारण्याचा प्रयत्न करतंय, ह्याची त्याला आता खात्री झाली होती. त्याला कुठे जावं, कुणाची मदत घ्यावी, हे काहीच कळत नव्हतं. जेम्सचे शब्द त्याचा पाठलाग

करायचे आणि तो त्या शब्दांपासून, सगळ्या जगापासून दूर कुठेतरी जाण्याचा अशक्य प्रयत्न रात्रंदिवस करत, इकडून तिकडे भटकत रहायचा.

एक दिवस सँडबँक्सच्या पोलिसांनी गीतला फोन करून बोलावून घेतलं. तिला वाटलं की, कदाचित कबीर विषयी कळलं असावं, म्हणून ती मोठ्या आशेने पोलीस स्टेशनमधे गेली. तिथे गेल्यावर ती एका पोलिसासमोर जाऊन बसली, तेव्हा त्याने तिला सांगितलं, “सो, मिस गीत, धिस मॅन कबीर, ईट वाझ रिअली डिफीकल्ट टू सर्च हिम, ऍज देअर वेअर व्हेरी फ्यु थिंग्स यू न्यू अबाऊट हिम. वी चेक्ड विथ हिज प्रिव्हीयस लॅंडलॉर्ड्स अँड वी फाऊन्ड आऊट दॅट कबीर इज नॉट हिज रिअल नेम. ही इज हॅरी ब्रूक.”

हे ऐकून तो पोलीस पुढे जे काही बोलला, ते थोडावेळ गीतला ऐकूच आले नाही. ती आपल्याच तंद्रीत होती. तिने त्या पोलिसाला पुन्हा सगळं सांगण्याची विनंती केली. पुढे जे काही त्यांनी सांगितलं, ते ऐकून तिला थोडा वेळ त्यावर विश्वासच बसला नाही.

घरी परतताना तिच्या डोक्यात तेच विचार होते. कबीर ‘कबीर’ नसून ‘हॅरी’ आहे. तो खोटं का बोलला? त्याने नाव का बदलवलं? अजून काय काय लपवलं असेन त्याने माझ्यापासून? पण मारिया, मारियाने पण त्याला कबीर अशीच हाक मारली होती. त्याचे एक दोन मित्र ते सुध्दा सुध्दा त्याला कबीरच म्हणायचे. तिने पोलिसांना दिलेला फोटोही ब्लर्ड होता, तरीही सीसीटीव्ही फूटेज वरून पोलिसांचा असा अंदाज होता की, कबीर आधी पूलवरून लंडनच्या ट्रेनमधे चढताना दिसला आणि मग वॉटरलू स्टेशनवरून मॅंचेस्टरच्या ट्रेनमधे जाताना दिसला. बसं इतकंच पोलिसांना कळलं होतं.

गीत विचार करून करून थकली होती. काय करावं? तिला काही सुचत नव्हतं, तेव्हा तिला श्रीची आठवण आली. तिने श्रीला फोन करण्यासाठी फोन बाहेर काढला आणि त्याच क्षणी श्रीचाच कॉल तिला येताना दिसला. गीतच्या चेहऱ्यावर थोडं हसू उमटलं. तिने श्रीला सर्व परिस्थिती सांगितली. हे सर्व ऐकून श्रीलाही धक्का बसला. श्रीला कबीरबद्दल संशय वाटू लागला आणि त्याने तो गीतजवळ बोलूनही दाखवला. श्रीच्या म्हणण्यानुसार हा कबीर कुणी क्रिमिनल, ईलिगल मायग्रन्ट असू शकतो असं त्याने गीतला सांगितलं पण त्याने आपलं मत तिच्यावर थोपवलं नाही, कारण त्याला माहिती

होतं की जेवढं प्रेम त्याचं गीतवर होतं तेवढंच गीतचं कबीरवर. गीतने हजार चुका केल्या तरीही ते प्रेम कमी होणार नव्हतं, बदलणार नव्हतं मग गीतचं कबीरबद्दलचं प्रेम कसं कमी होईल?, हा विचार करून श्री गप्प राहिला आणि

गीतने जेव्हा "तरीही मला त्याला शोधायचं आहे.", असं म्हटलं तेव्हा श्री तिच्यासोबत मँचेस्टरला जायला तयार झाला.

ही गोष्ट आहे २००७ सालची. हॅरी नावाच्या एका अनाथ मुलाची.

जेव्हा एखाद्याच्या डोक्यावर आईवडिलाचं, स्वतःच्या घराचं, स्वतःच्या हक्काचं छत्र नसेल, तर ती मुलं खरंतर लहान रहातच नाहीत. ती जगाच्याच नाही तर स्वतःच्याही नकळत मोठी झालेली असतात. हॅरीचंही तसंच झालं. युके गव्हर्नमेंटच्या फॉस्टर केअरमधून बाहेर पडला, तेव्हा हॅरी सहा वर्षांचा असेल. युकेच्या फॉस्टर केअरमधे त्याला सगळ्याच सोयी मिळाल्या होत्या. तो आता ब्रिटिशांच्या मुलांप्रमाणेच शब्दांचं इंग्लिश उच्चारण तो करत होता. त्याच्या आणि इतरांच्या दिसण्यातला फरकही त्याला जाणवत होता. फॉस्टर केअरमधून निघाल्यावर, ह्या मुलांची दुसऱ्या एखाद्या जोडप्याच्या घरी सोय केली जात असे. म्हणजे ते त्या मुलांना सांभाळतात आणि त्याच्या मोबदल्यात गव्हर्नमेंट त्यांना पैसे, इतर सोयी देत असते. मुलांचा खर्च पण सरकारच त्यांना देत असते. एका पोलिश ब्रिटिश जोडप्याने, हॅरीचं संगोपन करण्याची जबाबदारी घेतली होती.

त्या दिवशी हॅरी खुश होता. त्याला वाटलं की, आता आपण आपल्या घरी जातोय, म्हणजे किती मजा येईल! आपले फॉस्टर पॅरेंट्स आपल्याला घरी नेणार, आपल्यावर प्रेम करणार, आपल्यासोबत खेळणार, ख्रिसमसला सगळे मिळून ख्रिसमस ट्री सजवणार, अशी स्वप्नं मनात बाळगून, हॅरी त्यांच्या घरी रहायला गेला. तिथूनच तो शाळेत वगैरे जाऊ लागला. तो त्या पुरुषाला मिस्टर फिलिप आणि त्या बाईला मिस लेना म्हणत असे.

तो त्यांच्या घरी गेल्यावर, दुसऱ्याच दिवशी फिलिप आणि लेना ह्यांचे खरे रंग त्याला दिसले. ते दोघेही नशा करून एकमेकांना शिव्या मारू लागले, हातात येईल ती वस्तू फेकू लागले. ते सगळं इतकं भयंकर होतं की, हॅरी सोफ्याच्या मागे जाऊन लपला. त्याने स्वतःचे कान झाकून घेतले. त्याच्या छातीची धडधड वाढली होती. डोळ्यांतून अश्रू निघत होते. ते दोघेही थकून झोपी गेल्यावर, हॅरीच्या जीवात जीव आला आणि तो घाबरत घाबरत तिथेच झोपी गेला. त्या दोघांचा हा नित्यक्रमच होता. दारू प्यायची, ड्रग्स घ्यायचे आणि ते चढल्यावर मोठमोठ्याने बोलायचं, कधी भांडायचं, कधी मारायचं.

फिलिपने तर एक दोनदा हॅरीच्या गळ्यावर चाकू ठेऊन, त्याला बजावलं होतं की, त्याने जर त्यांच्या ह्या मारामारीबद्दल कुणालाही सांगितलं, तर तो त्याच चाकूने त्याच्या गळ्याच्या आरपार वार करेल. त्याचे लाल डोळे, त्याचा धमकी

देतानाचा तो आवाज, हे सगळं बघून हॅरीच्या मनात त्याच्याविषयी चांगलीच भीती बसली होती. त्या भीतीपायी फिलिप जे सांगेल ते हॅरी करु लागला, तसाच वागू लागला.

त्याच्या भीतीला न जुमानता, जर त्याने शाळेत किंवा सरकारी फॉस्टर केअरची लोकं घरी चौकशी करायला यायची, त्यांना सगळं सांगितलं असतं, तर त्यांनी त्याला त्याच्या तावडीतून सोडवलं असतं, पण हॅरीने तशी हिम्मत कधीच केली नाही. फिलिप आणि लेना, हॅरीला फक्त त्याच्यामुळे घरी येणाऱ्या पैश्यासाठी, सरकारकडून मिळणाऱ्या सोयीसाठी सांभाळत होते. नंतर काही दिवसांनी ती दोघे, त्याच्याकडून घरातील कामेही करून घेऊ लागली. त्यांचं ड्रग्सचं सेवन दिवसेंदिवस वाढतच होतं. हॅरीला कधी कधी मार बसत असे, जबरदस्ती दारू पाजली जात असे. त्या सगळ्या गोष्टींचा त्याच्या बालमनावर इतका परिणाम झाला होता की, आजही कधी कधी त्या घटना स्वप्न बनून त्याचा पाठलाग करायच्या.

हे सगळं बघून हॅरीला वाटू लागलं की, ह्या जगात कुणीच कुणाच नसतं, सगळे फक्त आपआपल्या स्वार्थासाठी, मतलबासाठी जगतात. सोळा वर्षांचा झाल्यावर, तो त्या दोघांच्या तावडीतून सुटला. तो बाहेर मिळेल ते काम करू लागला. आधी साऊथॉलमधल्या इंडियन ग्रोसरीच्या दुकानापासून त्याने काम करण्यास सुरुवात केली. त्याच्या एकट्याच्या गरजेपुरतं तो कमावत होता.

कधी कधी त्याला खूप एकाकी वाटायचं, मनात वेगळीच उदासीनता यायची, हे आयुष्यच नकोस वाटायचं, तेव्हा तो कधी गुरुद्वारा, कधी मंदिरात जायचा. तासनतास तिथे एखाद्या कोपऱ्यात डोळे मिटून बसायचा. असंच एकदा एका मंदिरात त्याने कुणाला तरी बोलताना ऐकलं,

"मन के हारे हार है मन के जीते जीत। कहे कबीर हरि पाइए मन ही की परतीत||"

हॅरीने मागे वळून बघितलं. एक साठीतला चष्मा लावलेला पुरुष, एका पुस्तकातून ते वाचत होता. त्याने पांढरा कुर्ता आणि निळी जीन्स पॅन्ट घातली होती.

तो पुरुष पुढे पुस्तकातून मान बाहेर काढून म्हणाला, "कबीर कहते है, हमारा मन ही हार जीत तय करता है | अगर हम मनमे हार गये तो हमारी पराजय हो गई और अगर हमने मन को जीत लिया तो हम ही विजेता है | वैसे ही भगवानको भी हम मनके विश्वास से ही पा सकते है, यदि प्राप्ती का भरोसा ही न हो तो कैसे पायेंगे?"

ते ऐकून हॅरी भारावून गेला. तो त्या व्यक्तीजवळ जाऊन बसला. त्यानेही हॅरीकडे बघून स्मित केले. तो पुढचा दोहा वाचू लागला, “बुरा जो देखन मैं चला, बुरा न मिलया कोय। जो मन खोजा आपना, तो मुझसे बुरा न कोय।|”

पुन्हा त्याने त्या दोह्याचा भावार्थ सांगण्यास सुरुवात केली, “कबीरदास जी कहते हैं, कि जब मैं पूरी दुनिया में, खराब और बुरे लोगों को देखने निकला, तो मुझे कोई बुरा नहीं मिला। और जब मैंने खुद के भीतर बुराई खोजने की कोशिश की, तो मुझे मुझसे बुरा कोई नहीं मिला।“

हॅरीच्या तोंडून नकळत, “वाह!” असे उद्गार निघाले. एवढ्या लहानपणी ह्या मुलाला असल्या गोष्टींची आवड आहे, हे बघून तो पुरुषही त्याला आवडीने सगळे दोहे ऐकवू लागला. त्याचं नाव राम शर्मा होतं. तो बऱ्याच वर्षां आधीपासून भारत सोडून, इंग्लंडमधे स्थायिक झाला होता. अर्थात ह्याबद्दल हॅरीने त्याला काहीच विचारलं नव्हतं. जास्तीचे प्रश्न विचारणं, कुणाशीतरी खूप घनिष्ठ संबंध जोडणं, हे त्याच्या स्वभावातच नव्हतं. कदाचित लहानपणापासून त्याला तेवढं जवळ कुणीच केलं नव्हतं, म्हणून त्याच्यात ही विरक्तीची भावना निर्माण झाली असावी.

मग दर रविवारी त्यांचा नित्यक्रमच ठरला. अर्धा एक तास बसून संत कबीर ह्यांच्या बद्दल जाणून घ्यायचं, त्याचे दोहे समजून घ्यायचे. हॅरीला हिंदी वाचता येत नव्हतं, म्हणून तो फक्त ऐकायचं काम करायचा. आयुष्य कसं जगावं, हे संत कबीर हॅरीला शिकवत होते. हॅरीला कबीरबद्दल आणखी आणखी जाणून घ्यायची इच्छा होत होती. त्याच्यावर संत कबीर ह्यांचा चांगलाच प्रभाव पडला होता. हॅरीने कबीरबद्दलही रामला प्रश्न विचारण्यास सुरुवात केली, तेव्हा त्याला कळलं होतं की, कबीर कुणाचा मुलगा होता?, हे कुणालाच माहिती नाही. कुणी म्हणायचं ते हिंदू होते, तर कुणी म्हणायचं मुस्लिम. कबीरबद्दल हे सगळं ऐकून हॅरीला वाटायचं, माझं ही तर तसंच आहे. मी कोण? कुठला? कोणत्या धर्माचा काहीच पता नाही. त्याच्यावर कबीरचा इतका प्रभाव पडला की, तो स्वतःचं नाव ही ‘हॅरी’ ऐवजी ‘कबीर’ सांगू लागला.

तो साऊथॉल सोडून लंडनमधे काही दिवस राहायला गेला. तिथल्या मॅक डोनल्ड

मधे काही दिवस काम केल्यावर, त्याला त्या शहराचा कंटाळा आला. ती रोजची धावपळ, ट्यूब ट्रेनचा प्रवास सोडून त्याला कुठेतरी शांत ठिकाणी जावं, असं वाटायला लागलं. म्हणून मग तो सॅंडबॅक्सला आला होता. अश्याप्रकारे हॅरीचा कबीर होऊन सॅंडबॅक्सला आला होता, पण ही गोष्ट गीतला माहितीच नव्हती,

कबीरने कधी सांगितली देखील नव्हती. 'जो हो गया सो हो गया' असा विचार करून, कबीर त्याच्या भूतकाळाबद्दल जास्त कुणालाच काहीच सांगत नव्हता.

गीतसोबत श्री मँचेस्टरला जायला तयार झालास खरा, पण श्रीला माहिती होतं की हे सगळं प्रॅक्टिकल नाही आहे. मँचेस्टर काही लहान सहान गाव नव्हतं. एक भलं मोठं शहर होतं. त्यात नाव बदलवून राहणाऱ्या, त्यात एकही व्यवस्थित फोटो नसलेल्या अश्या माणसाला शोधायचं तरी कसं हे कळत नव्हतं. तरीही श्री निघाला होता, फक्त त्याच्या गीतसाठी आणि गीत फक्त तिच्या कबीरसाठी.

एकीकडे श्रीला गीत त्याच्यावर, कधीच कबीर एवढं प्रेम करणार नाही, हे माहिती असूनही तो तिच्यावर प्रेम करतच होता. तर दुसरीकडे गीतला मनात कुठेतरी जाणवत होतं की, कबीर जरी तिला सापडला, तरी काही तो तिच्यासोबत संसार वगैरे, थाटणार नाही, तरीही ती वेड्यासारखा त्याचा शोध घेत होती. श्रीचं गीतसाठी आणि गीतचं कबीरसाठी असलेलं प्रेम खरंतर प्रेम राहिलंच नव्हतं. ते त्यांचं प्रेम, प्रेमाच्याही पलीकडे गेलेलं होतं.

जोपर्यंत आपल्याला ती व्यक्ती सुख देते, आपल्यावरही तेवढंच प्रेम करते, जेवढं आपण तिच्यावर करतो, तोपर्यंत ते प्रेम असतं. पण जेव्हा ती समोरची व्यक्ती आपल्यावर तेवढंच प्रेम करत नाही, ती आपल्याला मिळेल की नाही, हे ही माहिती नसतं, त्या व्यक्तीपासून आपल्याला मोबदल्यात सुख मिळण्याची शक्यता दूर दूर पर्यंत नसते, ह्याउलट ती व्यक्ती आपल्याला बरयाचदा दुखावते, तरीही आपण तिच्यावर प्रेम करत राहणं, म्हणजे वेडेपणा असतो, ती भक्ती असते, इबादत असते.

गीत त्याच दिवशी लंडनच्या वॉटरलू स्टेशनवर पोहोचली. नेहमीप्रमाणे ह्या स्टेशनवर गर्दी होती पण स्वच्छताही होती. स्टेशनवर श्री तिची वाट बघत होता. दोघांनीही स्टेशनवरच चीज अँड ऑनियन सँडविच आणि वॉकरचे क्रिस्प खाल्ले. थोड्यावेळाने मँचेस्टरला जाणारी ट्रेन आली आणि दोघेही त्यात बसले. फार फार तर अडीच तासांचा प्रवास होता. श्री रस्त्याने मनातल्या मनात विचार करत होता की, मँचेस्टर मुंबई इतकं मोठं नाही, पण तरीही अंदाजे पाच लाखांची लोकसंख्या असलेल्या ह्या शहरात, एक व्यक्ती शोधणं, हे अशक्य वाटण्यागत होतं. पुन्हा कबीर मँचेस्टरलाच आहे, हे कशावरून? तो आजूबाजूच्या कुठल्या गावात नाही तर, अजून कुठे तरी लांबही गेलेला असू शकत होता. त्याचा शोध घेणं, हे दोघांच्या अवाक्याबाहेरच होतं. पोलिसांची मदत घेतली असती, तर तो कुणी इल्लिगली मायग्रेटेड व्यक्ती असेल, तर कबीरला पोलिसांनी सहजासहजी सोडलं

नसतं. त्याला त्रास दिला असता, त्यामुळे गीतला त्रास झाला असता, म्हणून श्रीने पोलिसांकडे जाण्याचा विचारही मनातून काढून टाकला.

रस्त्याने गीत फक्त कबीरला कसं शोधायचं?, ह्याबद्दल बोलत होती. कबीर नक्कीच एखाद्या हाय स्ट्रीटवर गाणं गाताना किंवा एखाद्या सुपर मार्केटच्या काउन्टरवर काम करताना नाहीतर एखाद्या तळ्याच्या काठावर निवांत बसून आजूबाजूच्या लोकांचं निरीक्षण करताना सापडेल, असं ती म्हणत होती. श्री तिच्या भाबळ्या मनाला दिलासा देण्यासाठी मानेनेच होकार देत होता.

मँचेस्टरला गीतला येऊन एक महिना झाला होता. श्री आणि गीतने मिळून सुपरमार्केट्स, हाय स्ट्रीट्स आणखी न जाणे कुठे कुठे त्याला शोधण्याचा प्रयत्न केला. त्याच्या त्या एकमेव फोटोचे पोस्टर छापून, त्यावर मिसिंग असं लिहून जिथे जिथे शक्य होते तिथे तिथे चिकटवले. सुरुवातीला श्री तिच्यासोबत थांबला पण त्यालाही पुन्हा ऑफिससाठी लंडनला परतावं लागलं. श्री गेल्यावरही गीत रोज बाहेर पडून त्याला शोधत रहायची. लोकांना फोटो दाखवून विचारायची, पण कशाचाच काही उपयोग होत नव्हता. श्रीला वाटत होतं की, 'आता कबीर काही सापडणार नाही', पण त्याने तसं गीतजवळ बोलून दाखवलं नाही, कारण त्याला माहिती होतं की, तिला कितीही समजावलं, तरीही तिची कबीर सापडण्याची आशा म्हणा किंवा वेडेपणा म्हणा, ती काही सोडणार नव्हती. तिचं प्रेम होतं कबीरवर आणि ज्या प्रेमात वेडेपणा नसेल ते प्रेम कसलं?

गीत स्वतःचं भान हरवून बसली होती पण श्रीला तिला भानावर आणायचं होतं. तिला कबीरला शोधण्याशिवाय दुसरा काहीतरी उद्योग देणं आवश्यक होतं. त्याने गीतला पटवून दिलं की, कबीरला शोधायला आणखी वेळ लागू शकतो आणि तिचा विझा पाच सहा महिन्यात संपणार होता आणि तो संपला तर तिला परत भारतात जावं लागलं असतं. त्यामुळे त्याने तिला मँचेस्टरमधे नवीन जॉब शोधण्यासाठी प्रवृत्त केलं. गीत आता कबीरला शोधण्याबरोबर जॉबही शोधू लागली.

एक महिना अजून गेला. चार पाच इंटरव्यू दिल्यावर, एका कंपनीत गीतला जॉब मिळाला. कंपनीच वर्क परमिट असलेला विझा काढून देणार होती, त्यामुळे आता विझाची चिंता मिटली होती. श्रीची आई गीतला आणि गीतचे बाबा श्रीला फोन करून तुम्ही एकाच शहरात सोबत रहा, सोबत जॉब करा असं सांगत रहायचे, पण तूर्तास ते शक्य नव्हतं. श्रीची आई गीतला पटवून देण्याचा प्रयत्न करायची की, तू फक्त त्याची बायको नसून, सगळ्यात जवळची मैत्रीण आहेस. तो त्याच्या मनात काय सुरु असतं हे सहसा कुणालाही सांगत नाही, मलाही नाही म्हणून तू

त्याच्याजवळ राहणं आवश्यक आहे. लहानपणापासून तो एकटा एकटा राहिला आहे, मी जॉबमधे बिझी असायचे, त्याला तुझी गरज आहे वगैरे वगैरे. हे सगळं बोलताना त्याची आई का कुणास ठाऊक, खूप भावनिक व्हायची. मी आई म्हणून त्याला कमी पडले, मी त्याच्यासाठी काहीच करू शकले नाही, असं काहीतरी ती बोलायची आणि त्या मागील अपराधीपणाची भावना गीतला जाणवत होती.

11

डार्क सिक्रेट

एके दिवशी अचानक श्रीच्या आईचा गीतला फोन आला. "हॅलो, हॅलो, गीत मी तिकडे येतेय आज रात्रीपर्यंत पोहोचेल पण मी येतेय हे श्रीला सांगू नकोस. मला तुझ्यासोबत खूप महत्वाचं बोलायचं आहे. मी तुझ्याकडे आल्यावर नंतर मग त्याला भेटायला जाईन."

गीतने "हो, हो." करत फोन ठेवला पण आता ह्यावेळी त्यांनी तिथे यावं, असं तिला वाटत नव्हतं. तिच्यासाठी सध्या सगळ्यात महत्वाचं कबीरला शोधणं होतं आणि श्रीची आई आली तर त्यात खंड पडणार होता.

श्रीच्या आईने गीतसाठी बरेच खाण्याचे पदार्थ सोबत आणले होते. दोन दिवस चांगला स्वयंपाक करून, तिला खायला प्यायला दिलं. गीतने दोन दिवस श्रीच्या आईला मँचेस्टर शहरात मस्तपैकी फिरवले. त्यांच्यासोबत फिरतानाही, ती स्वतःचे डोळे, कान कबीरच्या शोधासाठी उघडे ठेवून होती.

श्रीची आई आल्यामुळे, गीतच्या कबीरला शोध कार्यात अडथळा आला होता, पण त्या आल्यामुळे तिला त्यांचा आधार वाटू लागला. ऑफिसमधून आल्यावर कुणीतरी आईसारखं वाट बघायला, बोलायला होतं, त्यामुळे थोडं दुःख हलकं झाल्यासारखं वाटू लागलं. तिसऱ्या दिवशी श्रीची आई लंडनला जाण्याची तयारी करू लागली. त्या त्यांची बॅग भरत असताना गीतचे डोळे भरून आले होते पण तिने त्यांना ते जाणवू दिले नाही. तिने दुसरीकडे बघून स्वतःचे डोळे पुसले आणि म्हणाली, "आई, तुम्ही श्रीबद्दल माझ्यासोबत काहीतरी बोलणार होतात पण बोलला नाहीत."

श्रीच्या आईने दोन तीन साड्या बॅगमधे तश्याच ठेवल्या आणि एक निःश्वास टाकत म्हणाल्या, "तुम्हा दोघांमधे सगळं ठीक आहे ना? नाही म्हणजे, तो लंडनला

राहतोय आणि तू इथे, त्यामुळे काळजी वाटते."

"सगळं व्यवस्थित आहे, आई. मी जॉब स्विच केल्यामुळे हा प्रॉब्लेम झालाय, पण आम्ही प्रयत्न करतोय एकाच सिटीमधे सोबत येण्याचा. बसं इतकंच बोलायचं होतं का तुम्हाला?"

"तू ठीक आहे म्हणते आहेस, तर मी विश्वास ठेवते. मला माहिती आहे, लग्न झाल्यावर सगळं बदलतं, पण तुमच्यातली मैत्री हरवू देऊ नका. श्री खूप एकटा होता गं! तू त्याच्या आयुष्यात येण्याआधी, तुला माहिती नाही पण श्रीने माझ्यापायी जे काही भोगलं आहे.." असं म्हणताना त्यांचा कंठ दाटून आला आणि त्या बेडवर खाली बसल्या.

गीतला थोडावेळ काय करावे तेच कळलं नाही. मग तिने त्यांच्या खांद्यावर हात ठेवला. तिच्याकडे बघून त्या म्हणाल्या, "कसं सांगू तेच कळत नाही, पण तुला माहिती असणं गरजेचं आहे. श्रीच्या बाबांचं आणि माझं कधीच पटलं नाही. त्यांना घरी बसून सतत काम करणारी एक आदर्श बायको आणि आईबाबांसाठी एक आदर्श सून पाहिजे होती. मी त्यातली नव्हते. एलएलबीची डिग्री घेऊन फक्त घरकाम करणं मला पटत नव्हतं. ह्या विषयावरून आमच्यात खूप भांडणं व्हायची, तरीही मी काम करत राहिले. लग्नानंतर दोन वर्षांनी मी आई झाले आणि पुन्हा जॉब सोडण्यावरून घरात वाद होऊ लागले. मी एक वर्ष घरीही बसले, पण मन मानत नव्हतं आणि त्याच्या बाबांच्या अपेक्षाही दिवसेंदिवस वाढतच होत्या.

त्यामुळे मी त्यांच्यापासून वेगळी झाले आणि नागपूरवरून अमरावतीला आले. इथे आल्यावर आम्ही एका वर्षात चांगले रूळलो. श्री तीन वर्षांचा असेल, तेव्हा आमच्या शेजारी एक रमेश नावाचा तिशीतला व्यक्ती रहायला आला. रमेश खूप गप्पा मारणारा, दुसऱ्याला लगेच आपलंस करणारा होता. त्याला माझं मन जिंकायला फार वेळ लागला नाही. रमेश रोड बांधणारा कॉन्ट्रॅक्टर होता. रमेश श्रीला मी नसतानाही सांभाळायचा. रमेश मला खूप आवडायला लागला होता. इतका की मी त्याच्याशी लग्न करण्याचाही विचार करू लागले होते. एकदा आलेल्या पूर्वीच्या अनुभवावरून, लग्नाचा निर्णय मी लगेच घेतला नाही. अशीच तीन चार वर्ष गेली.

एकदा श्रीला मी रमेश जवळ सोडून कोर्टात गेले. अपेक्षेपेक्षा काम लवकर संपलं, त्यामुळे लवकर घरी आले. मी दाराची कडी वाजवणारच, तेवढ्यात मला श्रीच्या रडण्याचा आवाज ऐकू आला. मी

हॉलच्या खिडकीतून बघितले तर हॉलमधे कुणीच नव्हतं. म्हणून मी घराच्या मागच्या बाजूने गेले. किचनच्या दाराला कान लावला, तर आतून काहीतरी

विचित्र, संशयस्पद आवाज ऐकू येत होता. किचनचे दार लोटले, तर त्याची कडी काढण्यापुरता माझा हात आत गेला आणि मी ती अलगद उघडली. मी आत शिरले आणि बेडरूममधे जे काही बघितले ते आठवले की, आजही अंगावर काटा येतो..” श्रीची आई मान खाली घालून गप्प झाली. रडणं आवरण्याचा तिचा प्रयत्न सुरु होता पण तिला ते जमत नव्हतं. दाबलेल्या हुंदक्यांचा आवाज गीतला ऐकू येत होता. कितीतरी वेळ त्याची आई तशीच होती, जमिनीला नजर खिळवून. गीतला नक्की काय झालं हे जाणून घ्यायचं होतं पण त्यांना पुन्हा कसं बोलतं करावं?, त्याचं सांत्वन कसं करावं? हे तिला काळात नव्हतं. श्रीच्या आईने स्वतःलाच सावरलं आणि पुन्हा थरथरत्या आवाजात बोलू लागली,

“मी आत गेल्यावर, तिथे श्री नग्न अवस्थेत बेडवर पालथा पडून होता आणि त्याच्या अंगावर रमेश, तो ही नग्न. माझ्या अंगावर सर्कन काटा आला. त्यानंतर माझ्या हातात जे काही आलं ते मी रमेशच्या अंगावर एखाद्या वेड्या व्यक्तीप्रमाणे फेकत सुटले, किंचाळले, रडले, त्याला मारले. हातातील बांगड्या फुटेपर्यंत, माझे हात लालबुंद होईपर्यंत, दुखेपर्यंत त्याला मारत सुटले. तो माणूस श्रीचं लैंगिक शोषण करत होता आणि मी त्याच्या प्रेमाची स्वप्नं रंगवत होती. मला हे सगळं कळलं तेव्हा श्री सात वर्षांचा होता म्हणजे तो माणूस, श्री तीन वर्षांचा असताना पासूनच..”

आता त्यांना अश्रू आवरणं कठीण झालं आणि त्या हुंडके देत पुन्हा रडायला लागल्या. हे सगळं ऐकून, गीतच्या अंगावर काटा आला आणि ती बाजूच्या चेअरवर जाऊन बसली. दोघीही किती तरी वेळ काहीच बोलल्या नाही. श्रीची आई आजही जे काही झालं, त्यासाठी स्वतःला जबाबदार समजत होती. ह्या सगळ्यामुळे श्री आणि त्याच्या आईत थोडा दुरावा निर्माण झाला होता आणि श्री एकलकोंडा झाला होता आणि वयात आल्यावर जे बदल, जे आकर्षण इतर मुलांना मुलींबद्दल वाटतं, ते श्रीला त्याच्यावर झालेल्या अत्याचारामुळे वाटत नव्हतं आणि गीतने त्याला गे मानून घेतलं होतं पण तो कधीच त्यावर काही बोलला नाही. गीतचे डोळे भरून आले. आपल्या क्षुल्लक गोष्टीसाठीही आपण त्याचं किती डोकं खायचो आणि त्याचा जीव कुठेतरी घुसमटतोय, हे मात्र आपल्याला इतक्या वर्षांत एकदाही कळलंही नाही. श्रीने नेहमी मैत्री निभावली पण मी मात्र स्वतःचं सुख, स्वतःचं दुःख ह्यातच गुंतून राहिले.

श्रीच्या आईने जाताना श्रीला ह्यातलं काहीही विचारू नकोस, मी आले होते, हे ही सांगू नकोस, असे गीतला सांगितले. नेहमीच त्याच्यासोबत रहा, अशी कळकळीची विनंतीही केली आणि त्या श्रीला भेटण्यासाठी लंडनला निघून गेल्या.

'एक राजकुमारी असते आणि एक राजकुमार. तो राजकुमार खूप सुंदर, स्वभावाने चांगला आणि सगळंच असतं त्याच्याजवळ. त्या राजकुमारीवर त्याचं जीवापाड प्रेम असतं पण राजकुमारीने त्याला फ्रेंडझोनमधे टाकलं असतं, कारण ती राजकुमारी मूर्ख असते आणि तिच्या मुर्खपणामुळे त्यांची लव्ह स्टोरी सुरु होण्यापूर्वीच संपून जाते.' आताच्या काळानुसार आजीची आणखी एक स्टोरी अशी अपग्रेड करता येईल, असा विचार गीत, श्री आणि तिच्या नात्याबद्दल करत होती.

श्रीची आई गेली, तरीही त्या जे काही बोलल्या, ते शब्द मात्र गीतचा पिच्छा सोडत नव्हते. 'श्री स्वतः इतक्या दुःखात असूनही त्याने मला कधी जाणवू दिलं नाही. मीही स्वतःचंच दुःख कुरवाळत राहिले. प्रत्येक वेळी श्रीला मी माझं रडगाणं ऐकवत गेले पण तो ही एक माणूस आहे, त्यालाही त्याच्या चिंता, त्याची दुःख असतील, हा विचारही माझ्या मनात कधीच आला नाही. शेवटी त्या वेड्याला प्रेम झालंही कुणावर तर माझ्यावर. त्याला प्रेम झालं माझ्यासारख्या स्वार्थी मुलीवर, जिला त्याच्या प्रेमाची किंमत नाही, पण मी ही काय करू? डोकं वापरून प्रेम झालं असतं तर कबीरवर कधीच केलं नसतं, ते प्रेम श्रीला दिलं असतं. पण तसं नाही ना होत. बस ! पुरे झालं आता, हे प्रेम आणि ह्या प्रेमाचं भूत. आता डोक्याचा वापर करायचा. कबीरला विसरायचं. तसंही तो सापडला तरीही तो कुठे माझा होऊन राहणाऱ्यातला आहे. मी माझा मूर्खपणा आता थांबवायला हवा. प्रॅक्टिकली विचार करायला हवा. मी आता ह्यापुढे फक्त नि फक्त श्रीचा विचार करणारा. कबीर गेला उडत. नाही आता कबीरचं नावही मनात, ओठांवर यायला नको.. नाही म्हणजे नाही.' असा ठाम निर्णय गीतने एके रात्री झोपण्याआधी घेतला.

त्यानंतर काही दिवसांनी, श्री गीतला भेटायला आला आणि आल्याबरोबर कबीरला शोधण्यासाठी लवकर निघू म्हणू लागला. त्यावर गीत काहीच बोलली नाही आणि जेवण बनवायला लागली. तिने श्रीला आवडते तशी, युट्युबवर बघून पाटवड्यांची भाजी बनवायला सुरुवात केली. तिला किचनमधे बघून श्रीनेही फ्रिजरमधले शानाचे फ्रोझन पराठे काढले आणि मायक्रोवेवमधे डिफ्रॉस्ट करायला ठेवले.

भाजी करताना ती अधूनमधून श्रीकडे बघत होती आणि काम करताना मनातल्या मनात विचार करत होती, 'श्री खरंच खूप हँडसम आहे. त्याचे काळेभोर, चमकदार, रेशमी केस अगदी त्याच्या आईसारखे होते. डोळे आकाराने लहान आहेत पण त्यात वेगळीच निरागसता होती. ओठ.. कबीरपेक्षाही चांगले होते कदाचित पण कबीरचे ओठ, कबीरचे ओठ मुलायम होते. पहिल्यांदा जेव्हा मी त्याच्या ओठांचं चुंबन घेतलं तो स्पर्श आजही जसाच्या तसा आठवतो मला. त्याचे

ओठ ओठांवर असले की, असं वाटायचं ते तसेच रहावे. कितीही वेळ त्याने चुंबन घेतलं, तरीही मन भरत नव्हतं. त्याच्या डोळ्यांत बघितलं की, हिरव्या आणि निळ्या रंगाच्या छटा दिसायच्या. एखादा खोल डोह असतो त्यात कसं, आकाश आणि आजूबाजूच्या झाडांचं प्रतिबिंब दिसतं, तश्याच रंगाचे होते ते डोळे आणि तेवढेच खोलही वाटायचे. असं वाटायचं त्याच्या डोळ्यांमधे बरंच काही दडलेलं आहे पण.. हे काय? मी तर श्रीबद्दल विचार करत होते आणि आता कबीर..' तिचा चेहरा एकदम पडला.

काही वेळाने पुन्हा तिने श्रीवर लक्ष केंद्रित करण्याचा प्रयत्न सुरु केला. दोघांनीही जेवण केलं, गीत पूर्ण वेळ हसत होती, असं दाखवत होती की, ती खूप खुश आहे. श्रीने तिला कबीरला शोधायला चल म्हटल्यावर, "आज राहू दे. आज फक्त आपण दोघे असंच फिरू." असं म्हणून टाळलं. श्रीला ह्या गोष्टीचं खूप नवल वाटलं.

दोघेही खूप फिरले. गीतने श्रीसाठी शॉपिंग केली. तो कपडे ट्राय करून तिला दाखवत असताना, ती कधी त्याची कॉलर नीट करण्याच्या बहाण्याने तर कधी कापड कसं आहे, हे बघण्यासाठी त्याला स्पर्श करत होती. दिवसभर गीत स्वतःचं लक्ष फक्त श्रीवर केंद्रित करण्यासाठी धडपडत होती. कबीरचे विचार मनात आले की, ते टाळण्यासाठी ती श्रीकडे मुद्दाम बघायची, त्याच्याकडे बघून हसायची, त्याचा हात हातात घ्यायची. श्रीला हे सगळं विचित्र वाटत होतं, म्हणजे ह्या आधीही तिने त्याला स्पर्श केला होता, पण ह्यावेळी काहीतरी वेगळं आहे, हे त्याला दिवसभर जाणवत होतं.

रात्र झाली. थंडी खूप वाढली होती. हिवाळ्यात तर तापमान निगेटिव्हमधेच असायचं. श्री आणि गीत दोघेही पोटाभोवती हात गुंडाळत टॅक्सीमधून उतरले आणि अपार्टमेंटमधे शिरले. दार लावल्या लावल्या गीतने श्रीला घट्ट मिठी मारली. श्रीला वाटलं, ती रडतेय की काय?, पण जेव्हा त्याने तिची मिठी सोडवून, तिला बाजूला केलं तर तिच्या डोळ्यांत पाणी नव्हतं. तो विचारणारच होता काय झालं म्हणून?, तेवढ्यात गीत त्याच्या आणखी जवळ आली. तिने तिचे ओठ, श्रीच्या ओठांवर टेकवले तेव्हाच तिने तिचे डोळे बंद केले. श्रीला काय करावं सुचत नव्हतं. क्षणभर त्यालाही तिच्या ओठांचा स्पर्श हवाहवासा वाटला. त्यालाही तिचं दीर्घ चुंबन घ्यावंसं वाटलं, पण त्याने स्वतःला आवरलं आणि त्याने लगेच तिला स्वतःपासून दूर केलं.

"काय आहे हे?" हे त्याचे शब्द गीतच्या कानी पडले, पण ती त्यावर काहीच बोलली नाही.

श्री चिडून म्हणाला, "डोकं फिरलंय का तुझं? सकाळपासून बघतोय, हे असं विअर्ड का वागते आहेस? तुला दया येत आहे का माझी? प्लीज नको आहे मला अशी दया, असं प्रेम. तू तुझ्या मनाला विचार, तुझं जसं कबीरवर प्रेम आहे, अगदी तसंच माझ्यावर आहे का? तसं नसेल तर फर्स्ट ऑफ ऑल, यू आर चिटिंग युअरसेल्फ. यू आर चिटिंग युअर फीलिंग्स अँड देन यू आर चिटिंग मी अल्सो. मला असं प्रेम नकोय त्यापेक्षा मी असाच राहीन. तुझ्या मनात तोच असेल आणि तरीही तू हे असलं काही तरी नाटकी माझ्यासोबत वागत असशील, तर मला असं फेक प्रेम नकोय. धिस हर्ट्स मोर.."

श्री थोडावेळ काहीच बोलला नाही. गीत मुकाट्याने हे सगळं मान खाली घालून ऐकत होती. नंतर पुन्हा एक दीर्घ श्वास घेऊन, श्री ठामपणे म्हणाला,

"इन फॅक्ट हे फेक लग्नही आपण लवकरच संपवू आता, गीत. तुझ्यामुळे मी जगायला शिकलो होतो गीत पण आता तुझ्यामुळेच असं वाटतंय की मी रोज मरतो आहे. त्यापेक्षा नकोच हे. कबीर सापडे पर्यंत मी तुझी साथ सोडणार नाही पण ज्या दिवशी तो सापडेल त्या दिवशी मी तुझ्या आयुष्यातून निघून जाईल, कायमचा. असं समज मी हे सगळं आपल्या मैत्रीसाठी करतोय. बस, एवढंच करू शकतो मी. ह्यापेक्षा जास्त सहन नाही करू शकत मी. कधी माझ्याजागी स्वतःला ठेवून बघ. मग तुला कळेल कदाचित.." असं म्हणून श्री तिथून निघून गेला.

गीत तशीच सोफ्यावर जाऊन बसली. तिचे डोळे भरून आले होते कारण तिने श्रीला दुखावलं होतं. श्री जे म्हणत होता ते अगदी खरं होतं, जेव्हा श्रीच्या ओठांवर ओठ टेकवले तेव्हा तिच्या मनात कबीर होता. तिने स्वतःला आणि श्रीला दोघांनाही फसवलं होतं. श्री कायमचा आयुष्यातून निघून जाणार, ह्या कल्पनेनेच गीत त्या सोफ्यावर तशीच कोसळली आणि रात्रभर तशीच त्यावर पडून राहिली.

दुसऱ्या दिवशी श्री गीतसोबत बोलायचंच काय, तर तिच्याकडे बघायचंही टाळत होता. गीतलाही काय बोलावं? कसं बोलावं? हे कळत नव्हतं. सकाळचे आठ वगैरे वाजले असतील, पण हिवाळा असल्यामुळे अजूनही बाहेर उजाडलं नव्हतं. थोडावेळ उजाडण्याची वाट बघून श्री तयार व्हायला गेला. त्याला आता काहीही करून कबीरला शोधायचं होतं. गीतचं हे असं जबरदस्तीचं, खोटं खोटं प्रेम त्याला नको वाटत होतं. का वागतेय ती असं? ह्या प्रश्नाचं उत्तरही सापडत नव्हतं. तेवढ्यात फोनच्या रिंगने श्रीच्या विचारांची समाधी भंग केली. फोन अनोळखी नंबर वरून आला होता. श्रीने फोन उचलला आणि हॅलो म्हटले.

समोरून ब्रिटिश ॲक्सेन्टमधे एक बाई बोलली, "गुड मॉर्निंग, इज धिस मिस्टर श..री.."

तिला त्याचं नावाचा उच्चार करता येत नव्हता म्हणून श्री मध्येच बोलला, "एस, आय ॲम श्री. व्हॉट इज धिस अबाऊट?"

त्यावर ती बाई जे काही बोलली, त्यावर श्रीचा विश्वासच बसत नव्हता. तो तिच्याशी बोलणं झाल्यावर, लगेच गीतकडे धावत गेला आणि तिला सगळं सांगितलं. ती एका बस स्टॉपवरून बोलत होती. तिने तिथे कबीरचं 'मिसिंग' असं लिहिलेलं पोस्टर बघितलं होतं आणि खालच्या नंबरवर फोन केला होता. ती मुळात मँचेस्टरची नव्हती. ती क्रिव ह्या छोट्याश्या गावातली होती. तिच्या म्हणण्यानुसार एका आठवड्यापूर्वी तिचा ॲसिडन्ट झाला होता आणि तिला क्रिवच्या सेंट मेरी हॉस्पिटलमधे ॲडमिट केलं होतं. ज्या दिवशी डिस्चार्ज होणार होता, त्याच दिवशी तिने कबीरला जखमी अवस्थेत, काही लोकांनी हॉस्पिटलमध्ये आणून, ॲडमिट करताना बघितलं होतं. त्याच्या हातातून खूप रक्त निघत होतं, म्हणून तिला तो प्रसंग चांगलाच लक्षात राहिला होता.

गीत आणि श्री लगेच क्रिवच्या सेंट मेरी हॉस्पिटलला जायला निघाले. उशीर होऊ नये म्हणून, त्यांनी क्रिवपर्यंत कॅब बुक केली होती. गीतला काळजी वाटत होती, काय झालं असेल त्याला?, तो बरा तर असेल ना? पण सोबतच तिचा शोध आता संपणार, ह्याचा आनंदही होता.

दोघेही हॉस्पिटलला पोहोचले आणि लगेच एक्सीडेंटल डिपार्टमेंटच्या ऐनक्वायरी काउन्टरकडे घाईघाईने गेले. तिथे गीतने कबीर नावाच्या पेशंटला ज्याच्या हाताला लागलेलं आहे, त्याला भेटायचं आहे असं सांगितलं. रिसेप्शनिस्टने हे नाव तिच्या समोरच्या कंप्युटरवर शोधलं, पण ह्या नावाचा कुठलाच पेशंट इथे ॲडमिट नाही, असं तिने इंग्रजीत सांगितलं. तेव्हा श्रीने हॅरी नाव म्हणजे त्याचं खरं नाव सांगितलं, तेव्हा तिने जरा वेगळ्या नजरेने दोघांकडे बघितलं आणि पुन्हा तिने ते नाव तिच्या कंप्यूटरमधे शोधण्यास सुरुवात केली. मग मान वर करून, त्या दोघांकडे बघून त्यांना सांगितलं की, ह्या पेशंटला कालच डिस्चार्ज झालाय आणि हा निघून गेलाय. तेव्हा गीतचा चेहरा चांगलाच उतरला होता. ती तिथून मागे सरसावून बाजूच्या बेंचवर जाऊन बसली. त्यानंतरही श्री बराच वेळ त्या रिसेप्शनिस्टसोबत बोलत होता, करंट ॲड्रेस वगैरे काही मिळतो का?, हे बघत होता पण त्या नर्सने काहीही सांगण्यास नकार दिला, कारण तिला हे सगळं शेअर करण्याची परमिशन नव्हती.

दोघेही निराश होऊन पुन्हा परतीच्या वाटेने निघाले.

२०२३ हे वर्ष संपून दोन महिने झाले होते, पण गीतचा शोध काही संपला नव्हता. पानगळ झालेल्या झाडांना पुन्हा पालवी फुटली. पुन्हा वेगवेगळ्या रंगाची

फुलं उमलली, बहरली पण गीतचं आयुष्य मात्र अजूनही उदास होतं. त्यानंतरही दोन महिने, गीतने वेड्यासारखा कबीरचा शोध घेतला. ऑफीस झाल्यावर उशिरापर्यंत. शनिवारी रविवारी दिवस दिवसभर. अधूनमधून श्रीही यायचा. गीतने क्रिवमधे त्याच्या आजूबाजूच्या गावातही त्याला शोधण्यास सुरुवात केली होती, पण इतके प्रयत्न करूनही कुठेच आशेचा किरण दिसत नव्हता.

तिथून दूर कुठल्यातरी गावात, रस्त्याच्या कडेला एक मनुष्य झोपलेला होता. त्याने त्याचे पाय पोटाला चिटकवलेले होते. हात त्या पायाभोवती गुंडाळलेले होते. थंडीमुळे त्याचं अंग थरथरत होतं. त्याच्या अंगावरचे कपडे मळलेले आणि फाटलेले होते. केस आणि दाढी वाढलेली होती. त्याला बघून वाटत होतं की, किती तरी दिवसापासून त्याने अंघोळ केलेली नसावी. भुकेपायी त्याचा जीव कासावीस होत होता. भुकेजलेला असल्यामुळे त्याला झोपही लागत नव्हती. रस्त्यावरून जाणाऱ्या काही लोकांनी, त्याची ती अवस्था बघून त्याच्या बाजूला काही नाणी फेकली. त्याने ती नाणी लगेच उठून उचलून घेतली. त्याच्या हिरवटसर छटा असलेल्या निळ्या डोळ्यांमध्ये पैसे बघून चमक आली आणि तो काहीतरी खायला विकत घेण्यासाठी उठून उभा राहिला. हो, तो कबीरच होता.

एके दिवशी गीत दिवसभर फिरून, लोकांना कबीरचा फोटो दाखवून दाखवून, विचारून विचारून थकली होती. ती डिन्सगेट एरियाच्या जवळपास होती. ती एका ठिकाणी हताश होऊन भिंतीला टेकून उभी होती. ती कशाची भिंत होती, तिथे दुकान होतं की ऑफीस, ह्यावरही तिचं लक्ष नव्हतं. तिने तिथूनच वर, खूप वर पाहिलं. उंचच उंच बिल्डिंग्स होत्या आणि त्यातून थोडं थोडं आकाश डोकावत होतं. गीत आकाशाकडे बघून काहीतरी पुटपुटली आणि खाली हातात असलेल्या त्या सात आठ पोस्टर्सकडे बघितलं आणि उदास हसून ते सगळे पोस्टर्स हवेत फेकून दिले. गीतने आपण हरलो, हे आता कबूल केलं होतं जणू. त्या रस्त्यावरून जाणाऱ्या आजूबाजूच्या काही लोकांनी, तिने रस्त्यावर असे कागद फेकले म्हणून, तिच्याकडे रागाने बघितले तर काहींनी दुर्लक्ष केले.

तेव्हाच तिथून "हरे कृष्णा, हरे रामा, हरे कृष्णा..हरे हरे.." असा गजर करत काही इंग्रज भगव्या कपड्यांमध्ये इस्कॉनची दिंडी घेऊन जात होते. त्यांच्या कपाळावर चंदनाचे टिळे होते. पुरुषांनी भगवं धोतर तर स्त्रियांनी भगव्या कॉटनच्या साड्या घातल्या होत्या. काही पुरुषांच्या डोक्यावर फक्त एक शेंडी होती. कुणाच्या हाती टाळ तर कुणाच्या हाती मृदंग होती. त्यांच्या त्या भक्ती रसात मँचेस्टरही वृंदावनासारखं भासत होतं. कबीरचे फोटो असलेले पोस्टर्स खाली उलटसुलट पडलेले होते. त्या पोस्टर्सवर त्या दिंडीतल्या लोकांचे पाय पडत

होते. त्या पायदळनीतील पोस्टर्सकडे गीत उदास नजरेने बघत होती.

तेवढ्यात त्या दिंडीतील एक पुरुष जरा थबकला आणि त्याने पोस्टरकडे निरखून बघितले. मग ते पोस्टर त्याने हातात घेतले नि पुन्हा त्याकडे बघितले. त्याला काहीतरी आठवल्यासारखे वाटले. तो आजूबाजूला बघू लागला. त्या पोस्टर्स फेकणाऱ्या मुलीला, म्हणजेच गीतला शोधू लागला. ती त्याला फूटपाथच्या कडेला बसलेली दिसली. तो लगबगीने तिच्याकडे गेला. तिच्यासमोर जाऊन उभा राहिला. तिचं त्याच्याकडे लक्षच नव्हतं. ती आपल्याच तंद्रीत होती. तोच खाली झुकला आणि तिला त्या पोस्टरकडे बोट दाखवून काहीतरी सांगू लागला, पण तिला त्याचे शब्द ऐकूच येत नव्हते, फक्त ती डोळ्यांनी त्याचे हातवारे, चेहऱ्यावरचे भाव न्याहाळात होती, कारण ती भानावरच नव्हती पण मग तिने स्वतःला सावरून, त्याला पुन्हा बोलायला सांगितले. तेव्हा त्याने जे काही सांगितले, त्याने गीतचे डोळे पुन्हा भरून आले पण ह्या वेळी आनंदाने.

त्या व्यक्तीने कबीरला बघितले होते, अगदी एक आठवड्यापूर्वीच, नॉर्थन आयर्लँडच्या, एका जंगलामधे. गॉरटिन ग्लेन ह्या जंगलामधे, खूप आतमध्ये एक इस्कॉनचा आश्रम होता. तिथे त्या दुर्गम भागात, शहराच्या धकाधकीपासून दूर, शांत वातावरणात एक आश्रम होता. त्याच आश्रमात त्या व्यक्तीने कबीरला बघितल्याचा दावा केला खरा, पण त्याने तिला सांगितले की, हा त्याचा अंदाजही असू शकतो, कारण त्या पोस्टरवरचा फोटो इतका स्पष्ट नव्हता. त्या आश्रमात त्याला सगळे कबीरच म्हणत होते, ह्याची मात्र त्याला खात्री होती. तिने लगेच त्या माणसाकडून पूर्ण पत्ता व्यवस्थित लिहून आणि समजावून घेतला.

12

हरे कृष्णा!

इंग्लंड, वेल्स, स्कॉटलँड आणि नॉर्थन आयलँड, हे सगळे युनाइटेड किंग्डम ह्या देशाचेच भाग आहेत. नॉर्थन आयलँड आणि युनाइटेड किंग्डमचा उरलेला भाग ह्यामध्ये समुद्र आहे. त्यामुळे तिथे जाण्यासाठी एक तर एखाद्या जहाजाने किंवा विमानाने जावं लागतं.

आता गीतला काहीही करून, त्या जंगलात लवकरात लवकर जाण्याचे वेध लागले होते. तिने लगेच आपला मोबाईल काढला आणि नॉर्थन आयलँडला जाण्यासाठी प्लेनचे तिकीट ती शोधू लागली. तिला दुसऱ्या दिवशीचं रात्री नऊ वाजताचं तिकीट मिळालं. रात्री नऊ म्हणजे गीत त्याच दिवशी त्या आश्रमात जाऊ शकत नव्हती. तिथे जाऊन तिला एखाद्या हॉटेलमधे मुक्काम करावा लागणार होता. त्या आधी ती घरी गेली.

तिने बेलफास्ट ह्या शहरातील हॉलिडे इन ह्या हॉटेलमधे एक रूम बुक केली. नंतर तिने बॅग भरली आणि दुसऱ्या दिवस उजाडण्याची आतुरतेने वाट बघू लागली. तिने श्रीला फोन केला आणि सगळी हकीगत सांगितली. हे सगळं सांगताना ती भावुक झाली होती कारण आता श्री तिच्या आयुष्यातून निघून जाणार होता. श्रीच्याही काळजात दाटून आलं होतं पण त्याने ते गीतला जाणवू दिलं नाही. गीतला त्याने तिकडे सांभाळून जायला सांगितले. गीतला वाटलं होतं श्री तिच्यासोबत तिकडे येईल पण श्रीने मुद्दाम ते टाळलं होतं. ज्या गोष्टीचा त्याला त्रास होतो आता त्या सर्वच गोष्टींपासून त्याने दूर राहायचं ठरवलं होतं .

दोन तासांत ती बेलफास्टला पोहोचली. तिथल्या हवेत मँचेस्टर एवढा गारवा नव्हता. तसेच आता उन्हाळ्याची चाहूल लागत असल्यामुळे, तो गारवा सहनीय वाटत होता. तिने बुक केलेल्या हॉलिडे इन ह्या हॉटेलमधे चेक इन केलं.

'युनायटेड किंगडमसारख्या पश्चिमी देशाचा भाग असलेल्या, नॉर्थन आयलँडच्या दुर्गम जंगलामध्ये एक आश्रम आहे, जिथे रात्रंदिवस "हरे क्रिष्णा..हरे क्रिष्णा..क्रिष्णा क्रिष्णा..हरे हरे.." हा जप चालू असतो', हे कुणी असंच, गोष्टीगोष्टीत गीतला सांगितलं असतं, तर तिचा एकदम विश्वास बसला नसता पण ती स्वतः तो आश्रम तिच्या डोळ्यांनी बघत होती आणि "हरे क्रिष्णा..हरे क्रिष्णा..क्रिष्णा क्रिष्णा..हरे हरे.." हा जप कानांनी ऐकत होती. आजूबाजूला डोंगरं होती, त्यावर दाट झाडे होती. डोंगरांवरचा बर्फ वितळून, त्याचे स्वच्छ पाण्याचे झरे वाहत होते. त्या डोंगरांच्या मधोमध तो आश्रम होता.

जिथे पायवाट संपली, तिथे एक छोटे लाकडी फळ्यांचे गेट होते. गीत तिथे पोहोचेपर्यंत बरीच दमली होती. गीत सकाळी बेलफास्टवरून निघाल्यावर, संध्याकाळच्या सुमारास त्या आश्रमात पोहोचली होती. आधी ट्रेन मग दोन तीन बस तिने बदलावल्या होत्या आणि शेवटी कितीतरी दूरवर पायी चालत, अखेर ती तिथे पोहोचली होती. ह्या आधी इतकं दूरचं अंतर तिने पायी कधीच पार केलं नव्हतं.

धापा टाकत टाकत, तिने तिच्या बॅगमधील पाण्याची बॉटल काढली आणि बॉटल उघडून त्यातलं पाणी ती प्यायली. नंतर गीतने ते गेट उघडले आणि आत जाऊ लागली. आश्रमाच्या अगदी मध्यभागी छोटंसं मंदीर होतं. काही लोकं त्या मंदिराच्या पायऱ्यांवरून उतरत होते आणि एकमेकांकडे हसून बघत, हात जोडून, "हरे क्रिष्णा!" असं म्हणून समोर जात होते.

विशेष म्हणजे सर्व स्त्री, पुरुष गोरे म्हणजे इंग्रज होते. काही कृष्णवर्णीय सुध्दा होते, पण ते संख्येने कमी होते. तिथल्या प्रत्येक पुरुषाने केस कापून मागून फक्त शेंडी ठेवलेली होती. अंगात धोतर आणि भगवा कॉटनचा सदरा, तर स्त्रियांनी भगव्या कॉटनच्या साड्या नेसल्या होत्या. कपाळावर चंदनाचे लांब टिळे, तर गळ्यात तुळशीच्या माळा घातल्या होत्या. तिथलं ते भक्तिमय वातावरण, प्रसन्नता आणि शांती, हे सगळं बघून गीतला क्षणभर वाटलं की, आपण युकेत नाही तर हिमालय पर्वतावरच्या एखाद्या धार्मिक स्थळी आहोत. तिचे शूज काढून, ती मंदिराच्या पायऱ्या चढू लागली, तेव्हा आत कुणाचे तरी प्रवचन चालू आहे, असं तिला जाणवलं.

ती मंदिराच्या आत पोहोचली. समोर तिला कृष्णाची संगमरवरी हसरी, प्रसन्न, लोभस मुद्रा असलेली मंत्रमुग्ध करणारी मूर्ती दिसली. त्या मूर्तीवरून नजर हटवणं केवळ अशक्य होतं. लोभस, हसरी मुद्रा असलेली, काळेभोर मोठमोठे बोलके डोळे असलेली ती मूर्ती होती. कृष्णाच्या डोक्यावर मोरपीस असलेला फेटा,

गळ्यात फुलांच्या माळा, हातात, पायात, कानांत फुलांचे दागिने होते. हातातली सुंदर अशी बासरी त्याच्या ओठांना स्पर्श करत होती आणि पिवळे पितांबर त्याच्या निळ्या रंगाच्या कांतीवर उठून दिसत होते.

गीतला असं वाटलं की, साक्षात कृष्ण तिच्याकडे बघतोय आणि तिला बघून गोड हसून म्हणतोय, “ये गीत, आलीस. मी तुझीच वाट बघत होतो. काळजी करू नकोस. मी तुझ्या पाठीशी आहे.” त्या कल्पनेनेच गीतचे डोळे पाणावले. तिने ते हाताने पुसले आणि बाजूच्या राधेकडे बघितले. ती कृष्णाचंच स्त्री रूप वाटत होती. तिचीही मुद्रा कृष्णासारखीच मन मोहून टाकणारी होती. तिने डोळे बंद करून स्वतःचे दोन्हीही हात जोडले. थोड्यावेळासाठी तिच्या मनातील कलह, अशांती दूर झाली होती.

दुसऱ्या बाजूला, एक पन्नाशीतले, धिप्पाड बांध्याचे, कृष्णवर्णी गृहस्थ प्रवचन देत होते. त्यांच्या डोक्यावरही शेंडी, कपाळावर टिळा, कॉटनचा पांढरा सदरा आणि धोतर होतं. त्यांचं नाव गोपालदास होतं, अर्थातच ते नाव दीक्षा घेतल्यावर त्यांना मिळालं होतं. सगळ्या संसाराचा, कुटुंबाचा, संपत्तीचा, शारीरिक सुखाचा त्याग करून, त्यांनी भारतातील बंगालमधल्या एका इस्कॉनच्या आश्रमात दीक्षा घेतली होती.

समोर काही लोकं त्यांच्यासमोर त्यांचं प्रवचन ऐकायला बसलेले होते. त्यांच्यासमोर एक भलं मोठं भगवतगीतेचं पुस्तक होतं. गोपालदास त्यातील संस्कृत श्लोक वाचत होते आणि वाचून झालं की, त्याचा अर्थ इंग्रजीत समजावून सांगत होता. गीतही त्या लोकांच्या मागे जाऊन बसून राहिली. त्यांचं बोलणं ऐकून, समजून घेण्याचा प्रयत्न करू लागली. त्यांनी पुन्हा एकदा समोरच्या भगवदगीतेच्या पुस्तकात खाली मान करून बघितले आणि वाचू लागले,

“ईश्वरः सर्वभूतानां हृद्देशेऽर्जुन तिष्ठति|
भ्रामयन्सर्वभूतानि यन्त्रारूढानि मायया||”

मग त्यांनी वर बघितले आणि त्या श्लोकाचा अर्थ सगळ्यांना सांगण्यास सुरुवात केली, “भगवान श्रीक्रिष्णा सेड, ओ अर्जुना, गॉड ड्वेल्स इन द हार्ट्स ऑफ ऑल बिइंग्स! ही क्वाझेस देम टु रिव्हाल्व एज इट वेअर ऑन अ व्हील बाय हिज मायस्टिक पावर.”

ते ऐकताना गीत विचार करत होती, “जर कृष्ण सगळ्यांच्याच हृदयात असतो तर त्याला आपल्या सगळ्यांचंच दुःख सोसावं लागत असेल ना ! तरीही मग तो का हे सगळं दुःख, यातना संपवत नाही? तो का ह्या सगळ्या घटना घडू देतो?, की हे सगळे आपल्या नशिबाचे भोग आहेत की देव आपली परीक्षा बघत असतो?

पण तो दुःखाच्या बदल्यात सुखही देतोच की. कबीर मला इथे मिळू शकतो हे एक प्रकारचं सुखच झालं ना! देवाचे प्लॅन्स देवालाच माहिती. पण हे कृष्णा, आज मला इथून खाली हात पाठवू नकोस. आज मला कबीर इथेच भेटू दे आणि माझा शोध इथेच संपू दे." अशी मनोमन गीत प्रार्थना करत होती.

थोड्यावेळात त्यांचं प्रवचन संपलं आणि सगळे लोकं उठून उभे झाले. कुणी टाळ घेतली, कुणी मृदंग गळ्यात लटकवली. कुणीतरी घंटानाद केला आणि सगळ्यांनी आपआपली वाद्ये वाजवायला सुरुवात केली. "हरे क्रिष्णा.. हरे रामा..हरे क्रिष्णा.. हरे रामा.." त्यावर तल्लीन होऊन सगळ्यांनी ठेका घेतला. दोन्हीही हात वर हवेत सोडून, देवाचं नाव घेत, ते सगळे नाचू लागले. गीत मात्र त्या लोकांमधून गोपालदास ह्यांच्याकडे जाण्याचा प्रयत्न करू लागली. त्यांच्याजवळ गेली पण ते ही तल्लीन होऊन नाचत होते, "हरे क्रिष्णा.. हरे रामा.." म्हणत होते. गीतला त्यांनी नजरेने खुणावून हात वर करून नाचायला सांगितले. मन थाऱ्यावर नसतानाही गीत नाचत होती. त्या भक्तिमय नाचण्यात काहीतरी जादू होती. त्यामुळे थोड्यावेळासाठी गीतला मनावरचं ओझं हलकं झाल्यासारखं वाटत होतं.

जेव्हा त्या सगळ्यांचं नाचणं थांबलं, तेव्हा गीत पुन्हा गोपालदास ह्यांच्याकडे गेली. त्यांनी तिला हात जोडून, "हरे क्रिष्णा" म्हणत अभिवादन केले आणि खाली चटईवर बसायला सांगितले. गीतनेही त्यांना दोन्हीही हात जोडून नमस्कार केला. मग दोघेही खाली आपापल्या आसनांवर बसले.

एका स्त्रीने गीतसमोर फळांची प्लेट आणून ठेवली पण तिला काहीच खायची इच्छा नव्हती. तिने त्यांच्याकडे बघितलं नि म्हणाली, "आय ऍम हिअर फॉर कबीर." असं म्हणून तिने स्वतःच्या नावापासून ते मँचेस्टरमधे दिंडीत भेटलेल्या त्या व्यक्तीने सांगितलं की, कबीर इथे आहे म्हणून मी इथे आली आहे, असं सगळं सांगितलं. तिच्याजवळ असलेला त्याचा फोटोही तिने त्यांना दाखविला.

"यस, ही इज हिअर."

हे वाक्य ऐकल्या ऐकल्या गीतला काय करू नि काय नको असं झालं. तिला धड हसताही येत नव्हतं, ना धड रडता येत होतं. तिच्या चेहऱ्यावरचे भाव पाहूनच गोपालदास ह्यांना समजलं की, कबीर तिच्यासाठी किती महत्वाचा आहे ते!

पुढे तेच बोलले, "ही इज नॉट वेल. ही इज हीलिंग."

"व्हाट हॅपन्ड? आय वॉन्ट टू सी हीम." गीत काळजीने म्हणाली.

"कम विथ मी." असं म्हणून ते गीतच्या समोर निघाले. गीतही त्यांच्या पाठोपाठ भरभर पायऱ्या उतरू लागली. ते दोघेही मंदिराच्या मागे गेले. तिथे

थोड्या थोड्या अंतरावर कुटीच्या आकाराच्या खोल्या होत्या. एका कोपऱ्यातल्या खोलीचं दार उघडून ते दोघेही शिरले. समोरचं दृश्य बघून गीतच्या छातीतून तिला कळ गेल्यासारखं वाटलं.

त्या खोलीत मंद प्रकाश होता. एका छोट्या स्पीकरमधून "हरे क्रिष्णा.. हरे क्रिष्णा.. हरे क्रिष्णा..हरे हरे.." असा जप ऐकू येत होता. बेडवर कबीर झोपला होता, पण वाटतंच नव्हतं की, तो कबीर आहे. त्याचे केस, दाढी एखाद्या साधूसारखी लांबच लांब वाढली होती. संपूर्ण चेहरा अशक्त व्यक्तीसारखा रंगहीन, निस्तेज वाटत होता. त्याचे डोळे बंद होते. चेहऱ्यावर थकवा जाणवत होता. त्याच्या अंगात फक्त धोतर होतं. वरचं शरीर उघडं होतं. हात पाय बारीक झाले होते. पोट खोल गेलं होतं. त्याच्या हातापायाला जवळपास सगळीकडेच ड्रेसिंग केलेलं होतं. हाताला साखळ्या बांधल्या होत्या. त्या साखळ्या बघून गीतला धक्का बसला.

ती लगेच त्याच्याजवळ गेली पण त्याला स्पर्श केला नाही, कारण तिला त्याला उठवायचे नव्हते. त्याच्या हातातील साखळ्या तिने बघितल्या आणि तिने गोपालदास ह्यांच्याकडे, जरा रागानेच बघितले. त्यांनी गीतला बाहेर चलण्यासाठी मान हलवून खुणावले.

दोघेही बाहेर पडले आणि लगेच तिने प्रश्न केला, "कॅन यू एक्सप्लेन धिस? व्हाय हॅव यू टाईड हिम लाईक धिस?"

त्यानंतर त्यांनी जे काही सांगितलं, ते ऐकून गीत त्या खोलीच्या पायरीवर कितीतरी वेळ बसून होती. त्यांनी सांगितल्याप्रमाणे, कबीरच्या शरीरावरील त्या सर्व जखमा दुसऱ्या तिसऱ्या कुणीही नाही, तर स्वतः कबीरने केल्या होत्या. तो कधी काय करेल, हे सुद्धा सांगता येत नव्हतं, म्हणून त्याला असं बांधून ठेवलं होतं. त्याच्याजवळून सर्व अनुकूचीदार वस्तू, जसं चाकू वगैरे, हे सगळं दूर ठेवावं लागत होतं.

कुठला तरी सेल्फ इंज्यूरी म्हणजे स्वतःलाच मारण्यास, जखम करण्यास प्रवृत्त करणारा मानसिक आजार त्याला जडला होता. कबीरला आणि मानसिक आजार कसं शक्य आहे? साध्या गोष्टींतून आनंद मानणारा कबीर, "फॉर मी, बिईंग हॅपी इज सक्सेस.." असं म्हणून आनंदी असणं हेच खरं

यश असतं, असं समजावून सांगणारा कबीर, मला कुणीही हर्ट करू शकत नाही असं म्हणणारा कबीर, आता अचानक मानसिक आजारातून जातो आहे. हे सगळं अविश्वसनीय होतं, पण खरं होतं. काय झालं असेल असं? कश्यामुळे त्याचं मन दुखावल्या गेलं असेल आणि त्याचा इतका परिणाम त्याच्या डोक्यावर झालायं की, तो स्वतःच स्वतःला जखमी, घायाळ करतोय की त्याला स्वतःपासून

वाचवण्यासाठी असं बांधून ठेवावं लागतंय.

गीत परत आत त्या खोलीत शिरली. कबीरच्या बेडच्या काठावर बसली. त्याच्या चेहऱ्याकडे एकटक बघत बसली. तिच्या डोळ्यांसमोर एका वर्षाआधीचा कबीर आला. तेव्हाचं त्याच्या चेहऱ्यावरचं तेज आता कुठेच नव्हतं. चेहरा कोमेजलेला होता. ओठ सुकलेले होते. तिने त्याच्या केसांतून अलगद हात फिरवला आणि त्याने डोळे उघडले. डोळ्यांसमोर त्याला गीतचा अस्पष्ट चेहरा दिसला. त्याला वाटलं त्याला भास होत आहे, म्हणून त्याने पुन्हा डोळे बंद केले.

"कबीर.. कबीर.."

गीतने त्याला आवाज दिल्यावर त्याने पुन्हा डोळे उघडले नि एकदम थकलेल्या आवाजात म्हणाला, "गीत, व्हाय आर यू हिअर?"

"फॉर यू."

"तुम्हे यहाँ नहीं आना चाहिए था|"

"हाऊ आर यू फीलिंग?" तिने त्याचा एक हात तिच्या दोन्हीही हातात घेतला.

"आय ॲम गुड. तुम जाओ अब यहाँसे|" त्याने त्याचा हात तिच्या हातातून सोडवून घेतला.

तिने पुन्हा त्याचा हात हाती घेतला. त्याने तो सोडवण्याचा खूप प्रयत्न केला पण गीतने त्याचा हात सोडला नाही. त्या दोघांनीही एकाच क्षणी एकमेकांकडे बघितले. कबीरचा ऊर भरून आला. मनातले दुःख डोळ्यांत साचले.

"क्यूँ? क्यूँ नहीं जा रही हो तुम? जस्ट लुक ॲट मी. आय ॲम ऑफ नो यूझ टू यू. जस्ट गो अँड लिव्ह मी अलोन. डोन्ट रुन युअर लाईफ विथ मी. मेरे साथ अपनी जिंदगी बरबाद मत करो|" हे बोलताना त्याचे ओठ थरथरत होते. आवाज हळवा झाला होता. डोळ्यांत जमा झालेले अश्रू गालावार ओघळू लागले होते. गीतचे ही डोळे पाणावले होते.

त्याच्या गालावरचे अश्रू पुसत ती म्हणाली,

"तुम्हारे बिना लाईफ जिंदा नही है कबीर! तुमसे दूर होके ये मुझे पता चला है | तुम्हारे साथ कमसे कम जिंदा तो रहूँगी| विदाउट यू देअर इज नो लाईफ सो इट्स बेटर टू हॅव रुन्ड वन विथ यू. डोन्ट आस्क मी टू गो, प्लीज."

तिने त्याच्या छातीवर स्वतःचं डोकं ठेवलं. दोघेही बराच वेळ काहीच बोलले नाही, फक्त त्यांचे हुंदके तेवढे बोलत होते.

नंतर विचारपूस केल्यानंतर गीतला कबीर तिथे कसा आला?, ह्याची सारी हकीगत समजली. कबीर एके दिवशी, ह्या आश्रमातील एका व्यक्तीला, जखमी आणि बेशुद्ध अवस्थेत जंगलात पडलेला दिसला होता. म्हणून तो त्याला इथे

आश्रमात घेऊन आला होता. तो तिथे, त्या जंगलात कसा आला?, हे मात्र कुणालाच समजलं नव्हतं.

गीत त्या आश्रमात रमली होती. तिथली शांती, भक्तिमय वातावरण आणि कबीर तिच्या नजरेसमोर होता. तिथलं वातावरण कितीही चांगलं असलं, तरी देखील तिथून बाहेर निघणं, हे गीतला आवश्यक वाटू लागलं. एक तर कबीरला एखाद्या साइकेट्रिस्टची ट्रीटमेंट घेणं, तिला जरुरी वाटत होतं आणि दुसरं म्हणजे तिला तिच्या जॉबवर परतायचं होतं.

एक दिवस, त्या आश्रमात वेळ घालवल्यानंतर, गीतने त्या आश्रमातील एका बाईला गाठले.

“आय थिंक कबीर नीड्स मेडिकल हेल्प. थँक यू फॉर टेकिंग केअर ऑफ हीम. बट नाऊ आय वॉन्ट टू टेक हीम विथ मी.” गीतने तिच्यासमोर दोन्हीही हात जोडून तिचे आभार मानले.

“हरे क्रिष्णा! आय कॅन अंडरस्टॅन्ड युअर कंन्सर्न बट गोपालदासजी इज ट्रीटिंग हिम वेल.”

“ही नीड्स डॉक्टर नॉट अ मॉंक.” गीत ठामपणे म्हणाली.

“गोपालदासजी इज नॉट जस्ट अ मॉंक. ही वॉझ वन ऑफ द बेस्ट साइकेट्रिस्ट ऑफ नॉर्थन आयलँड. हीज नेम इज मार्क स्मिथ. यू कॅन गूगल हिम."

त्यानंतर गीतला मार्कबद्दल बरंच काही समजलं. ते त्यांची चांगली चालत असलेली डॉक्टरकीची प्रॅक्टिस, सगळी संपत्ती सोडून, ह्या जंगलात फक्त देवाच्या सानिध्यात रहाण्यासाठी आले होते, नेहमीसाठी. एखाद्या माणसाजवळ सगळं असूनही, तो असं का जगत असेल?, असं काय असतं की, जे पैश्यानेही विकत घेता येत नाही, उपभोगता येत नाही. ह्या प्रश्नाचं उत्तर कदाचित असावं, मनःशांती. मनःशांती पैश्याने मिळवता येत नाही आणि कदाचित मनःशांती मिळवण्यासाठीच मार्कसारखा एक यशस्वी, सधन मानसोपचार तज्ज्ञ देवाचा दास होतो.

दोन महिन्यानंतर..

गीतचा मार्कवर आणि त्या आश्रमातील लोकांवर पूर्ण विश्वास बसला होता. गीतला ऑफिसमधून जेव्हा जेव्हा सुटी मिळायची तेव्हा तेव्हा कबीरला भेटण्यासाठी, ती आधी विमानाने आणि मग बसचा प्रवास करून त्या जंगलातल्या इस्कॉन आश्रमाकडे निघून जायची. अजूनही तिच्या मनात हाच प्रश्न रेंगाळत होता की. कबीरची अशी अवस्था कशामुळे झाली? तिला ते कबीरलाही विचारता

आलं असतं पण तिने ते मुद्दाम टाळलं. त्या गोष्टीचा त्याच्यावर कसा परिणाम होईल? हे तिला माहिती नव्हतं.

एकदा एका डेरेदार झाडाखाली, ध्यान करत असलेल्या गोपालदास ह्यांच्यासमोर गीत जाऊन बसली होती. डोळे उघडल्यानंतर त्यांना कळलं की, गीतला त्यांच्यासोबत काहीतरी बोलायचं आहे.

त्यांनी तिला विचारलं, "हरे क्रिष्ण. एनी प्रॉब्लेम गीत?"

"आय स्टिल वंडर! व्हाट एगझ्याटली हॅपन्ड विथ कबीर? ही वॉझ व्हेरी लाईव्हली परसन."

"आय अल्सो डोन्ट हॅव एनी आयडिया अबाऊट ईट. बट वन थिंग आय रिमेंबर, व्हेनएव्हर ही वॉझ लिटल अनकॉशियस ही यूज्ड टू मंबल अ नेम, जेम्स विल्सन.. रिपोर्टर.. बीबीसी. समटाइम्स ही अल्सो स्क्रीम्ड हिज नेम, व्हाईल ही वॉज स्लिपिंग."

"व्हाट डिड यू से? व्हाट वॉज द नेम? जेम्स?"

"जेम्स विल्सन."

"थँक यू."

"हरे क्रिष्ण."

"हरे क्रिष्ण." असं म्हणून गीत तिथून उठली. त्या जंगलात कुठेच नेटवर्क नव्हतं, म्हणून तिने त्या रात्रीच बेलफास्टला निघून जायचं ठरवलं. तिने बेलफास्ट गाठलं, तेव्हा अंधार पडला होता. तिने एका हॉटेलमधे चेक इन केलं. बराच वेळ ती तिच्या लॅपटॉपमधे रिपोर्टर जेम्स विल्सनबद्दल वाचत होती. तो पत्रकार म्हणून चांगलाच नावाजलेला होता, म्हणून त्याच्याबद्दल गूगलवर तिला बरंच काही सापडत गेलं. तो बीबीसीचा स्टार पत्रकार होता, जो इंटरनॅशनल लेव्हलच्या घडामोडी कव्हर करायचा. पण त्याचा कबीरशी काय संबंध होता?, हे अजूनही गीतला समजत नव्हतं. ते तिला स्वतः जेम्सला भेटल्याशिवाय कळणार नव्हतं. संपर्कासाठी तिला जेम्सचा फक्त मेल आयडी तेवढा सापडला होता. तिने त्याला एक विस्तृत मेल लिहिला. त्यात कबीरबद्दल त्याच्या खऱ्या नावासहित तिने सगळं लिहिलं. त्या ई-मेलच्या शेवटी तिने स्वतःचं नाव, मोबाईल नंबर, हे सगळं टाईप केलं आणि तो ई-मेल तिने त्याला सेंड केला. आता फक्त त्याच्या उत्तराची ती वाट बघत होती.

जवळपास एका आठवड्याने, मेलऐवजी गीतला जेम्सचा कॉलच आला. फोनवर सगळं सांगणं शक्य नव्हतं, म्हणून त्याने तिला घरीच बोलावलं. त्याच्या घराचा पत्ता पूलचा होता. म्हणजे आता गीतला मँचेस्टरवरून पूलला जावं

लागणार होतं. ती आधी सँडबँक्सला रहायची, तिथून पूल फार लांब नव्हतं आणि ह्या आधी तिने ते बघितलंही होतं. सँडबँक्सला रेल्वे स्टेशन नव्हतं, त्यामुळे लंडन वगैरे जायचं असेल, तर पूल वरूनच जावं लागायचं. शिवाय एक दोनदा गीत श्रीसोबत ब्राऊनसी आयलँड जाण्यासाठी, तर एकदा कबीरसोबत क्रूझमधून आकाशात चमकणारे फायरवर्क्स बघायला सुध्दा पूलला गेली होती. त्यामुळे तिला पूलची बऱ्यापैकी माहिती होती.

ठरलेल्या वेळेवर ती जेम्सच्या घरी पोहोचली. जसा कबीर अवाक होऊन, त्याचा तो बंगला बघतंच राहिला होता, तसंच काहीसं गीतचं झालं होतं. तिला जेम्सच्या हाऊसकीपरने बसायला सांगितलं. ती सोफ्यावर थोडी अवघडल्यासारखीच बसून होती. तेवढ्यात व्हीलचेअरवरून जेम्स आला. गीतने गुगलवर त्याचे फोटो बघितले होते, त्यामुळे तिने त्याला लगेच ओळखले.

ती लगेच सोफ्यावरून उठून उभी झाली. जेम्सने तिला एक हात हलवत , "प्लीज बी सिटेड." असं म्हटलं. गीतला कॉफी वगैरे विचारण्यात आली पण तिने नकार दिला.

"हाऊ डू यू नो कबीर, आय मीन हॅरी?"

"व्हेअर इज ही नाऊ? यू टोल्ड मी, ही इज नॉट वेल."

गीतने कबीरसोबत गेल्या एका वर्षात जे जे झालं ते सगळं जेम्सला सांगितलं. ते ऐकून जेम्सला धक्का बसला आणि दुःखही झालं. गीतने शेवटी त्याला विचारलं,

"व्हाट डू यू नो अबाऊट कबीर? टेल मी."

आणि मग जेम्सने सगळी हकीगत सांगण्यास सुरुवात केली.

ही गोष्ट होती, २००१ ह्या सालची. जेम्स घाईघाईत आपली बॅग भरून कुठेतरी जायची तयारी करत होता. त्याची बायको सुझी बेडरूममधे येऊन उभी राहून त्याची धावपळ बघत असते. न राहवून ती म्हणते, "सो, यू हॅव डिसाईडेट टू लीव्ह."

"यस." आपले कपडे बॅगमधे भरत, वर न पाहता जेम्सने उत्तर दिले.

"आय डोन्ट बिलीव्ह धिस. हाऊ कॅन यू बी सो हार्टलेस? टॉम, अवर ओन्ली चाईल्ड इज सफरिंग फ्रॉम कॅन्सर. युअर एट इअर्स ओल्ड सन टॉम." हे बोलताना तिचे अश्रू अनावर झाले होते.

तिच्याकडे दुर्लक्ष करत जेम्स स्वतःच्या रूम मधून निघून, टॉमच्या बेडरूममधे गेला. तेथे केमो थेरपीमुळे अशक्त झालेला, त्याचा मुलगा टॉम झोपलेला होता. त्याच्या डोक्यावर एकही केस नव्हतं. जेम्सने त्याच्याकडे दुरूनच बघितलं आणि बॅग उचलून निघून गेला.

जेम्स त्या दिवशी अफगाणिस्तानला जाण्यासाठी निघाला होता. अमेरिकेचे राष्ट्राध्यक्ष जॉर्ज बुश ह्यांनी, अफगाणिस्तानविरुद्ध युद्धाची घोषणा केली होती. त्या युद्धाला कव्हर करण्यासाठी त्याला तिथे जाण्यास सांगण्यात आलं होतं. जेम्ससाठी सगळ्यात आधी त्याचं करिअर होतं. त्याच्या पत्रकारितेसाठी तो जगभर फिरत असायचा. सहसा घरी नसायचाच. सुझीने सगळ्या घरगुती जबाबदाऱ्या स्वतःवर घेतल्या होत्या, पण जेव्हापासून तिच्या मुलाला, म्हणजे टॉमला कॅन्सर आहे, हे तिला कळलं होतं, तेव्हापासून ती रोज त्याच्या काळजीने झुरत चालली होती, खचत चालली होती.

तिला त्यावेळी जेम्सच्या मानसिक आधाराची गरज होती, पण जेम्स सगळ्यात आधी स्वतःचा विचार करणाऱ्यांपैकी एक होता. त्यामुळे त्या दोघांचे सतत खटके उडायचे. मग नंतर जेम्सने सुझी सोबत बोलणं कमी केलं होतं. फक्त 'हो, नाही' मधे उत्तर द्यायचा. जेम्सला वाटायचं, 'जे व्हायचं ते होणारच. त्याला तो कसं अडवू शकेन?', मग तो घरी असला काय किंवा बाहेर, देशात असला काय किंवा विदेशात. त्याच्या थांबण्याने काळ थांबणार नव्हता, नियतीही थांबणार नव्हता, मग त्याने का थांबावं? असं त्याचं मत होतं.

महाभारतानुसार, हजारो वर्षांपूर्वी, अफगाणिस्तानमधील सध्या कंधार नावाने ओळखल्या जाणाऱ्या शहराचं नाव गांधार होतं. गांधारचा राजा होता सुबल. त्यांना शंभर मुले होती त्यापैकी एक होता शकुनी आणि एकच मुलगी होती राजकन्या गांधारी. राजकन्या गांधारी आणि हस्तिनापूरचे युवराज धृतराष्ट्र आणि गांधारीचा विवाह झाला होता. मग पांडू राजाचे पांडव आणि धृतराष्ट्रचे शंभर पुत्र कौरव ह्यांच्यातलं युद्ध तर जगजाहीरच आहे. ह्या युद्धाची ठिणगी, कौरवांच्या मनात त्याच्या मामाने, म्हणजेच शकुनीने पेटवलेली असते. युद्धात गांधारीचे सगळे मुलं एक एक करून मरण पावतात आणि आपल्या पुत्रांचे मृतदेह बघून, गांधारी एकच टाहो फोडते.

तिला सावरण्यासाठी तिचा भाऊ शकुनी पुढे येतो. त्याला बघताच, गांधारीचं दुःख क्रोधात बदलतं. तिला माहिती असतं की, ह्या युद्धासाठी आपल्या मुलांना भडकवण्याचं कारस्थान करणारा, शकुनीच होता. म्हणून ती शकुनीला श्राप देते की, "तू केलंस हे सगळं, तू. द्वेषाचं बीज माझ्या मुलांच्या मनात पेरून त्यांच्या मृत्यूला कारणीभूत झालास. जश्याप्रकारे, तू हस्तिनापुरची, कुरु राजवशांची शांती भंग केली, तशीच तुझ्या राज्यात गांधार मधेही कधीच शांती राहणार नाही. नेहमीसाठी युद्धभूमी बनून राहिल, तुझं राज्य. त्या राज्यात सुख, समाधान

कधीच नांदणार नाही." महाभारताच्या युद्धात तर शेवटी धर्माचा विजय होतो, पांडव जिंकतात आणि सगळे कौरव मारले जातात. पण त्यानंतर अफगाणिस्तान, ह्या देशात कधीच शांती नांदली नाही, कदाचित नांदणारही नाही. असं म्हणतात की, आजही तो श्राप गांधार म्हणजे अफगाणिस्तानवरून हटलेला नाही आहे.

१९९१ च्या दरम्यान, सोव्हिएत रशियाचे सैनिक अफगाणिस्तानवरचा ताबा सोडून, रशियाला परत जात होते. त्यावेळी तालिबान ह्या संघटनेने, त्यांच्याशी चांगला लढा दिला. अफगाणिस्तानमधील जनता तालिबानी लोकांना स्वतंत्रता सेनानी समजू लागली. अस्थिरता, गुन्हेगारी आणि भ्रष्टाचारामुळे सामान्य अफगाणी नागरीक त्रस्त होते. "ह्या सगळ्या त्रासातून आम्ही तुम्हाला मुक्ती देऊ." अश्याप्रकारची आश्वासने तालिबानी संघटनेने लोकांना दिली आणि हळूहळू लोकांचा विश्वास संपादन केला.

त्यांनी नव्वद टक्के अफगाणिस्तान काबीज केल्यावर, आपले कट्टरवादी रंग दाखवण्यास सुरुवात केली. अफगाणिस्तानमधे इस्लामिक कायदे लागू करण्यात आले. टीव्ही, संगीतावर बंदी, महिलांच्या एकटं बाहेर फिरण्यावर, काम करण्यावर बंदी, पुरुषांना दाढी वाढवण्याची तर स्त्रियांना बुरखा घालण्याची सक्ती, असे अजून बरेचसे निर्बंध तिथल्या लोकांवर लादण्यात आले होते. मुलींना शाळेत जाण्याची सुद्धा बंदी करण्यात आली होती. त्या काळात जेम्स, पहिल्यांदा अफगाणिस्तानला गेला होता, अफगाणिस्तानची बदललेली प्रतिमा जगापुढे आणण्यासाठी.

तिथे गेल्यावर तोही तालिबानी कायद्याप्रमाणे, त्यांचे नियम न मोडता राहू लागला. एक दोन महिन्यात त्याला त्याचे काम संपवून इंग्लंडला परत जायचे होते. तालिबानी नियम जर कुणी तोडले, तर त्या व्यक्तीला मग, ती महिला असो वा पुरुष, सगळ्यांसमोर कधी दगड मारू मारू यातना देत मारून टाकल्या जायचं किंवा कधी चाबुकाचे फटके मारल्या जात, हे सगळं जेम्सने अगदी जवळून बघितलं होतं. जेम्स काबूल, कंधार ह्या प्रमुख शहरांमध्ये भरपूर फिरला आणि त्याने भरपूर माहिती गोळा केली होती.

त्याचं काम आटपून जेम्स इंग्लंडला परतला आणि त्याने त्याच्या गर्लफ्रेंडसोबत म्हणजेच सुझीसोबत लग्न केलं. जेम्स लग्नानंतरही घरी कमीच रहायचा. न्यूजच्या शोधात तो देशविदेश फिरत रहायचा. त्याचं मन संसारात रमत नव्हतं.

अफगाणिस्तानमधील लोकांचं दैनंदिनी आयुष्य, तालिबानी नियमांनुसार चाललं होतं. पण ह्या देशाला खरंच अशांतीचा श्राप असावा बहुतेक, कारण ऑक्टोबर २००१ मधे, अमेरिकेने तालिबान विरुद्ध युद्ध घोषित केलं. युद्धाचं कारण होतं सगळ्या जगाला हादरवून टाकणारा, वर्ल्ड ट्रेड सेंटरवर दोन आतंकवादी विमानांनी केलेला हमला.

मैनहैटनमधे असलेल्या, पंचावन्न पंचावन्न मजली वर्ल्ड ट्रेड सेंटरच्या, ह्या दोन्हीही टॉवर्सला काही सेकंदात, अल कायदाच्या दोन विमानांनी निस्तनाबूत केलं होतं. ह्या हमल्या मागचा मास्टरमाईंड होता, ओसामा बिन लादेन. बरेच लोक मारले गेले. अमेरिकेसारखा देश ह्यावर चूप बसणार नव्हता. अमेरिकेने अफगाणिस्तानकडे लादेनची मागणी केली, पण तिथल्या तालिबानी सरकारने अमेरिकेला लादेन विरुद्ध पुरावे मागितले. अमेरिकेचे तेव्हाचे राष्ट्रपती जॉर्ज बुश त्यावर खवळले आणि युद्धाची घोषणा केली. २००१ मधे ह्या युद्धास प्रारंभ झाला. अमेरिकेचे सैन्य, ब्रिटिश सैन्य आणि त्यांचे सोबती अफगाणिस्तानमधे घुसले.

ह्या युद्धाच्या कव्हरेजसाठी, इतर पत्रकारांबरोबर, जेम्सच्या आधीच्या अनुभवामुळे, त्यालाही पुन्हा अफगाणिस्तानला पाठविण्यात आले. आपल्या आजारी मुलाला आणि बायकोला सोडून जेम्स जायला तयारही झाला.

युद्धाचं कव्हरेज करताना, तो सामान्य नागरिकांवर ह्याचा किती परिणाम होतोय? तालिबानी काय करत आहेत? ह्यावरही नजर ठेवायचा. तो सतत ब्रेकिंग न्युजच्या शोधात असायचा.

तो फिरताना एकटा कधीच फिरत नसे. त्याच्यासोबत अफगाणिस्तानी नागरिक असलेला, अब्दुल नावाचा गाईड असायचा. अब्दुलकडून त्याला बरीचशी माहिती मिळायची. शिवाय अब्दुलला तुटकी फुटकी इंग्रजी यायची, त्यामुळे भाषेचाही प्रश्न मिटला होता. अब्दुल पन्नाशीतला होता पण तो साठीच्या वर वाटायचा. गरिबीत जगल्यामुळे, पोटमारा केल्यामुळे, कदाचित तो लवकर म्हातारा झाला असावा, असं जेम्सला वाटायचं. अब्दुलला तालिबानी लोकं, त्यांचे ते कायदे अजिबात आवडत नसत पण त्याविरुद्ध तो काहीच करू शकत नव्हता.

एक दिवस अब्दुलनेच जेम्सला कंधारपासून दूर एका वाळवंटी पठाराची माहिती दिली. त्या भागाचा तालिबानी मुखिया ओमर, हा खूप निर्दयी आणि क्रूर आहे, असं अब्दुलला समजलं होतं. हे जेम्सला कळल्यावर, जेम्सने लगेच तिकडे जाण्याची तयारी दाखविली. तिकडे वाळवंटातील दूर दूर असलेली

गावं फिरण्यासाठी, अब्दुलने एक उंट भाड्याने घेतला. अब्दुल आणि जेम्स दिवस दिवसभर बातम्यांच्या शोधात, त्या वाळवंटात फिरत असत. रात्र व्हायला लागली की, एखादं गाव गाठण्याची घाई करत, कारण त्या पहाडी वाळवंटात रात्री एकदम थंडी वाढत असे. जेम्सला इंग्लंडच्या थंडीची सवय होती, पण वाळवंटातील थंडी त्यापेक्षा वेगळी होती. तसेच त्या वाळवंटात दुरदूरपर्यंत गावं, राहण्याची सोय, खाण्यापिण्याची व्यवस्था काहीच नसायचं.

तरीही एके दिवशी, बातमीच्या नादात ते दोघे, खूप दुरवर निघून आले होते. अंधार पडला होता. दूरदूरपर्यंत काहीच दिसत नव्हतं. वातावरण भयाण वाटत होतं. जेम्स उंटावर बसून होता, तर अब्दुल उंटाची दोरी हातात घेऊन झपझप पण सावधतेने पावलं टाकत होता. त्याच्या दुसऱ्या हातात टॉर्च होता. तो कुठलंतरी अफगाणी लोकगीत गुणगुणत होता. त्या भयाण शांततेत, त्याच्या गाण्यामुळं थोडा भंग पडत असल्यामुळे, ते गाणंही मनाला धीर देणारं वाटत होतं.

अचानक जेम्सला त्याच्या गाण्याव्यतिरिक्त, दुसरा काहीतरी आवाज ऐकू आल्याचा भास झाला. म्हणून त्याने अब्दुलला "शू.. शू..." असा आवाज करत शांत व्हायला सांगितले. तो त्या शांत वातावरणात कान लावून, परत तो आवाज ऐकू येतो का?, हे बघत होता. काळजीपूर्वक ऐकल्यावर अब्दुललाही काहीतरी आवाज ऐकू येत असल्याचं जाणवलं. जेम्स कमीत कमीत आवाज करत, अलगद उंटावरून उतरला. अब्दुल इकडे तिकडे टॉर्च मारून काही दिसतं का?. ते बघत होता.

दोघांनीही त्या आवाजाच्या दिशेने पावलं टाकण्यास सुरुवात केली. जसजसे ते दोघे पुढे पुढे जात होते, तसतसा तो आवाज थोडा स्पष्ट होत होता. तो एका लहान मुलाच्या रडण्याचा आवाज होता. जेम्स त्याचं पाऊल पुढे टाकणारच होता, तेवढ्यात अब्दुलने त्याचा हात, जेम्ससमोर आडवा नेऊन, त्याला थांबण्यास भाग पाडलं. त्याच्या एकदम समोर थोडी माती उकरून पुन्हा ढकलल्यासारखी वाटत होती.

अब्दुलने स्वतःच्या हातातील टॉर्च खाली ठेवला आणि घाईघाईने ती माती हाताने उकरू लागला. उकरताना तो रडण्याचा आवाज आणखी जोराने ऐकू येत होता. तो खड्डा फार खोल नव्हता. थोड्यावेळाने त्या खड्यातून, एका बाळाचा पाय बाहेर आलेला दिसला. जेम्सने तत्परतेने खाली पडलेला टॉर्च उचलला आणि त्या खड्याच्या दिशेने, अब्दुलला प्रकाश दाखविण्यासाठी तो

धरला. आता अब्दुल काळजीपूर्वक खोदू लागला. कारण त्याच्या चुकीमुळे त्या बाळाला दुखापत झाली असती.

सगळी माती हटवली तेव्हा, एक नवजात बाळ काळीज हेलावून टाकेन, अश्याप्रकारे मोठमोठ्याने रडत असताना त्या खड्यात दिसलं. त्या बाळाची ती अवस्था बघून, त्याचं ते रडणं ऐकून, अब्दुलच्या अंगावर चर्रकन काटा उठला. जेम्स हतबल होऊन सगळं बघत होता. त्याच्या चेहऱ्यावरची वाळू अब्दुलने झटकण्याचा प्रयत्न केला. त्या बाळाच्या डोळ्यांत, तोंडात माती, वाळू शिरली होती. त्याला डोळे सुद्धा उघडता येत नव्हते. त्या मातीतील किडे त्या बाळाच्या अंगाला झोंबत होते, चावत होते. अब्दुल ते एक एक करून ते त्याच्या अंगाला चिकटलेले किडे काढून फेकले. त्याला होणाऱ्या वेदनेमुळे ते बाळ विव्हळत होतं. अब्दुलचं काळीज हेलावलं. जेम्सलासुद्धा त्याला बाळाची ती अवस्था बघवल्या जात नव्हती. अब्दुलने स्वतःच्या डोक्यावरची पगडी सोडली आणि त्या पगडीच्या कापडात, त्या बाळाला गुंडाळून जेम्सच्या हाती दिलं आणि दोघे त्या बाळाला घेऊन, जिथे त्यांचा उंट होता, त्या दिशेने निघाले.

अब्दुल आणि जेम्स त्या बाळाला घेऊन, अब्दुलच्या नातेवाईकाच्या घरी रात्रभर मुक्कामाला थांबले. अब्दुलच्या वहिनीने त्या बाळाचं अंग स्वच्छ केलं. ते करताना ती सुध्दा, तिचे अश्रू रोखू शकली नाही. त्याला तसं रडताना बघत, ती तिच्या भाषेत, 'ज्याने हे केलंय त्याला नरकापेक्षाही भयंकर शिक्षा दे, अल्लाह.' अश्या आशयाचं काहीतरी बोलतेय, हे जेम्सला ती भाषा समजत नसूनही ती जश्याप्रकारे ते बोलत होती, त्यावरून ते तिचे तळतळाट जाणवत होतं. त्या बाळाचे डोळे अजूनही उघडत नव्हते. अब्दुलच्या वहिनीने त्याला चमच्याने दूध पाजले. ते बाळ रडू रडू थकलं होतं त्यामुळे ते थकून झोपी गेलं.

दुसऱ्या दिवशी अब्दुल आणि जेम्सने जवळच एक शहर गाठलं आणि त्या बाळाच्या औषधपाण्याची सोय केली. तिथे क्लिनिकमधेच अब्दुलला एक बातमी कळली. ते बाळ क्लिनिकमधून त्याने उचललं आणि पुन्हा त्याच्या वहिनीकडे नेलं.

अब्दुल, जेम्स आणि अब्दुलचा भाऊ, असे तिघेही शेजारच्या एका गावाकडे निघाले. त्या गावात पोहोचल्या पोहोचल्या, जे दृश्य त्या तिघांना दिसलं, ते बघून त्या तिघांच्याही माना खाली झुकल्या.

भर रस्त्यावर, एका स्त्रीचं मृत शरीर, एका लाकडी खांबावर लटकवलं होतं. तो मृतदेह पूर्ण नग्न होता. शरीरावर जागोजागी जखमा होत्या, रक्ताचे डाग होते. आकाशात गिधाडं ते शरीर खाण्यासाठी वरून गोल गोल गिरक्या मारत होती. त्या अवस्थेतही जेम्सने लपून त्या मृतदेहाचे फोटो काढण्यास सुरुवात केली.

त्या खांबामागे असलेल्या मातीच्या भिंतीवर, अफगानी भाषेत काहीतरी संदेश लिहिला होता. तो जेम्सला कळला नव्हता. त्याने अब्दुलला विचारण्यासाठी आजूबाजूला बघितलं पण तो तिथे नव्हता. अब्दुल तिथल्या गावकऱ्यांशी काहीतरी बोलत होता.

नंतर अब्दुल जेम्सजवळ आला आणि त्याने सगळं त्याला सांगण्यास सुरुवात केली. तो मृतदेह आशा नावाच्या मुलीचा होता. आशा अफगाणिस्तानमधे मोजक्या, थोड्या फार उरलेल्या हिंदूंपैकी एक होती. आशा अठरा एकोणवीस वर्षांची होती. तिच्या घरी तिचे आई, वडील आणि ती असं लहानसं कुटुंब होतं. अफगाणिस्तान, तालिबानी लोकांच्या हाती जाण्याआधी आशा शाळेत जात होती, शिकत होती. तिला शिक्षणाची आवड होती. मुलींसाठी शिक्षणावर बंदी घातल्यावरही, ती लपून लपून पुस्तकं मिळवून स्वतःचा अभ्यास करत राहिली. तिला सगळ्या जगाचा इतिहास जाणून घेण्यात रस होता.

आजूबाजूच्या लहान लहान मुलींचीही शाळा बंद होती. त्या मुलींना आशाचा खूप लळा होता, कारण आशा त्यांना इतिहास गोष्टींच्या रूपात सांगत होती. मग त्या मुलींचे त्यावर प्रश्न सुरु व्हायचे, भारत कुठे आहे? अमेरिका कुठे आहे? वगैरे वगैरे. त्यांच्या प्रश्नांची उत्तरं देता देता, आशा त्या मुलींना शिकवायला लागली. त्यातल्या बऱ्याच मुलींना लिहिता वाचता येत नव्हतं, म्हणून त्यांना शिकवू ही लागली.

एक दिवस आशा आणि तिचे आईबाबा दुसऱ्या गावी जात होते. तेव्हा अचानक रस्त्यात त्यांना काही माणसांनी अडवले. त्यांनी डोक्यावर पगड्या बांधल्या होत्या. त्यांना लांब लांब दाढ्याही होत्या. त्यात ओमर देखील होता. आशा आणि तिचे आईबाबा घाबरले, थरथरू लागले, कारण ते लोकं तालिबानी होते. ओमर आणि त्याचे साथीदार आशा आणि तिच्या आईबाबांना शिव्या मारू लागले. “काफ़िर” म्हणून त्यांना संबोधू लागले. “ह्या काफ़िरांना जगूच द्यायला नव्हतं पाहिजे, हिने घरीच शाळा उघडली, आपली जात दाखविली, काफ़िर शेवटी काफ़िर, अल्लाहचे नियम जे मानत नाही, त्यांना शिक्षा दिलीच पाहिजे, ह्यांना जगण्याचा अधिकार नाही.” अश्या आशयाचं ते अफगाणी भाषेत बोलत होते. ओमरने आशाचे केस पकडले आणि तिला सर्व शक्तीनिशी स्वतःकडे खेचून घेतले. तिचे आई आणि बाबा त्यांच्या पाया पडू लागले. त्यांना ह्या सगळ्यांनी आधी लाथा मारू मारू जमिनीवर पाडले आणि चाकूने त्यांच्या गळ्यावर सपासप वार केले. रक्ताच्या चिरकांड्या उडाल्या. त्या दोघांचेही हात पाय फडफडू लागले. त्यांना तसं तडफडताना बघून, आशा मोठ्याने ओरडली. जोरजोराने रडू लागली. ओमरने तिचे

केस धरून तिला स्वतःसोबत खेचत नेले. ते पाच जण उंटावर बसले आणि तिथून निघून गेले.

त्या वाळवंटात एक पडका, खूप जुना किल्ला होता. त्या किल्यात त्या सगळ्यांनी आशाला बांधून ठेवले होते. त्या गावातील लोकांना तिच्या आईवडीलांचे मृतदेह तेव्हाच सापडले होते. सगळ्यांना वाटलं की, कदाचित त्यांनी आशालाही मारलं असेल, कारण त्या घटनेला आता एका वर्षाच्यापेक्षाही जास्त झालं होतं.

पण आज आशाचं मृत शरीर आणि त्यामागचा संदेश काहीतरी वेगळंच सांगत होता. आशाने मुलींना शिकवण्याचा गुन्हा केला होता, तालिबानी कायद्याचं उल्लंघन केलं होतं, म्हणून तिला ही अशी अद्दल घडविली असं लिहिलं होतं, त्या मागच्या मजकूरामधे. ज्या तालिबानी व्यक्तीने ते शरीर इथे लटकवलं होतं, त्याने तिथल्या गावकऱ्यांना बजावून सांगितलं होतं की, जो कुणी आमच्या विरोधात जाईल, आमचे नियम पाळणार नाही, त्याची ही अवस्था आम्ही करू.

जवळजवळ एक वर्ष त्यांनी आशावर आळीपाळीने बलात्कार केला होता. तिला जबरदस्ती खाऊपिऊ घालून जिवंत ठेवलं होतं, तिला यातना देण्यासाठी, धडा शिकवण्यासाठी. त्यातूनच तिला दिवस गेले. तरीही ह्यांनी तिच्यावरचे अत्याचार थांबवले नाही. ज्या दिवशी तिची प्रसूती झाली, त्या दिवशी सुद्धा ह्या सर्व नराधमांनी तिच्यासोबत संभोग गेला. तिचं शरीर कमजोर झालं होतं, नाही सहन करू शकलं आणि त्या दिवशीच ती गेली. तिला झालेलं बाळ, त्या सर्व तालिबानी लोकांनी वाळवंटात पुरून टाकलं. हे सगळं त्यातल्या एकाने गावकऱ्यांना सांगितलं, त्यांना घाबरवण्यासाठी. तुम्ही जर आमचं ऐकलं नाही, तर आम्ही तुमच्या आयाबहिणींची पण अशीच अवस्था करू, अशी धमकीही दिली. हे सगळं ऐकून जेम्ससारख्या भावनाशून्य व्यक्तीच्या काळजाचाही थरकाप उडाला. त्याने अब्दुलने त्याला जे काही सांगितलं, ते लिहून ठेवलं.

पुढे त्या बाळाचं काय करायचं? हा प्रश्न समोर होता. अब्दुलचा भाऊ ते सगळं ऐकून घाबरला होता. आशाचं बाळ एक दिवसही, तो स्वतःच्या घरी ठेवायला तयार नव्हता. तालिबानी लोकांना जर हे बाळ आशाचं आहे आणि ते त्याच्या घरी तो सांभाळतोय हे कळलं असतं, तर त्यांनी त्याला आणि त्याच्या घरच्यांनाही सोडलं नसतं. म्हणून अब्दुल आणि जेम्सने त्याच दिवशी, त्या बाळासोबत, ते गाव सोडलं. अब्दुलची परिस्थिती हलाकीची होती, शिवाय त्याचं वयही झालं होतं म्हणून तो ते बाळ सांभाळू शकत नव्हता. जेम्स ते बाळ काहीही झालं, तरीही सोबत नेऊ शकत नव्हता , कारण त्याच्या पत्रकारितेपायी, तो त्याच्या कुटुंबाचीच

काळजी घ्यायला असमर्थ ठरला होता.

काबूलला पोहोचल्यावर, अब्दुल जेम्सला ते बाळ त्याच्या देशात घेऊन जायला सांगू लागला. त्या लेकराचा, निष्पाप जीवाचा ह्यात काहीच दोष नाही, तुमच्या देशात त्याचं आयुष्य सुधारेल, असं त्याच्या पद्धतीने सांगू लागला. जेम्सचा ह्या सगळ्याला नकार होता, कारण स्वतःच्या करिअरसाठी, कॅन्सरने आजारी असलेल्या त्याच्या मुलाला सोडून तो इथे अफगाणिस्तानमधे आला होता.

अब्दुलने त्याला खूप समजावलं, शेवटी जेम्सने ब्रिटिश सैन्यांना ने-आण करणाऱ्या, एका विमानामध्ये त्याने त्या बाळाला इंग्लंडला पाठवून दिले. जेम्स आणखी एक महिना अफगाणिस्तानमध्ये राहून इंग्लंडला परतला. परतला तेव्हा त्याचं घर तुटलं होतं. त्याची बायको त्याला कायमची सोडून निघून गेली होती. त्याचा मुलगा तो अफगाणिस्तानमधे असतानाच कॅन्सरमुळे वारला होता. ते ऐकून जेम्सला वाईट वाटलं, पण हा दिवस कधी ना कधी येणारच आहे, तशी त्याने आपल्या मनाची तयारी आधीच केली होती. त्याने आशाच्या बाळाचं काय झालं असेल?, ते कुठे आहे? ह्याची माहिती काढली. ते आशाचं बाळ, ब्रिटिश गव्हर्नमेंटच्या लंडन येथील फॉस्टर केअर हाऊसमधे वाढत होतं. त्याचं नाव तिथल्या त्याच्या फॉस्टर मदरने 'हॅरी' ठेवलं होतं. बस, एवढीच त्याला माहिती होती. त्यानंतर त्याला तो भेटायलाही गेला नाही. त्याने पुन्हा स्वतःला कामात गुंतवून घेतलं.

गीत जेम्सच्या घरून बाहेर पडली होती, पण तिला अजूनही त्याचे बोल पुन्हा पुन्हा आठवत होते. हॅरी म्हणजेच कबीर होता. कबीर अनाथ होता, तो ब्रिटिशांसारखा दिसतंही नव्हता, पण त्याची जन्माची कहाणी ही अशी एवढी दुःखदायक असेल, असं गीतला कधी स्वप्नातही वाटलं नव्हतं. त्याचा भूतकाळ कसाही असला, तरीही त्याला त्याबद्दल काहीच माहिती नव्हतं. तो त्याच्या वर्तमानात मस्त स्वतःला हवं तसं आनंदाने जगत होता. मग हे सगळं सुरळीत सुरु असताना, अचानक का ह्या जेम्सने त्याच्या आयुष्यात येऊन हे वादळ उठवलं होतं? हा प्रश्न गीतला पडला होता. जेम्सचं सगळं ऐकून घेतल्यावर तिने त्याला तेच विचारलं.

तेव्हा त्यावर तो म्हणाला, "आय वॉझ नेव्हर अ फॅमिली मॅन. आय आल्वेझ लिव्हड फॉर माय सेल्फ. आय वॉझ नॉट हिअर विथ माय फॅमिली, इव्हन व्हेन माय सन वॉझ डाईंग."

हे बोलताना त्याचा आवाज थोडा कापल्यासारखा झाला.

पुढे त्याने स्वतःला सावरून गीतला सगळं सांगितलं. कसा तो स्वार्थी होता? मुलाच्या मृत्युनंतर त्याची बायको त्याला सोडून गेली होती, तरीही तो तिला भेटायला पण कधीच गेला नाही. आयुष्यभर फक्त काम करत राहिला. आपल्या कुटुंबापासून, मित्रांपासून दूर जात राहिला. तो एका देशातून दुसऱ्या देशात फिरत राहिला. पण काळानं आपली कूस बदलली. अचानक एके दिवशी, त्याला पॅरालिसीसचा अटॅक आला. त्याचा कमरेखालचा भाग, पाय सगळं निकामी झालं. त्याची पत्रकारिता सुटली ती कायमचीच.

घरात दिवसभर बसून, तो त्याच्या भूतकाळातील वागणुकीबद्दल, पच्छाताप करत बसायचा. एक दोनदा त्याने त्याच्या बायकोलाही फोन केला, पण तिने त्याच्याशी बोलण्यास साफ नकार देऊन फोन कट केला. तो त्याच्या भूतकाळाचा हिशोब करत बसायचा. त्या हिशोबात त्याने केलेल्या चांगल्या कर्मात फक्त एकच गोष्ट त्याला दिसायची, ती म्हणजे हॅरी म्हणजेच कबीर. आपल्यामुळे एका निरागस बालकाचा जीव वाचला आणि आता तो युकेमधे चांगलं आयुष्य घालवतोय, ह्याचं त्याला समाधान वाटायचं. नंतर नंतर कबीरला भेटायला हवं, असं त्याला वाटू लागलं.

थोडा मोठा झाल्यावर कबीर, गव्हर्नमेंट फॉस्टर केअरमधून निघून, जी लोकं त्यांच्या घरात फॉस्टर केअर करत असत, त्यांच्या घरी तो रहायला लागला होता. सोळा वर्षांचा झाल्यावर, तो डॉमिनोजमधे

जॉब करू लागला. एकटा राहू लागला. एक दोनदा जेम्स त्या डॉमिनोजमधे जाऊनही आला पण कबीरसोबत बोलला नाही. समजा बोललाही असता, तर काय सांगितलं असतं त्याने त्याला?, तू कोण?, मला कसं ओळखतो? हे सगळे प्रश्न त्याने विचारले असते. म्हणून जेम्स समोरासमोर जाऊन कधीच कबीरसोबत बोलला नाही. मग नंतर कबीर सॅंडबॅंक्सला शिफ्ट झाला. अचानक एके दिवशी पूलच्या डॉल्फिन सेंटरमधे जेम्सला शॉपिंग करताना तो दिसला. जेम्सने त्याच्या नकळत त्याचा पाठलाग केला, त्याच्या घरापर्यंत.

जेम्स त्याला दुरूनच बघत राहायचा पण बोलला कधीच नाही. पण नंतर कबीरलाच दोन चार वेळा त्याचा संशय आला आणि त्याचा पाठलाग केला. एक दिवस जेम्स त्याच्या तावडीत सापडला. जेम्सने त्याला त्याच्या घरी नेलं. तेव्हाही जेम्स त्याला पूर्ण सत्य सांगणार नव्हता पण कबीरने त्याच्या सेंटर टेबलवर फळं कापण्यासाठी ठेवलेली सूरी उचलली आणि त्याच्या गळ्याला लावून त्याला सगळं सांगण्यास भाग पाडलं होतं. त्याने जेम्सला पुरावाही मागितला. तेव्हा जेम्सने कबीरच्या आईवर, म्हणजेच आशावर केलेली स्टोरी दाखविली. त्या स्टोरीसाठी

त्याला अवॉर्डही मिळाला होता. हे सगळं बघून कबीरला चांगलाच मानसिक धक्का बसला आणि पुन्हा कधीच माझ्या वाट्याला येऊ नकोस, असं धमकावून कबीर त्याच्या घरून निघून गेला. बसं इतकंच जेम्सला माहिती होतं. पुढे काय झालं असेल, गीत ह्याचा थोडाफार अंदाज बांधू शकत होती. आपण बलात्कारातून जन्माला आलेली संतान आहोत, हे माहिती झाल्यावर कुणीही खचलं असतं.

कबीर त्यानंतर रात्रंदिवस एकटाच राहू लागला. त्याला सतत जेम्सने दाखविलेल्या फोटोमधील, त्याच्या आईचा लटकवलेला मृतदेह दिसू लागला. ती किंचाळतेय, विव्हळतेय, वेदनेने तडफडतेय असे भास त्याला होऊ लागले. आपल्या आईवर झालेल्या अत्याचाराचं आपण प्रतीक आहोत, आपल्या शरीरातील नसानसांत त्या घाणेरड्या लोकांचं रक्त धावत आहे, बलात्काऱ्यांचं रक्त आपल्यात आहे, असे विचार त्याच्या डोक्यात घर करु लागले.

मनातले कल्लोळ एवढे वाढले की, स्वतःपासूनच कुठे तरी दूर निघून जावं असं त्याला वाटू लागलं होतं. ज्या वेळी गीत सगळं सोडून, कबीरच्या मागे त्याचा शोध घेत धावत होती, त्याच वेळी कबीर मात्र स्वतःपासूनच दूर जाण्यासाठी तडफडत होता. कबीरने सँडबँक्स सोडलं, लंडन गाठलं. लंडनवरून मँचेस्टर, मँचेस्टरवरून आजूबाजूचे लहानसहान गावं, न जाने कुठे कुठे?, तो भटकत होता. त्याचं

भान हरवल्यासारखं झालं होतं. होमलेस लोकांसारखं, रस्त्यावरच तो झोपू लागला. मिळेल ते खाऊ लागला. रस्त्यावर झोपलेला असायचा, तेव्हा लोकं त्याला भिकारी समजून त्याच्याकडे पैसे फेकायचे. कबीर पोटात भुकेची आग लागली की, त्याच पैश्याने काहीतरी विकत घेऊन खाऊ लागला.

क्रिवमधे असताना तो रस्त्याच्या कडेला बसून होता. रात्रीची वेळ होती. रस्त्यावर कुणीच नव्हतं. एका दुकानाच्या शटरला तो टेकून बसला होता. त्याने बसल्या बसल्या, त्याचे डोळे बंद केले. त्याच्या डोळ्यांसमोर जेम्सने दाखविलेला आशाचा फोटो आला. त्याच्या अंगावर सर्रकन काटा उठला. पूर्ण अंग थरथरू लागलं. त्याला ते सगळं आठवू लागलं, जे जे जेम्सने त्या स्टोरीच्या टेपमधे रेकॉर्ड केलं होतं. त्याला त्याच्याच शरीराची किळस वाटत होती. त्या दुकानाच्या शटरला एक लोखंडी टोक होतं. त्यावर तो त्याचा तळहात घासू लागला. कितीतरी वेळ तो त्याचा हात घासत होता. ते करत असताना त्याचं अंग थरथरत होतं, त्याला कशाचंच भान उरलं नव्हतं. हातातून रक्त वाहू लागलं होतं.

थोड्यावेळाने तो भानावर आला, तेव्हा त्याचं रक्त बघून त्यालाच नवल वाटलं. त्याला काय झालं? कसं झालं? काहीच आठवत नव्हतं. तो त्याच्या जागेवरून पटकन उठला. रस्त्याने चालू लागला पण सगळा रस्ता, रस्त्यावरची दुकानं, झाडं

त्याच्याभोवती गोल फिरत असल्यासारखं, त्याला वाटत होतं. अडखडत त्याने दुसरं पाऊल समोर टाकलं आणि त्याच क्षणी त्याचा तोल गेला. तो खाली पडला. न जाने तो किती वेळ तसाच पडून होता.

थोड्यावेळाने तिथे एक माणूस आला. त्याने त्याला त्या अवस्थेत बघितलं आणि एनएचएस हॉस्पिटलच्या ईमरजन्सी डिपार्टमेंटला कॉल केला. ॲम्ब्युलन्स येऊन त्याला घेऊन गेली. त्याला शुद्ध आली, तेव्हा तो हॉस्पिटलमधे पोहोचला होता. त्याच्या हातावर जखम कशी झाली?, हे त्याला विचारण्यात आलं, तर त्याने चुकून स्वतःच्याच हाताने काम करताना लागलंय, असं उत्तर दिलं. नेमकं काय झालं, हे त्यालाही आठवत नव्हतं. त्याचा उपचार झाल्यावर तिथून त्याला डिस्चार्ज झाला.

पुन्हा त्याची भटकंती सुरु झाली. मध्यंतरी तो स्कॉटलँडलाही पोहोचला होता. तो त्याच्या मनातले कल्लोळ थांबवू इच्छित होता. तो शांतीच्या शोधात होता. लंडनमधे असताना कधी एकाकी वाटलं

तर तो कधी गुरुद्वारा, तर कधी चर्च नाहीतर इस्कॉनच्या मंदिरात जायचा. तिथे तासनतास बसायचा. एकदा इस्कॉनमधे गेलेला असताना, त्याने काही लोकांना नॉर्थन आयलँडच्या बेलफास्ट शहराजवळच्या एका जंगलात असलेल्या, आश्रमाबद्दल ऐकलं होतं. जो मनुष्य त्याबद्दल सांगत होता. त्याचा असा दावा होता की, ‘खरी शांती अनुभवायची असेल, देवाच्या जवळ जायचं असेल, तुम्ही सगळे प्रयत्न करून थकले असाल, पृथ्वीवर स्वर्गाची अनुभूती घ्यायची असेल’, तर त्या आश्रमात जा, तुमचे सगळे प्रश्न मिटतील. हे सगळं कबीरला अचानक एके दिवशी आठवलं.

स्कॉटलँडच्या कैनरायन हार्बरवरून नॉर्थन आयलँडसाठी रोज एक जहाज जायचे. त्या जहाजात मालवाहू ट्रक सुद्धा मावतील एवढे मोठे ते जहाज होते. शिवाय ज्यांना कार वगैरे घेऊन तिकडे जायचं असेल, त्यांनाही कार सोबत प्रवास करता यायचा. कबीर कैनरायन हार्बरला पोहोचला खरा पण त्याच्याजवळ त्या जहाजाचं तिकीट काढायला पैसे नव्हते. त्याचे कपडे, केस असा एकंदर अवतार बघूनही, त्याला कुणीच त्या जहाजात शिरू दिलं नसतं. म्हणून तो संधीची वाट बघू लागला. त्या हार्बरच्या आजूबाजूलाच घुटमळू लागला. त्या दरम्यानही त्याने स्वतःला बऱ्याच इजा करून घेतल्या होत्या, पण झालेला प्रकार त्याच्या लक्षात राहत नव्हता. नक्की काय झालं?, आपल्याला ह्या अश्या जखमा कोण? आणि कधी करतंय? हे प्रश्न त्याला सतत पडायचे.

एकदा एक सामानाने भरलेला ट्रक हार्बरकडे चालला होता. पोर्टकडे जाण्याआधी त्या ट्रकच्या ड्राइव्हरने ट्रक रस्त्याच्या कडेला थांबवला आणि तो एका बाजूच्या दुकानात काहीतरी विकत घ्यायला उतरला. कबीरचं त्याच्यावर लक्ष होतं. त्याच्यासाठी हीच संधी होती. तो जलद गतीने ड्राइव्हरच्या सीटकडे गेला. त्याने बघितलं, तो ड्राइव्हर अजूनही दुकानात होता. कबीरने ट्रकचं दार उघडून बघितलं तेव्हा ते उघडलं. ट्रकला चावी तशीच लागून होती. त्याने ती फिरविली आणि मागच्या ट्रॉलीचं दार अनलॉक केलं. नंतर तो ट्रकच्या मागच्या बाजूने गेला. कुणाचं आपल्याकडे लक्ष आहे का?, ह्याची खात्री करून घेण्यासाठी त्याने इकडे तिकडे बघितलं आणि अलगद दार उघडून तो त्या ट्रकच्या ट्रॉलीत शिरला.

कबीर नॉर्थन आयलॅंडला पोहोचला खरा पण त्या जंगलात पोहोचेपर्यंत, तो शारीरिक आणि मानसिकरित्या पूर्णपणे खचला होता. त्या जंगलात पोहोचेपर्यंत अंधार पडला होता. तो त्या अंधारातही भटकत होता पण तो थकला होता. तो एका उंच झाडाला टेकून बसला असताना, त्याचा भूतकाळ पुन्हा त्याचा पाठलाग करत आला आणि पुन्हा एकदा त्याच्या भूतकाळाने त्याला गाठलं. जेम्सचे त्या न्युज स्टोरीतील शब्द त्याला ऐकू येऊ लागले,

"एटीन इअर ओल्ड गर्ल, किडनॅप्पड, गॅंग रेप्ड ब्रुटली बाय तालीबनीज फॉर अल्मोस्ट अ इअर.."

"पनिशड फॉर टीचिंग गर्ल्स..",

"शी गॉट प्रेग्नन्ट..",

"रेप्ड अगेन जस्ट आफ्टर चाईल्ड'स बर्थ.."

"डाईड आफ्टर अब्युज."

कबीरला पुनःपून्हा हेच ऐकू येत होते. त्याने त्याचे कान बंद केले. त्याचं पूर्ण अंग तो त्या झाडाच्या खोडावर घासू लागला. इतकं की त्याचं शर्ट फाटलं, पाठीवर जखमा झाल्या आणि तो थोड्यावेळाने बेशुद्ध होऊन जमिनीवर पडला. दुसऱ्या दिवशी त्या आश्रमाकडे जाणाऱ्या एका माणसाला कबीर अश्या दयनीय अवस्थेत दिसला. त्याने त्याला कसेबसे उचलून आश्रमापर्यंत आणले.

13

अंतः अस्ति प्रारंभः

सहा महिन्यानंतर..

कबीर हळू हळू बरा होत होता. त्याला येणारे मानसिक झटके आता कमी झाले होते. त्याला त्याच्या खोलीच्या बाहेर येऊनही चालत फिरता येत होतं. अधूनमधून गीत कबीरला भेटायला यायची, त्याची काळजी घ्यायची. हे सगळं बघून कबीर तिच्या प्रेमाने भारावून जायचा. एकदा बाकी लोकांसोबत तो ही एका वृक्षाखाली जिथे ते सगळे नेहमीच गोपालदास ह्यांचं प्रवचन ऐकण्यासाठी बसत असत, तिथे तो सगळ्यात समोरच्या रांगेत बसला होता. गोपालदास भगवदगीतेतील श्लोक वाचत होते,

"वासांसि जीर्णानि यथा विहाय
नवानि गृह्णाति नरोऽपराणि |
तथा शरीराणि विहाय जीर्णा
न्यन्यानि संयाति नवानि देही ||"

नंतर त्यांनी समोरच्या लोकांकडे बघितले आणि म्हणाले,

"एज ह्युमन बिइंग पुट्स ऑन न्यू गारमेंट्स, गिव्हिंग अप दि ओल्ड वन्स, द सोल सिमिलरली असेप्ट्स न्यू मटेरियल बॉडीज, गिव्हिंग अप दि ओल्ड अँड युझलेस वन्स." ते पुढे सगळ्यांना त्या श्लोकाला आणखी समजावून सांगण्याचा प्रयत्न करत होते. कबीर आणि इतर सर्वजण ते सगळं अगदी लक्षपूर्वक ऐकत होते.

त्यांनी पुढचा श्लोक वाचला,

"नैनं छिन्दन्ति शस्त्राणि नैनं दहति पावकः|
न चैनं क्लेदयन्त्यापो न शोषयति मारुतः||"

हा श्लोक ही ते सगळ्यांना इंग्रजीत समजावून सांगत होते. 'ह्या आत्म्याला शस्त्र कापू शकत नाही आणि अग्नी जाळू शकत नाही. आत्मा पाण्याने ओला होत नाही आणि वाऱ्याने सुकवता ही येत नाही. शरीर नश्वर आहे पण आत्मा अमर आहे. मग आपण आपलं सर्व आयुष्य ह्या शरीराचेच लाड पुरवण्यात घालवतो, हे चुकीचं नाही का? आत्म्याच्या उद्धारासाठी किती प्रयत्न केला आहे आजपर्यंत आपण, हा विचार केला आहे कधी? हे जीवन आत्म्यामुळे आहे आणि आत्मा ईश्वराचा अंश आहे, म्हणून ह्या जीवनाचा आपण आदर केला पाहिजे. जीवनाचा आदर केल्याने ईश्वराचा आदर होईल आणि आपल्या जीवनाचा उद्देश समजून घेतला पाहिजे', ह्या अर्थाचं ते इंग्रजीतून बोलत होते.

अश्याप्रकारे त्यांनी एक एक श्लोक वाचत आणि त्याचा भावार्थ समजावून सांगितला. शेवटी त्यांनी 'हरे क्रिष्णा' असं म्हणत दोन्हीही हात जोडले आणि भगवदगीतेचे पुस्तक हातात उचलून त्यांनी स्वतःच्या कपाळाला लावले. सगळे खाली बसलेले लोक एक एक करून 'हरे क्रिष्णा' म्हणत उठून तिथून जाऊ लागले. कबीर मात्र उठला नाही. तसाच खालीच बसून राहिला. त्याला तसं बसलेलं बघून गोपालदास ह्यांनी त्याला विचारले, "एनी क्वेस्चन, कबीर?"

"यस, गुरुजी. आय वान्ट टु आस्क यू समथिंग. व्हाट्स द पर्पझ ऑफ माय लाईफ?"

कबीरच्या मनात हा प्रश्न अगदी सहज आला नाही. जेव्हा गोपालदास सगळ्यांना सांगत होते की, आपल्या जीवनाचा उद्देश काय आहे ते ओळखा, तेव्हा कबीरला वाटलं की, 'माझ्या जीवनाचा उद्देश काय आहे? का मी अश्या परिस्थितीत जन्माला आलो? का मरता मरता मी जेम्सला सापडलो आणि त्यातून वाचलो? नंतर सगळं घडल्यावरही जेव्हा सगळ्यांपासून अलिप्त राहून मजेत जगत होतो तर का मला जेम्स भेटला?, नंतर इतक्या मोठ्या मानसिक धक्यातुनही सावरलो आणि पुन्हा ह्या जंगलात भटकूनही वाचलो, ह्या आजारातूनही वाचलो, का?'

गोपालदास त्याच्या प्रश्नावर म्हणाले, "धिस यू नीड टु आस्क युअरसेल्फ. रिमेम्बर व्हॉट आय टोल्ड यू प्रिव्हियसली, अवर सौल्स आर पार्ट ऑफ लॉर्ड क्रिष्णा ओन्ली. सो सर्च फॉर द पर्पझ ऑफ युअर लाईफ इन्साईड यू. लॉर्ड क्रिष्णा इज विदिन यू अँड यू आर विदिन लॉर्ड क्रिष्णा.

पुरुषः स परः पार्थ भक्त्या लभ्यस्त्वनन्यया |
यस्यान्तःस्थानि भूतानि येन सर्वमिदं ततम् ||"

मग त्यांनी “हरे क्रिष्णा” म्हणून कबीरचा निरोप घेतला. कबीर मात्र त्यानंतर कितीतरी दिवस आपल्या प्रश्नाचे उत्तर शोधण्यासाठी तासनतास ध्यान लावून बसत होता. तासनतास तो भगवदगीतेचे पारायण करत होता, गीता समजून घेण्याचा प्रयत्न करत होता. स्वतःच्या आत डोकावून पाहण्याचे अतोनात प्रयत्न तो करत राहिला आपल्या आयुष्याचा उद्देश समजून घेण्यासाठी.

त्यानंतर सहा महिन्यांनी..

त्या दिवशी अचानक गीतला होस्टेलमधला एक किस्सा आठवला.

कधीतरी एकदा होस्टेलच्या रूममधे, सगळ्या मुली अभ्यास करत बसल्या होत्या. दुसऱ्या दिवशी परीक्षा होती. सगळ्या कधीतरी ऐकलेल्या, इतर वेळेस गप्पा करताना न आठवणाऱ्या, उटपटांग गोष्टी नेमक्या परीक्षेच्या आदल्या दिवशी अभ्यास करताना हमखास आठवतात. एक जण बोलायला लागली की, मग दुसरी त्यावर काहीतरी बोलायची मग तिसरी, असा एक तास सहज निघून जायचा. म्हणून आता अजून पुढचा एक तास कुणीच बोलणार नाही, असा करार झाल्यावरही काव्याच्याने रहावलंच नाही.

पुस्तकात खुपसलेलं तिचं डोकं काव्याने बाहेर काढून, बोलायला सुरुवात केली, “अरे एक खूप मस्त गोष्ट आठवली मला. एवढी सांगू द्या मग अजून मौन व्रत धारण करू आपण. नंतर मी विसरून जाईल नाहीतर.”

“बको.” प्रियंका तिचा चष्मा नीट करत म्हणाली.

गीत आणि अदितीनेही त्यांच्या माना वर करून काव्याकडे वळवल्या.

काव्याने गोष्ट सांगण्यास सुरुवात केली, “ग्रीक मायथॉलॉजीनुसार, असं म्हणतात की, जेव्हा देवाने आधी मनुष्य बनवला होता, तेव्हा स्त्री आणि पुरुष असे दोन वेगवेगळे देह बनवले नव्हते. त्याने एकच मनुष्य बनवला होता. त्याला दोन डोकी, दोन हृदय, चार हात, चार पाय वगैरे असे अवयव दिले होते. त्यामुळे मनुष्य इतके शक्तिशाली झाले होते, गीतच्या भाषेत सांगायचं झालं तर ते चांगलेच माजले होते, म्हणून त्यांनी त्यांच्या देवाला म्हणजेच झीउसला आव्हान दिले आणि त्याच्यासोबत युद्ध सुरु केले. त्यामुळे झीउसने त्या मनुष्याला दोन तुकड्यामध्ये वेगवेगळं केलं, ते म्हणजे स्त्री आणि पुरुष. आता ते दोन टुकडे म्हणजेच एकमेकांचे सोलमेट्स, आपलं सुख शोधण्यासाठी आपल्या शरीराचा दुसरा भाग, आपलं दुसरं हृदय शोधत राहतात आणि जेव्हा तो शोध संपतो, तेव्हा त्यांना त्यांचं खरं प्रेम सापडलेलं असतं.”

रडण्यामुळे जसं नाकातून पाणी येतं आणि ते आपण वर खेचतो तसा आवाज करत करत, गीत काव्याजवळ गेली आणि तिला साष्टांग दंडवत घातला नि

म्हणाली “रुला दिया पगली तुने तो, चरणस्पर्श करने दो मुझे..” त्यावर प्रियंका आणि अदिती हसायला लागल्या. गीतही पडल्या पडल्याच गदागदा हसायला लागली.

त्या दिवशी अचानक ती गोष्ट गीतला बेलफास्टच्या फ्लाईटमध्ये बसलेली असताना आठवली. ती मनोमन विचार करत होती, ‘जर ती काव्याने सांगितलेली गोष्ट खरी असेल, तर मला माझ्या शरीराचा दुसरा हिस्सा कबीरच्या रूपात सापडला आहे, मला माझं दुसरं हृदयही सापडलं आहे. मी आता माझ्या नवीन आयुष्याची सुरुवात करणार, ह्या विचाराने ती गालातल्या गालात हसली. देवा, मला जसा माझा सोलमेट कबीर सापडला तसाच श्रीलाही त्याचा सोलमेट सापडू दे. मी त्याला जे दुःख दिलंय त्याच्या सोलमेटने ते सगळं भरून काढू दे आणि मग श्री पुन्हा माझ्या आयुष्यात माझा मित्र म्हणून येऊ दे. सध्या तर तो माझ्याशी बोलतही नाही आहे. त्याचे सगळे दुःख दूर कर देवा.’ ती फ्लाईट बेलफास्टला लँड झाली.

कबीर आता मानसिक धक्यातून सावरला होता. गोपालदास ह्यांचे उपचार, अध्यात्माची साथ ह्या सगळ्यांमुळे कबीरमधे पुन्हा एकदा जगण्याची उमेद जागली होती.

गीत त्याला स्वतःसोबत मँचेस्टरला घेऊन जायला येत होती. तिची अधुरी प्रेम कहाणी आज पूर्ण होणार होती, म्हणून ती खूप खुश होती.

त्याच वेळी श्री मात्र लंडनमधेच त्याच्या घरी बसून गीतला सगळ्या सोशल मीडिया वरून ब्लॉक करत होता. थोड्या वेळा पूर्वीच, गीतने त्याला ती कबीरला आणायला जात आहे असा मॅसेज केला होता. जो श्रीने नुसताच वाचला होता पण त्यावर रिप्लाय केला नव्हता. गीत बऱ्याचदा त्याला मॅसेज करायची पण श्रीने तिच्या मॅसेजवर रिप्लाय करणं, कधीच सोडलं होतं.

श्रीने आधी इंस्टाग्राम, मग फेसबुक असं एक एक करून गीतला ब्लॉक केलं. शेवटी वॉट्स अँप वर तिच्या विंडोमध्ये जाऊन आधी डोळे भरून तिचा प्रोफाइल फोटो त्याने बघितला. तो तिचा चेहरा मनात साठवून घेत होता पण तिच्या चेहऱ्याकडे कितीही बघितलं तरीही त्याचं मन भरत नव्हतं. शेवटी अलगद त्यावरून स्वतःचे थरथरते बोट फिरवले. त्यावेळी त्याचे डोळे भरून आले होते आणि अखेर त्याने मनावर दगड ठेवून वॉट्स अँपवरही तिला ब्लॉक केले.

श्री मनाला समजावून सांगत होता की, आता गीत आनंदी आहे, मीही तिच्या आनंदात आनंदी व्हायला पाहिजे, असा विचार करत होता, पण ते त्याला जमतच नव्हतं. प्रेमाच्या मोठ्या मोठ्या गोष्टी करणं वेगळं असतं, पण जेव्हा आपल्याला

माहिती असतं की, आपलं प्रेम आपल्याला कधीच मिळणार नाही, हे सत्य कबूल करणं खूप कठीण असतं. दुसऱ्याच्या आनंदात आनंद मानावा, पण स्वतःच्या दुःखाचं काय? ते कुठेच जात नसतं, ते कुणीच आपल्यासोबत वाटून घेणार नसतं. ते आपलं आपल्यालाच सहन करावं लागतं. गीतच्या आयुष्याची त्यादिवशी नवीन सुरुवात होणार होती तर श्रीच्या आयुष्यातून गीत निघून जाणार असल्यामुळे, त्याचं प्रेम पूर्ण होण्याची आशा त्याच दिवशी संपुष्टात येणार होती.

गीत इस्कॉनच्या आश्रमात पोहोचली. श्रीकृष्ण आणि राधेच्या मूर्तीला आधी तिने साष्टांग दंडवत घातला. नंतर दुसऱ्या बाजूला असलेल्या, श्री प्रभुपाद ह्यांच्या मूर्तीलाही नमस्कार केला. तेवढ्यात तिथे एक एक करून लोकं जमा होऊ लागले. गीतची नजर त्या सगळ्यांमध्ये फक्त आणि फक्त कबीरला शोधत होती. त्या सगळ्या गर्दीतून शेवटी गीतला तो येताना दिसला. कुठे तो दोन वर्षांपूर्वीचा जॅक स्पॅरोच्या वेषात असलेला कबीर आणि कुठे हा इस्कॉन आश्रमातला कबीर?, बस हाच विचार, गीत कबीरला बघून करत होती.

त्याचे केस आणि दाढी व्यवस्थित कापलेले होते. त्याच्या कपाळावर चंदनाचा लांब टिळा, गळ्यात तुळशीची माळ, हातात मृदंग आणि पांढरं धोतर अश्या पेहरावात तो समोर उभा होता. कबीर आधीही हॅन्डसम दिसायचाच पण आता त्याच्या चेहऱ्यावर वेगळचं तेज होतं, वेगळंच समाधान होतं, प्रसन्नता होती. मृदंगाच्या तालावर तो हसत मुखाने "हरे क्रिष्णा.. हरे क्रिष्णा.. क्रिष्णा क्रिष्णा.. हरे हरे.." असं गात होता. गीतकडे बघून तो हसला.

तिच्याजवळ जाऊन एक पाय पुढे, एक पाय मागे पुन्हा एक पाय पुढे नि दुसरा मागे असा नाचू लागला. इतर लोकांनीही एक मोठा गोल केला आणि तश्याच प्रकारे प्रत्येक व्यक्ती तल्लीन होऊन नाचू लागले. कुणी दोन्हीही हात वर करून मान हलवत देवाच्या नावाचा जप करत, कुणी डोळे बंद करून तर कुणी एकमेकांचा हात धरून सगळेजण नाचू लागले.

काय जादू होती त्या प्रकारात देव जाणे? पण तसं नाचताना, देवाचं नाव घेताना गीतला तिचा आनंद द्विगुणित झाल्यासारखा वाटला. आपलं पूर्ण शरीर हलकं होतंय, आपल्या अंगातील सर्व विकार, डोक्यातील नकारात्मक विचार हळूहळू लुप्त होत आहेत, असं तिला भासू लागलं. गीत हात वर करून, डोळे बंद करून, भान हरवून नाचू लागली. जेव्हा तो हरीनामाचा गजर संपला, तेव्हा तिचे डोळे आनंदाश्रूंनी भरून आले होते.

कीर्तन संपल्या संपल्या गीत कबीरला बिलगली. कबीरला पुन्हा असं आनंदी बघून, तिला खूप आनंद झाला होता. कबीरच्या मागे गोपालदास उभे होते. गीत

कबीरला बिलगली असताना, त्यांची आणि गीतची नजरानजर झाली. ती गोपालदाससोबत बोलण्यासाठी गेली. तिला त्यांचे आभार मानायचे होते पण तोंडातून शब्दच फुटत नव्हते. ती कशीबशी म्हणाली, "आय डोन्ट नो.. आय डोन्ट नो हाऊ टू.."

एवढं बोलतानाचं तिचे ओठ थरथरू लागले. डोळे पाणावले. तिने स्वतःचे दोन्हीही हात त्यांच्यासमोर जोडले. गोपालदासने तिचे जोडलेले हात स्वतःच्या हाती घेतले.

तिच्याकडे बघत, गोपालदास अत्यंत प्रेमळ आवाजात तिला म्हणाले, "यू डोन्ट हॅव टू. युअर ग्रॅटीट्यूड, युअर टिअर्स शोज हाऊ मच यू लव कबीर. मे गॉड ब्लेस यू बोथ. हरे क्रिष्ण."

असं म्हणून मार्क मंदिराच्या बाहेर पडला.

गीत त्याच्या पाठमोऱ्या आकृतीकडे बघत होती. सहजच तिच्या मनात विचार आला, आपण म्हणतो देव दिसत नाही, देव बोलत नाही, देव स्वर्गात असतो, मग हे कोण आहेत? मार्क म्हणजेच गोपालदास, ह्यांचा नि माझा दुरदूरपर्यंत काहीच संबंध नाही, तरीही त्यांनी माझं प्रेम, माझा कबीर मला पुन्हा मिळवून दिला. दुसरा श्री आहे, न जाणे कशा कशात साथ दिली आहे त्याने मला आजपर्यंत, माझ्या कळत नकळत. देव कधी मित्र, मैत्रीण बनून, कधी आई वडील होऊन, कधी भाऊ बहीण म्हणून तर कधी कधी कोणतंच नातं नसलेला एखादा अनोळखी व्यक्ती बनून आपल्या आयुष्यात येतो आणि आपलं आयुष्य सावरून टाकतो आणि आपल्याला कळत सुध्दा नाही. देव आपल्यातच, आपल्यासोबतच, आपल्या आजूबाजूलाच नांदत असतो, फक्त आपल्याला तो ओळखता येत नाही, हेच खरं आहे.

गीत आपल्या विचारातून बाहेर पडली आणि कबीर जवळ गेली. कबीरकडे बघून स्मित करत आनंदाने म्हणाली, "लेट्स गो नाऊ. वी हॅव टू रीच बेलफास्ट बाय नाईन. अवर फ्लाईट फॉर मँचेस्टर.."

तिला मधेच अडवत कबीर म्हणाला, "अवर फ्लाईट? व्हॉट डू यू मीन गीत?"

"यू आर वेल नाऊ कबीर. गोपालदासजी हॅज अल्सो कन्फर्मड ईट अँड ही सेड यू कॅन गो विथ मी."

"गीत, मैं तुम्हारे साथ नहीं आ सकता|" कबीर शांततेने म्हणाला.

"लेकीन क्यूँ?" गीत कळवळून म्हणाली.

"तुम जिस कबीरसे मिली थी, वो मैं अब नहीं हूँ और मैं वो भी नहीं जिसे तुमने यहाँ हातपैर बंधा हुआ देखा था| अब मैं कुछ अलग ही बन गया हूँ, जैसे.. जैसे..

मानलो की रिइनकारनेशन हो गया हो मेरा|"

गीत स्तब्ध होऊन खिन्न चेहऱ्याने त्याच्याकडे बघत होती.

"डोन्ट बी सॅड. मैं अब खुदका भी नहीं हूँ, ये जो भी अब मेरे पास है, मेरा थोडा बहोत, मेरा मन, मेरा तन, ये सब अब मैने भगवान क्रिष्ण के हवाले कर दिया है| धिस ऑल बिलॉग्स टू लॉर्ड श्रीक्रिष्णा. आय कान्ट गिव्ह ईट टू यू,बिकॉझ इट्स नॉट माईन ऍज वेल."

गीत तिचे अश्रू कसेबसे रोखून हे सगळं ऐकत होती. थोडावेळ दोघांपैकी कुणीच काही बोललं नाही.

कबीरच पुढे बोलला, "टेक केअर, गीत. हरे क्रिष्ण."

तो जाण्यासाठी वळला तर गीत एकदम कळवळून म्हणाली, "प्लीज कबीर, डोन्ट डू धिस. आय कान्ट इमॅजिन माय लाईफ विदाउट यू.."

कबीर थांबला. नंतर मागे वळला.

"लाईफ रुकती नहीं है, गीत| चाहे वो अच्छी हो या बुरी, फेअर हो या अनफेअर, बोअरिंग हो या थ्रीलिंग, वो तो बस चलती रहती है| तो हमें भी उसके साथ चलना ही पडता है| तुम जिस कबीरसे प्यार करती थी, वो अब नहीं रहा, ऐसा समझ लो वो मर गया| मैं वो नहीं| मुझे माफ कर दो गीत लेकिन अब मैं कभीभी उस दुनियामें वापस नहीं आ सकता| मेरे जीने का उद्‌देश अब मुझे मिल गया है| हरे क्रिष्ण|"

असं म्हणून कबीर पुन्हा जाण्यासाठी वळला आणि चालतच गेला. गीत त्याला मागूनच बघत राहिली. डोळ्यांतील आसवांमुळे त्याची आकृती अस्पष्ट होत होती, म्हणून ती पुनःपून्हा डोळे पुसत होती. ती त्याला किती तरी वेळ तशीच बघत राहिली, अगदी नजरेआड होईपर्यंत. तो एकदा वळून बघेन तिच्याकडे, ह्याची वाट बघत राहिली, ह्या आशेने तशीच उभी राहिली, पण तो वळला नाही. तो आता कधीच वळणारही नव्हता. कबीरचा म्हणजेच हॅरीचा आता हरीदास होण्याचा प्रवास सुरु झाला होता.

त्या दिवशी गीतचा एक भाग, तिची एक बाजू , जी फक्त नि फक्त कबीरसोबत असताना दिसायची, ती त्यादिवशी कायमची विलुप्त झाली होती. जेव्हा कबीर मागे वळून न बघता, गीतला सोडून निघून जात होता, तेव्हा तो तिच्यातला एक भाग स्वतःसोबतच घेऊन जात होता. तिच्या व्यक्तिमत्वाच्या त्या बाजूचा, त्या भागाचा, त्या व्हर्जनचा अंत त्याच क्षणी तिथे झाला. मग पुन्हा तो व्हर्जन कधीच कुणाला दिसणार नव्हता, एखाद्या मेलेल्या माणसाप्रमाणे..

गीत तशीच निराश होऊन त्या मंदिरात कितीतरी वेळ बसून होती. तिचे डोळे अश्रूंनी भरलेले होते.

तेवढ्यात तिच्या खांद्यावर कुणीतरी हात ठेवल्यासारखं तिला जाणवलं. गीतने खाली मान असतानाच स्वतःचे डोळे पुसले आणि वर बघितले. डोळे पुसलेले असले तरीही ते अजूनही पाणावलेले आणि लाल होते. समोर एक वयोवृद्ध स्त्री उभी होती. तिच्या चेहऱ्यावर सुरकुत्या होत्या पण चेहऱ्यावर वेगळीच चमक होती, तेज होतं. डोळे काळेभोर, पाणीदार आणि कारुण्याने भरलेले होते. चेहऱ्यावर अतुलनीय शांती होती. वर्ण सावळा आणि केस अधून मधून पांढरे झालेले होते. तिने पांढरी सुती साडी आणि त्यावर निळी शॉल पांघरली होती. गीत त्या स्त्रीला आयुष्यात पहिल्यांदाच बघत होती तरीही तिच्याकडे बघून तिला आपण आधीपासूनच ओळखतो असं वाटलं. ती परकी वाटलीच नाही. ती स्त्री हळुवारपणे गीतच्या बाजूला जाऊन बसली.

तिने गीतच्या डोक्यावरून हात फिरवण्यास सुरुवात केली आणि त्या स्पर्शाने गीत पुन्हा एकदा ढासळली. त्या बाईच्या खांद्यावर स्वतःचे डोके ठेवून ती रडू लागली. ती बाई मात्र कितीतरी वेळ तशीच तिच्या केसांवरून हात फिरवू लागली. गीतने थोड्यावेळाने स्वतःला सावरले आणि "आय एम सॉरी!" असं म्हणत ती सरळ व्यवस्थित बसली. त्या बाईने तिला म्हटले, "काही हरकत नाही बेटा. दुःख वेळीच मनातून काढून टाकलेलंच बरं असतं. नाहीतर मनात साठवून ठेवलं तर ते विष होतं आणि ते विष मग हळू हळू आपल्यालाच मारत राहतं."

गीत त्यावर उदास स्वराने म्हणाली, "मला नाही वाटत हे दुःख आता कधीच संपणार आहे ते. हे आता माझ्यासोबतच माझा सोबती म्हणून राहणार आहे बहुतेक."

"इतकं महत्वाचं आहे हे दुःख तुझ्यासाठी की तू त्याला आयुष्याचा सोबती बनवणार आहेस? आयुष्य म्हणजे काय? हे समजून घेण्याचा प्रयत्न कर बेटा. ह्या जगात असेही काही आजारी लोक आहेत की ते एका एका श्वासासाठी धडपडत आहे पण त्यांना नाही मिळत हे आयुष्य पैसे खर्च करूनही. हे जीवन अमूल्य आहे. ह्याची किंमत आपण करायला हवी. आयुष्याला असं दिशाहीन बनवू नकोस. काहीतरी ध्येय घेऊन, उद्देश ठेऊन पुढे वाटचाल कर त्यामुळे कदाचित हे दुःख पूर्ण नाही पण थोडं तरी फिकं पडेल."

स्वतःचे डोळे पुसत गीत म्हणाली, "काय आहे ह्या जगण्याचा उद्देश? काय करू मी आता पुढे? कुठे जाऊ? कशी जाऊ ? काहीच कळत नाही आहे."

त्या स्त्रीने एक दीर्घ श्वास घेतला आणि काहीही न बोलता, स्वतःच्या हातातील भगवदगीता गीतच्या हाती दिली. गीत त्या भगवदगीतेच्या पुस्तकाकडे तशीच बघत होती. पुस्तकावर कृष्ण आणि अर्जुन ह्याचे रथावर बसलेले चित्र

होते. तिने अलगद कृष्णाच्या तेजस्वी चेहऱ्यावरून हात फिरवला आणि तिला का कुणास ठाऊक त्याच क्षणी तिच्या आजीचे शब्द आठवले, "देव कुणालाच एकटं ठेवत नाही, गोलू. कुणासाठी तरी कुणाला तरी पाठवतोच. ते तू म्हणतेस ना एंजल बिंजल काय ते, तेच ते. मी नसेल, बाबा नसतील, तरीही कुणीतरी साथ द्यायला येईलच तुला.."

न जाणे कितीतरी वेळ गीत त्या पुस्तकाकडे बघत होती. नंतर गीत त्या पुस्तकाचे पैसे देण्यासाठी तिच्या स्लिंग बॅगची झिप उघडून त्यातून पैसे काढायला लागली. पैसे हातात घेऊन तिने मान वर केली तेव्हा ती स्त्री तिथे नव्हतीच. गीतने इकडे तिकडे बघितलं. मग उठून उभी झाली आणि मंदिरात सगळ्या दिशेने, गाभाऱ्याच्या मागे बघून आली पण ती बाई तिला कुठेच दिसली नाही. शेवटी तिने गाभाऱ्यात असलेल्या कृष्णाच्या मूर्तीकडे बघितले आणि मग नंतर स्वतःच्या हातात असलेल्या भगवद्गीतेच्या पुस्तकाकडे बघत गीत मनोमन म्हणाली, "हे कृष्णा, अर्जुन किती भाग्यवान होता की त्याच्या रथाचा सारथी म्हणून त्याला तू लाभलास, सखा म्हणून तू लाभलास. माझ्याही आयुष्याचा सारथी, माझाही सखा होशील का रे माधवा?"

अंतः अस्ति प्रारंभः

Made in the USA
Monee, IL
23 August 2025

23955352R00100